महाराष्ट्रातील विविध विद्यापीठांच्या बी.एड. व एम.एड. अभ्यासक्रमासाठी तसेच
शिक्षणाच्या विविध स्तरावरील विद्यार्थी व शिक्षकांसाठी अत्यंत
उपयुक्त व मार्गदर्शक संदर्भ ग्रंथ

अभ्यासक्रमांतर्गत भाषा

लेखक

डॉ. दिलीप रामाजी चन्नावार
प्राध्यापक
शासकीय अध्यापक महाविद्यालय,
यवतमाळ

डॉ. आशालता जयंत भारजकर-होळकर
सहाय्यक प्राध्यापक
श्री बी.एस.पी.एम. अध्यापक महाविद्यालय,
अंबाजोगाई जि. बीड

Title : Abhyaskramantargat Bhasha

Author : Dr. Dilip Ramaji Channawar
Dr. Ashalata Jayant Bharajkar-Holkar

Edition : First (July, 2024)

ISBN : 9789387856646

Published by

Regd. Add.: 254, Khuriyakhatta No. 10, Bindukhatta,
Lalkuan, Nainital - 262402, Uttarakhand, India
Website : www.prachidigital.com
E-mail : info@prachidigital.in
Phone : +91 976041 7980, +91 976041 8103

Printed by :
Manipal Technologies Limited, Bengaluru - 560001, Karnataka

सादर अर्पण

आम्हाला प्रोत्साहन, प्रेरणा देणारे, पाठबळ पुरविणारे, ज्यांनी मनात ज्ञानाचे बीज रोवले, ज्यांच्या आशीर्वादाशिवाय लेखणीला बळ मिळाले नसते असे,

आदरणीय माता-पिता व गुरुजन

ज्यानी आम्हाला इथपर्यंत आणले त्यांच्या चरणी हे ग्रंथपुष्प सादर अर्पण

डॉ. दिलीप रामाजी चन्नावार

डॉ. आशालता जयंत भारजकर-होळकर

भूमिका

मागील काही वर्षांपासून शिक्षक-प्रशिक्षण महाविद्यालयात आम्ही अध्यापनाचे कार्य करत आहोत. अध्यापन करत असताना असे बरेचदा मनात यायचे की पुस्तकाचे लेखन करावे, परंतु तसा योग काही आला नाही व लेखन कार्य मागे पडले. परंतु नवीन निकष, नवीन आलेली पॉलिसी, पदवी व पदव्युत्तर स्तरावर आलेली सेमिस्टर पद्धती यातून ही प्रेरणा बळावत गेली.

अभ्यासक्रमातील बदल, नवीन घटक, नवीन विषय व आशय बदल अभ्यासक्रमात समाविष्ट झाले. या झालेल्या बदलामुळे अभ्यासक्रमांतर्गत भाषा या विषयाचे घटक बघता विद्यार्थ्यांना अनेक पुस्तकांमधून प्रत्येक घटक शोधावा लागत होता. व नंतर अभ्यास करावा लागत होता हे लक्षात आले. मग आपणच सर्व घटक एकाच पुस्तकात मिळतील व विद्यार्थ्यांना अभ्यास करणे सोयीचे होईल असे करूया. असे विचार मनात आले आणि पुस्तक लेखनाची सुरुवात झाली.

अनेक तज्ञ लेखकांची मराठी, इंग्रजी, हिंदी भाषेतील संदर्भ पुस्तके, मुक्त विद्यापीठाची पुस्तके, इंटरनेट या सर्व अध्ययन साहित्याचा आढावा घेतला व सर्व विद्यापीठातील बीएड व एम.एड. प्रशिक्षणार्थींना तसेच अभ्यासूंना उपयुक्त होईल असे पुस्तक लेखन सुरू केले.

शिक्षण प्रक्रियेत भाषेचा समन्वय घडवून आणण्यासाठी अभ्यासक्रमांतर्गत भाषा या विषयाचा समावेश शिक्षक प्रशिक्षणात केलेला आहे. प्रस्तुत पुस्तकाची मांडणी चार प्रकरणांमध्ये मुद्देसूद व साध्या आणि सोप्या भाषेमध्ये करण्याचा प्रयत्न केलेला आहे. वर्गातील विद्यार्थ्यांची भाषिक पार्श्वभूमी वेगवेगळी असते. कुटुंब, मित्र, शेजारी इ. सर्वांचा अध्ययनार्थ्यांवर परिणाम होत असतो. शिक्षकाकडे बहुभाषिकता असायला हवी, त्यामुळे शिक्षणात भाषा विषयासाठी प्रमाण भाषेचा विचार होत असतो. विषयानुसार भाषेचे स्वरूप बदलते त्याच्या कार्यनीती, सिद्धांत, संक्रमण या सर्वांचे ज्ञान असायला पाहिजे. त्या संदर्भातील माहिती या विषयातून आपणास प्राप्त होऊ शकते. त्यामुळे शालेय विद्यार्थ्यांची भाषिक पार्श्वभूमी, भाषेची संकल्पना, विद्यार्थ्यांचे वर्गातील बहुभाषिकतेविषयीचे आकलन व

संवेदनशीलता, बहुभाषिक वर्ग खोलीतील आव्हाने, बहुभाषिक वर्ग खोलीच्या प्रयुक्त्या, प्रमाण भाषेचा प्रभाव, भाषेचे स्वरूप आणि अध्ययनार्थीच्या सामाजिक परिस्थितीत तील विभिन्नतेसाठीचा अभ्यासक्रम. इत्यादीची माहिती देण्यात आली आहे. वर्गातील भाषिक, मौखिक अभिव्यक्तीचे स्वरूप, भूमिका, महत्व या बाबी स्पष्ट केल्या आहेत तसेच माहितीचे अवांतर वाचन आणि लेखन यामधून मूक आणि प्रकट वाचन, चांगले हस्ताक्षराची वैशिष्ट्य, वाचनाच्या कार्यनीती, टिप्पणी लेखन, सारांश लेखन, संदर्भ ग्रंथ वाचन व विमर्षण इत्यादी आशयाची सविस्तर मांडणी केली आहे.

हे पुस्तक लिहिताना शासकीय अध्यापक महाविद्यालय, यवतमाळ, चे प्राचार्य डॉ. सुहास पाटील, शासकीय अध्यापक महाविद्यालय, अंबाजोगाई चे प्राचार्य डॉ. बेलोकर के. ए., प्रा. डॉ. मुरूमकर यु.एस, प्रा.डॉ. तुरणकर एच. एन., प्रा. डॉ. सुषमा गणोजे, गोंदिया येथील पी.पी. अध्यापक महाविद्यालयाचे ग्रंथपाल श्री शरद पाध्ये, बी.एस.पी.एम. चे संस्थापक सचिव राजकिशोर पापा मोदी व अध्यापक महाविद्यालयाचे प्राचार्य व प्राध्यापक व कर्मचारी वृंद यांची मोलाची मदत झाली. त्याबद्दल सर्वांचे मनस्वी आभार मानणे आमचे कर्तव्य आहे.

त्याचप्रमाणे आमच्या कुटुंबातील सदस्य ॲड. जयंत भारजकर, प्राचार्य तथा मुख्याध्यापक सौ. अपर्णा चन्नावार, कु. साक्षी, चि. अभिषेक, कु. श्रेया, कु. जुईली या सर्वांनी कामात व्यत्यय न येऊ देता सातत्याने कार्यप्रवण केले त्याबद्दल त्यांचे ऋणी आहोत.

पुस्तक प्रकाशनाची संपूर्ण जबाबदारी ज्यांनी सांभाळली असे डॉ. विनोद पाटील न (संचालक: वनमॅन रिसर्च अकॅडेमी, नाशिक) यांनी अत्यंत कमी वेळात केले त्याबद्दल त्यांचे ही ऋणी आहोत.

सदरचे पुस्तक हे सर्व विद्यापीठातील, सर्व बी.एड. व एम.एड. महाविद्यालयातील विद्यार्थी व प्राध्यापक यांना उपयुक्त ठरेल असा विश्वास व्यक्त करून हे पुस्तक आपल्या सर्वांच्या स्वाधीन करतो.

लेखक

अनुक्रमणिका

प्रकरण १	**अभ्यासक्रमांतर्गत भाषेची ओळख**	**पृ.क्र.**
१.१	भाषा: अर्थ व स्वरुप	9
१.२	भाषा: निकष, विविध संदर्भ आणि विविध शाखांमधील संवादाची साधने	17
१.३	भाषा वैविध्य: विविध संदर्भांत आणि विविध विषयांमध्ये संवादाचे माध्यम	21
१.४	बहुभाषिक वर्गखोल्यातील आव्हाने, समस्या आणि ध्येय धोरणे	25
१.५	बहुभाषिक वर्गखोलीच्या प्रयुक्त्या-भूमिका अभिनय, चर्चा, वादविवाद, प्रश्नमंजुषा, सचित्र	32
१.६	अभ्यासक्रमांतर्गत भाषेची संकल्पना	45
१.७	अभ्यासक्रमांतर्गत भाषेची उद्दिष्ट्ये	47
१.८	भाषेची कौशल्ये	48
१.९	वर्गातंर्गत आंतरक्रियेवर भाषेचा प्रभाव	58
१.१०	वर्गातंर्गत आंतरक्रिया प्रक्रियेत बहुमाध्यमांची भूमिका	68
	सरावासाठी प्रश्न	72
प्रकरण २	**शाळा आणि भाषा**	**74**
२.१	विद्यार्थ्यांच्या अध्ययनावर भाषेचा परिणाम	74
२.२	तुटीचा सिध्दांत (Deficit Theory)	76
२.३	भाषिक विविधतेचा वर्गावर होणारा परिणाम	78
२.४	मानक भाषेच्या गतिशीलतेची शक्ती	79
२.५	भाषेचे कार्य व तिची मूलभूत संकल्पना: संप्रेषणात्मक ,	80

	ग्रहणशील आणि अभिव्यक्त.	
	सरावासाठी प्रश्न	83
प्रकरण ३	**भाषा शिक्षक**	**84**
३.१	भाषा शिक्षकाच्या जबाबदाऱ्या आणि भूमिका	84
३.२	विद्यार्थ्यांच्या भाषा प्राविण्य विकासासाठी शैक्षणिक उपक्रम	91
३.३	विद्यार्थी भाषा प्राविण्य सुधारण्यावर प्रसार माध्यमांचा प्रभाव	98
३.४	विद्यार्थ्यांच्या बहुभाषिक विकासावर शालेय वातावरणाचा प्रभाव	102
	सरावासाठी प्रश्न	105
प्रकरण ४	**शिक्षणातील भाषेचे महत्त्व**	**106**
४.१	लेखन आणि वाचनातील भाषेचे महत्त्व	106
४.२	वाचण्याची कार्यनिती/पद्धत	110
४.३	लेखनाची कार्यनिती/पद्धती	112
४.४	आशय सारांशात भाषेचे महत्त्व	114
४.५	ग्रंथालयातील संदर्भग्रंथ वाचन व विमर्षण	118
४.६	विविध संदर्भात नवीन शब्दांचा वापर आणि त्याचा अर्थ	129
४.७	वाचन आणि लेखन: संकल्पना, गरज, महत्त्व आणि सहसंबंध	133
४.८	वाचन आणि लेखन विकसित करण्याचे तंत्र - साहित्य	144
४.९	विवरणात्मक घटक वाचन- प्रयुक्त्या, आकलन, वाचनपूर्व आणि वाचनोत्तर उपक्रम	152
४.१०	चांगल्या हस्ताक्षराची वैशिष्ट्ये	160
४.११	निबंध लेखन कौशल्य विकसन	165

४.१२	सर्जनशील लेखन	168
४.१३	पत्र लेखन (औपचारिक आणि अनौपचारिक)	177
४.१४	भाषा कौशल्यांच्या एकत्रीकरणातून प्रभावी सादरीकरण: तत्वे व विकसन	180
४.१५	श्रावण कौशल्य ध्वनी सरावाद्वारे उच्चार विकसन	183
	सरावासाठी प्रश्न	185
	संदर्भ सूची	**187**

प्रकरण - १
अभ्यासक्रमांतर्गत भाषेची ओळख

मानवी विकासामध्ये भाषा महत्त्वपूर्ण भूमिका बजावीत असते. समाजामध्ये विचारांचे आदानप्रदान करण्याचे प्रमुख साधन भाषा हे आहे. समाजाचे अस्तित्व आणि विकासासाठी अविरत कार्यशील असलेली भाषा म्हणूनच मानवी जीवनामध्ये महत्त्वाची आहे. भाषेचे स्वरुप जाणीवपूर्वक समजावून घेतल्याशिवाय तिचे सामर्थ्य आपल्या लक्षात येत नाही. सर्वच मानवी समूहांचा स्वतःच्या भाषेशी घनिष्ठ आणि अतूट संबंध दिसतो. स्वतःच्या भाषेविषयी प्रत्येक समाजाला नितांत आदर असतो. त्यामुळेच भाषेच्या प्रश्नांवर समाज संवेदनशील दिसतो. भाषा ही प्रत्येक समाजाच्या संस्कृतीचा एक भाग असते. समाजाची संस्कृती, परंपरा, श्रद्धा, ज्ञान इत्यादींचे जतन आणि पुढच्या पिढीकडे वहन करण्याचे महत्त्वाचे कार्य भाषेमार्फत सुरू असते. परंपरेतून चालत आलेल्या आणि संस्कृतीमध्ये अंतर्भूत असलेल्या अनेक गोष्टी भाषेमुळेच मनुष्य शिकतो. त्यामुळे भाषेला 'समाजाचे संचित' असे म्हटले जाते. म्हणूनच भाषेशिवाय मानवी जीवनाचा विचार करता येत नाही.

१.१ - भाषा: अर्थ व स्वरुप

भाषा हा शब्द मुळ संस्कृत भाषेतील भाष (म्हणजे बोलणे) या धातूवरून तयार झालेला तत्सम शब्द आहे. भाष्य, भाषक, संभाषण, भाषीस हे या धातूपासून निर्माण होणारे भाषेशी निगडीत विविध संकल्पना सुचित करणारे शब्द आहेत. या मूळ संदर्भामुळे भाषा ही संज्ञा बोलणे या अर्थाने सर्वसाधारण व्यवहारात वापरली जाणे स्वाभाविक आहे.

1. कोणता ना कोणता आशय दुसऱ्यापर्यंत पोहचविण्यासाठी भाषा उपयोगात आणली जाते.
2. आशयवाही माध्यम हे स्वरूप लक्षात घेवून, काही वेळा विशिष्ठ शब्द व्यक्त करण्यासाठी भाषा विशिष्ठ शब्द म्हणजे विशिष्ट खुणा किंवा संकेत वापरत असते.
3. सर्वसाधारण व्यवहारात भाषा ही संज्ञा वापरण्यात काही चुकीचे नसले तरी, तरी तिचा सखोल अभ्यास करायचा असेल, तर मात्र आपण कशाचा नेमका अभ्यास करत

आहोत. हे स्पष्ट असावे लागते.

4. बोलणे म्हणजे भाषा नव्हे तर ही गोष्ट त्यापलिकडची अधिक व्यापक अशी संकल्पना आहे.
5. आपल्या मनातील विचार, भावना, कल्पना इ. व्यक्त करण्याचे साधन म्हणजे भाषा होय.

१.१.१ - भाषेच्या व्याख्या

विविध भाषा तज्ज्ञांनी आपापल्या दृष्टिकोनातून भाषेची फोड करण्याचा आणि संकल्पना मांडण्याचा प्रयत्न केलेला दिसून येतो. सर्वांच्या विचारातून भाषेचे नेमके कार्य, भाषेचे स्वरुप, भाषेची भूमिका, भाषेचा विस्तार या विविध भाषा अंगावर प्रकाश टाकलेला दिसतो. भाषेच्या व्याख्या काही तज्ज्ञांनी मांडलेल्या आहेत. त्या व्याख्यांच्या माध्यमाने आपल्याला भाषेचे स्वरुप समजून घेता येईल. भाषा शिकण्याच्या नैसर्गिक क्षमतेच्या आधाराने आपण आपल्या परिसरातील भाषा शिकलेली असतो. ती नकळत आत्मसात केलेली असते. मानवी संस्कृतीचा इतिहास पाहता भाषा म्हणजे काय, तिचा जन्म कसा झाला, असे भाषेसंबंधी प्रश्न मानवाला वेळोवेळी पडलेले दिसतात. कल्पनाशक्ती, तर्क, अनुमान यांच्या आधाराने आणि शेवटी अभ्यास, संशोधनाने या प्रश्नाचे उत्तर मानवाने शोधून काढले, परंतु भाषा कशी निर्माण झाली, तिचा निर्मितिकाळ कोणता, तिचे पहिले रूप कसे असावे, असे काही प्रश्न अनुत्तरितच राहतात.

व्याख्या

- **श्री. न. गजेंद्रगडकर** - "यादृच्छिक ध्वनिसंकेतावर आधारलेली, समाजव्यवहाराला साह्यभूत अशी पद्धती म्हणजे भाषा."
- **एडवर्ड सपीर** - "कल्पना, भावना आणि इच्छा दुसऱ्याला सांगण्याचे, स्वतःच्या इच्छेवर अवलंबून असणारे, मानवी साधन म्हणजे भाषा."
- **फेर्दिनां द सोस्यूर** - "ध्वनी व अर्थ यात सांगड घालणाऱ्या चिन्हांची व्यवस्था म्हणजे भाषा होय."
- **कृ. पां. कुलकर्णी** - "भाषा हा शब्द भाष् (आवाज उत्पन्न करणे) या धातूपासून

आला आहे. भाषा म्हणजे व्यवहारास प्रवृत्त करणाऱ्या सार्थ व अन्वित ध्वनींचा समूह. व्यवहार सौकर्याचे व व्यवहारपूर्तीचे मुख्य साधन म्हणजे भाषा होय. आत्मप्रकटीकरण व आत्मनिवेदन या दोन गोष्टी भाषेच्या मुळाशी असतात.

- **ना. गो. कालेलकर -** "भाषा म्हणजे मूळ आशयाशी कार्यकारणसंबंध नसलेल्या ध्वनिसंकेतांनी बनलेली, समाजव्यवहाराला साह्यभूत अशी भाषा ही एक पद्धती आहे.

१.१.२ - भाषेचे स्वरुप

वरीलप्रमाणे विविध तज्ज्ञांनी मांडलेल्या व्याख्यांचा विचार करता असे दिसून येते की, भाषा ही मानवाची एक अद्भुत निर्मिती आहे. आज जगभरामध्ये जवळपास सात हजार भाषा बोलल्या जातात. यापैकी जवळजवळ सोळाशे पन्नास भाषा भारतामध्ये बोलल्या जातात. मानवी जीवनाची सर्व अंगे भाषेने व्यापलेली आहेत. भाषा ही विचारविनिमयाचे प्रभावी साधन आहे. भाषेशिवाय मानवाचे समायोजन अशक्य आहे. भाषेचे स्वरुप पुढील मुद्यांच्या आधारे आपल्याला स्पष्ट करता येईल.

१) भाषा परिवर्तनशील असते- भाषा ही स्थिर नसते. तिच्यामध्ये सातत्यपूर्ण बदल होत असतात. हे बदल परिस्थितीनुसार, प्रदेशानुसार, संस्कृतीनुसार आणि उच्चारणा सरलतेसाठी होत असतात. मानवी सभ्यतेच्या विकासाबरोबरच जी भाषा सामाजिक, वैचारिक आदानप्रदानाला जास्त उपयोगी पडते तीच भाषा समाजभाषा म्हणून प्रचलित होते. उदा. संस्कृत भाषा प्राचीन काळात वापरली जात होती मात्र आता संस्कृतऐवजी इतर विविध प्रादेशिक भाषा वापरल्या जातात. अर्थात या सर्व प्रादेशिक भाषा संस्कृतपासूनच जन्माला आलेल्या आहेत. मात्र संस्कृत विशिष्ट लोकांना समजत होती व बोलता येत होती. यासाठी जनसामान्य समाजाने सर्वांना समजेल व बोलता येईल अशा भाषेचा उपयोग केला आणि हळूहळू नवनवीन भाषांचा उगम झाला. अर्थातच भाषा सतत नवनवीन बदलांना सामावून घेऊन स्वतःमध्ये सातत्यपूर्ण परिवर्तन घडवून आणत असते.

२) भाषा मानवी आहे - मानवाने स्वतःच्या बुद्धिकौशल्याने भाषेची निर्मिती केलेली आहे. सुलभता ही मानवाची नैसर्गिक प्रवृत्ती आहे. सुलभतेच्या प्रेरणेतूनच अनेक शोध

मानवाने लावले. भाषा समाजामध्ये व्यवहारासाठी अस्तित्वात आलेली व्यवस्था आहे. भाषेचा वापर मानव स्वतःचे जगणे सुलभ, सुखकर करण्यासाठी करतो. व्यक्त होणे, भावनांचे प्रकटीकरण करणे ही मानवी गरज आहे.

३) **समाज व्यवहाराचे साधन** - समाजव्यवहार मुख्यतः भाषेमुळे शक्य होतो. समाजामध्ये अनेक बाबींसाठी व्यक्त व्हावे लागते. जीवन संक्रमणासाठीची सर्वमान्य पद्धती समजावून घ्यावी लागते. आपल्या परंपरा, श्रद्धा, रूढी, चालीरीती या मागील पिढीकडून शिकाव्या लागतात. विचार, भावनांची देवाणघेवाण सतत सुरू असते. आपण मिळविलेले ज्ञानाचे संचित पुढील पिढीकडे संक्रमित. करायचे असते. हा सर्वच व्यवहार भाषेच्या माध्यमातून चाललेला असतो.

४) **भाषा : एक पद्धती** - भाषेमध्ये ध्वनिसमुच्चयांना अर्थ असतो. ध्वनिसमुच्चय आणि आशय यांचा संबंध मागे सांगितल्याप्रमाणे यादृच्छिक असतो. भाषा वापरताना एक पद्धती वापरली जाते. ध्वनिसमुच्चयांचे अर्थ भाषा वापरणाऱ्या प्रत्येक भाषिकाला ज्ञात असतात. त्यामुळे भाषा वापरताना आपण ध्वनी स्वीकारतो आणि त्या ध्वनीतून सूचविलेला आशय समजून घेतो. ध्वनींच्या स्वीकृतीपासून आशयाच्या स्वीकृतीपर्यंत जाणे म्हणजेच भाषा कळणे होय. ध्वनिसंकेतांना सामाजिक मान्यता असते. त्यामुळे ध्वनिसमुच्चयातून कोणत्या आशयाचा बोध करून घ्यायचा हे ठरलेले असते. त्यामुळे भाषावापर ही एक पद्धती आहे.

५) **प्रतीकात्मता** - ध्वनींमुळे निर्माण होणारी प्रतीकात्मकता ही महत्त्वाची आहे. ज्ञानाचे ग्रहण, समज या प्रतीकात्मकतेमुळे शक्य होते, सुलभ होते. ध्वनिसंकेतांबरोबरच व्यवहारासाठी इतर काही संकेत मानव वापरतो; त्यातूनही प्रतीकात्मकता दिसून येते. या भाषेतर संकेतांनाही आपण मानवाची एक भाषाच म्हणून ओळखतो.

६) **ध्वनिमाध्यमता** - भाषिक ध्वनींना समाजाने विशिष्ट असा अर्थ दिलेला असतो. म्हणजेच प्रत्येक समाजामध्ये चिन्हांचे संकेत ठरलेले असतात. भाषेचे माध्यम ध्वनी असल्यामुळे भाषा ही संप्रेषणव्यवहारासाठी सर्वश्रेष्ठ साधनी ठरली.

७) **संकेतबद्धता** - ध्वनींच्या विशिष्ट जुळणीतून भाषेमध्ये संकेतांची निर्मिती होते. हे संकेत प्रत्येक समाजानुसार त्यांच्या भाषेमध्ये स्वतंत्र दिसतात.

१.१.३ - भाषेचे प्रकार

भाषेचे चार प्रकार सहसा दिसून येतात.

१. **नैसर्गिक भाषा** - नैसर्गिक भाषेमध्ये एखाद्या प्राण्याला किंवा पक्षाला जन्मजात अवगत असलेली भाषा म्हणजे नैसर्गिक भाषा होय. उदा. प्राण्यांची भाषा, पक्ष्यांची भाषा, हावभाव

२. **कृत्रिम भाषा** - भाषेत व्यक्त होणारे संकेत जेव्हा ठरवून केलेले असतात तेव्हा भाषेला कृत्रिम भाषा म्हणतात. मानवाची अवगत केलेली भाषा ही कृत्रिम स्वरुपाची आहे. ही एक अशी भाषा असते. जिचे उच्चारशास्त्र व्याकरण व व्याकरण हे नैसर्गिकरित्या तयार झालेले नसून संपूर्ण मानवनिर्मित असते. उदा. सुलभ व सोपा संवाद, काल्पनीक जगनिर्मिती, प्रयोग.

३. **प्रमाण भाषा** - एखाद्या विशिष्ट प्रदेशातील जास्तीत जास्त लोकांनी जी भाषा योग्य प्रमाण वाटते त्या भाषेला प्रमाण भाषा म्हणतात. प्रमाण भाषा ही लिखित स्वरुपाची असते. म्हणून तिला लिखित भाषा देखील म्हणतात. या भाषेला व्याकरण असते. उदा.

१. चीनमध्ये चिनी भाषा
२. युनायटेड किंगडम मध्ये इंग्रजी भाषा
३. ग्रीस मध्ये ग्रीक भाषा
४. हिंदी ऊर्दु
५. आयरिश
६. इटालियन
७. लॅटिन
८. पोर्तुगीज
९. बंगाली
१०. तमिळ व तेलगू

४. **बोली भाषा** - जी फक्त बोलण्यापुरती वापरली जाते. त्या भाषेला बोली भाषा

म्हणतात. मुख्य भाषेशी नाते कायम ठेवलेली तिची पोटभाषा दर 12 कोसांगणिक उच्चारात शब्दसंग्रहात आढळतात व वाक्यप्रचारात बदलत राहते.

मूळ मराठी भाषेचे व्याकरण जरी एकच असले तरी स्थान माहात्म्यानुसार मराठीच्या 52 बोलीभाषा आहेत.

उदा.

१. कोकणी मराठी

२. कोल्हापूरी

३. कारवाडी मराठी

४. अहिराणी

५. मराठवाडी

६. नागपूरी

७. व-हाडी

८. चंदगडी

९. मालवणी

१०. मोरस मराठी

११. झाडीबोली

१२. तंजावर

१३. बागलाणी

१४. नंदूरबारी

१५. खालल्यांगी, वरल्यांगी

१६. डोंगररांगी

१७. जामनेरी

१८. खानदेशी

१.१.४ - भाषेची व्याप्ती

नव्या भाषेबरोबर आपल्या ज्ञानाच्या कक्षा क्षितीज व्यापक होत जातात.

१. आपण नवीन भाषा शिकतो तेव्हा केवळ शब्द आणि व्याकरणच नाही, तर त्या भाषेच्या नजरेतून जगाकडे आणि मुख्य म्हणजे दुसऱ्याच्या नजरेतून स्वतःकडेही बघायला शिकतो.

२. बालवयापासून आपली एक भाषा असते तिला आपण मातृ भाषा म्हणतो. आई वडीलांकडून कुटूंबाकडून व आजूबाजूच्या समाजाकडून जी भाषा अवगत होते त्याला मातृ भाषा म्हणतात.

३. भाषा म्हणजे शब्द आणि व्याकरण याच्यापलीकडे बरच काही असते. शब्दाच्या पलीकडेच शब्दांत बांधण्याचा मांडण्याचा प्रयत्न म्हणजेच भाषा होय.

४. भाषेची व्याप्ती म्हणजे आपल्या आयुष्याची व्याप्ती होय.

५. जरा विचार करून बघा की. आपल्या आयुष्यातला एक तरी भाग, एक तरी अंग असा आहे की, जो आपल्याला भाषेपासून वेगळा करता येईल तर जे आहे ते नाही तेही आपण शब्दात व्यक्त करतो. आपल्या कल्पनेतले स्वप्नातले, विश्व हेही तर आपण भाषेतच व्यक्त करतो.

६. एखाद्या गोष्टीला शब्दरूप दिल्यानेच ती अस्तित्वात येते जो पर्यंत ती शब्दात व्यक्त होत नाही. तो पर्यंत ती गोष्ट ध्यानात किंवा कल्पनेत येत नसतेच.

७. भाषा क्षमता माणसाला जन्मत: उपजत मिळालेली असली तरी भाषा ही मानवनिर्मित आहे. प्रत्येक भाषा समाज आपला सभोवतालीच आपल्या दृष्टीकोणातून शब्दांकित करत असतो. प्रत्येक भाषा समाजाच्या आपल्या संकल्पना असतात.

८. उदा. बर्फ हा शब्द आईस किंवा स्नो दोन्ही अर्थांनी वापरतो. तर राईस हा शब्द तांदूळ आणि शिजलेला भात दोन्हीसाठी वापरतात.

१.१.५ - भाषेचे महत्व व कार्य

१. भाषा हे व्यक्तीच्या गरजा, इच्छा, तक्रारी, मते, अनुभव इ. व्यक्त करण्याचे एक साधन आहे.

२. भाषेच्या माध्यमातून व्यक्ती आपल्या भावना प्रकट करु शकतो.

३. भाषा हे माहिती आणि कौशल्य शिकण्याचे एक साधन आहे.

४. भाषेमुळेच सामाजिक आंतरक्रिया चालू राहतात. माणसाची एकमेकांशी ओळख होते आणि संवाद सुरु होतो.

५. भाषेमुळेच सामाजिक, जडणघडण होते.

६. विविध विषयाची माहिती ज्ञान प्राप्त करण्यासाठी अभ्यासक्रमांतर्गत भाषा आवश्यक आहे.

७. अभ्यासक्रमांतर्गत भाषेमुळे विद्यार्थ्यांच्या भाषिक प्राविण्यात सुधारणा होते. म्हणजे लिहायला, वाचायला, संभाषण करायला चांगले ऐकण्यास शिकतो.

८. भाषा अध्ययन व आशय अध्ययनात सुधारणा आणि एकात्मता घडून येते.

९. अभ्यासक्रमांतर्गत सर्व विषय शिकवत असते. भाषेचा वापर सर्व विषय भाषेवर अवलंबून असतात. म्हणून सर्व विषयाचे अभ्यास भाषेशिवाय होऊ शकत नाही.

१०. सर्वसाधारणपणे विद्यार्थ्यांचा ध्येयापर्यंत पोहचण्यासाठी भाषेची आवश्यकता असते.

११. अभ्यासक्रमांतर्गत भाषेमुळे भावनिक, कार्यात्मक, संघटनात्मक विकास आणि सामाजिक विकास या माध्यमातून घडून येत असतो.

१२. भारत हा बहुभाषिक देश आहे. या देशात विविध भाषा बोलल्या जातात. म्हणून अभ्यासक्रमांतर्गत भाषा एकात्मता टिकवून ठेवण्याचे काम करते.

१३. भाषेच्या विविध भूमिका असतात आणि त्या परस्पर पूरक असतात.

१४. अभ्यासक्रमांतर्गत भाषा मध्ये विविध विषयाचा समावेश येतो. उदा. मराठी, हिंदी, इंग्रजी, गणितीय भाषा चिन्हाच्या माध्यमातून आपल्याला समजते.

१५. अभ्यासक्रमांतर्गत भाषा प्राथमिक शाळांमध्ये ज्या ज्या राज्याची सर्वसाधारण जास्त लोक भाषा बोलतात, त्याच भाषेमध्ये शिक्षण दिले जाते कारण विद्यार्थ्यांची मानसिक, सामाजिक इ. सर्वांगीण गुणाचा विकास व्हावा हे भाषेमुळे विद्यार्थ्यांना समजायला सोपे जाते.

१६. विद्यार्थ्यांचा शिक्षणाकडे कल वाढतो. उदा. महाराष्ट्रातील मराठी भाषेत शिक्षण घेण्यास सुलभ व सोपे जाते. कारण आपल्या कुटूंबात परिसरात आजुबाजूच्या

समाजात जास्तीत जास्त मराठी भाषेचा उपयोग केला जातो.

१.२ - भाषा: निकष, विविध संदर्भ आणि विविध शाखांमधील संवादाची साधने

भाषा नियमांच्या चौकटीत चालते. भाषा सतत समृद्ध होत असते. भाषिक शब्द भांडारात कालानुरूप भर पडत जाते. भाषेचे विविध पैलू समजून घेणे प्रभावी संवाद आणि परस्परसंवादासाठी महत्वपूर्ण असते. भाषेच्या निकषांमध्ये दिलेल्या समुदाय किंवा संदर्भातील भाषिक वर्तन नियंत्रित करणारे नियम आणि मानके समाविष्ट असतात. हे निकष व्याकरण, उच्चार, शब्दसंग्रह वापर आणि परिसंवाद संमेलने यासारख्या पैलूंवर निर्देश करतात. ते सांस्कृतिक, सामाजिक आणि परिस्थितीजन्य घटकांनी प्रभावित होतात. व्यक्ती स्वतःला कसे व्यक्त करतात आणि भाषिक संदेशांचा अर्थ कसा लावतात हे महत्वपूर्ण असते. भाषेच्या नियमांचे पालन केल्याने संवादकर्त्यांमध्ये परस्पर समंजसपणा आणि प्रभावी संवाद सुनिश्चित होतो. शैक्षणिक व्यवस्थापनात प्रत्येक क्षेत्राचे वैशिष्ट्यपूर्ण शब्दसंग्रह, शब्दावली आणि संप्रेषण प्रतिबिंबित करणारे भाषा मानदंड वेगवेगळ्या विषयांमध्ये भिन्न असतात . उदाहरणार्थ, वैज्ञानिक संप्रेषण अचूकता, वस्तुनिष्ठता आणि स्पष्टतेला प्राधान्य देऊ शकते, तर साहित्यिक प्रवचन सर्जनशीलता, रूपक आणि कलात्मकता यावर जोर देऊ शकते. विविध क्षेत्रातील विद्वान आणि अभ्यासक यांच्यातील यशस्वी संप्रेषण आणि सहयोगासाठी शिस्त-विशिष्ट भाषा मानदंड समजून घेणे आणि त्यांचे पालन करणे आवश्यक आहे. भाषा विविध संदर्भांच्या श्रेणीमध्ये कार्य करते आणि प्रत्येक भाषिक श्रेणी अद्वितीय मानदंड, अपेक्षा आणि संप्रेषणात्मक हेतूने वैशिष्ट्यीकृत असते.

मित्रांमधील अनौपचारिक संभाषणांपासून ते वर्गात औपचारिक शैक्षणिक अध्ययन-अध्यापन प्रक्रिया पर्यंत, व्यक्ती विविध भाषिक दृष्टीकोन आणि परिस्थितीनुरूप भाषेचा प्रयोग करत असतो. भाषेचा वापर परिस्थितीजन्य संदर्भ आणि व्यक्तीच्या गरजा पूर्ण करण्यासाठी केला जात असतो. भाषिक अन्वेषण भाषेच्या संदर्भांच्या बहुआयामी स्वरूपात कार्यरत असते. यामध्ये आशय समृद्धता, आवाजाचा चढ-उतार, बोलण्याची शैली, शब्द संग्रह आणि संप्रेषणाच्या पद्धतींच्या बाबतीत भाषेच्या वापरावर कसा प्रभाव पाडतात याचे परीक्षण महत्वपूर्ण ठरते. याव्यतिरिक्त, आंतरविद्याशाखीय संदर्भांमध्ये भाषेची भूमिका स्पष्ट करून ती

ज्ञानाच्या भिन्न क्षेत्रांना जोडणारा, सहयोग आणि ज्ञानाची देवाणघेवाण सुलभ करणारा दुवा म्हणून काम करते. अनौपचारिक संभाषणे दररोजच्या सामाजिक संवादांमध्ये होतात, जसे की मित्र, कुटुंबातील सदस्य किंवा सहकाऱ्यांमधील गप्पा. या संदर्भांमध्ये, भाषा ही अनौपचारिक, उत्स्फूर्त आणि अलिखित असते, जी सहभागींमध्ये सामायिक केलेली ओळख आणि जवळीक प्रतिबिंबित करते. संभाषण करणारे सहभागी संबंध प्रस्थापित करण्यासाठी आणि सौहार्द व्यक्त करण्यासाठी बोलचाल, संवाद, आणि अनौपचारिक संप्रेषणचा वापरू शकतात. स्वर आणि देहबोली अर्थ व्यक्त करण्यात महत्त्वपूर्ण भूमिका बजावतात तसेच परस्परसंवादाच्या एकूण गतिशीलतेमध्ये योगदान देतात. याउलट, औपचारिक शैक्षणिक संवाद शैक्षणिक वातावरणात घडते, जसे की वर्गखोल्या, लेक्चर हॉल आणि शैक्षणिक परिषद. येथे, भाषा अधिक औपचारिक नोंदी, अचूक शब्दावली आणि संरचित युक्तिवाद द्वारे वैशिष्ट्यीकृत आहे. स्पष्टता, वस्तुनिष्ठता आणि पुरावा-आधारित तर्क यावर भर देऊन शैक्षणिक लेखन आणि बोलणे सहसा शिस्तबद्ध नियमांचे पालन करते.

संप्रेषण संदर्भानुसार भाषा शैली बदलू शकते. यामध्ये औपचारिक व्याख्याने, सेमिनार, चर्चासत्रे, अनौपचारिक गप्पा, वाद-विवाद अशा वेगवेगळ्या प्रसंगानुसार भाषिक संदर्भ बदलत असतात. व्यावसायिक वातावरणात भाषेचा वापर, जसे की कामाची ठिकाणे, बोर्डरूम आणि व्यवसाय सभा, व्यावसायिक नियम आणि अपेक्षांद्वारे मार्गदर्शन केले जाते. या संदर्भातील संप्रेषणासाठी सहसा औपचारिकता आणि प्रवेशयोग्यता यांच्यातील समतोल आवश्यक असतो, ज्यामध्ये स्पष्टता, व्यावसायिकता आणि परिणामकारकता यावर भर असतो. व्यावसायिक संप्रेषणामध्ये संघटनात्मक उद्दिष्टे साध्य करण्यासाठी आणि सहकाऱ्यांमध्ये सहकार्य वाढवण्यासाठी विशिष्ट शब्दावली, औपचारिक पत्रव्यवहार आणि प्रेरक तंत्रांचा वापर समाविष्ट असू शकतो. डिजिटल तंत्रज्ञानाच्या आगमनाने, ईमेल, सोशल मीडिया आणि इन्स्टंट मेसेजिंग यांसारख्या विविध ऑनलाइन प्लॅटफॉर्मचा समावेश करण्यासाठी संवादाचा विस्तार झाला आहे. डिजिटल कम्युनिकेशन जागतिक कनेक्टिव्हिटी आणि मल्टीमीडिया अभिव्यक्तीसाठी संधी देते.

प्रभावी डिजिटल संप्रेषणासाठी डिजिटल साक्षरता, अनुकूलनक्षमता आणि ऑनलाइन

शिष्टाचाराची जागरूकता आवश्यक आहे. प्रभावी संप्रेषणामध्ये वेगवेगळ्या संदर्भांच्या मागणीनुसार भाषेच्या वापराशी जुळवून घेण्याची क्षमता समाविष्ट असते. व्यक्तींनी त्यांचे संदेश योग्यरित्या पोहोचवण्यासाठी आणि त्यांचे संप्रेषणात्मक उद्दिष्टे साध्य करण्यासाठी नोंदणी, शैली, टोन आणि संप्रेषणाच्या पद्धतीचे बारकावे समजून घेणे आवश्यक आहे. भाषेला संदर्भाशी जुळवून घेण्यामध्ये प्रेक्षक, उद्देश, सांस्कृतिक नियम आणि संप्रेषण परिस्थितीमध्ये अंतर्भूत असलेली शक्ती गतिशीलता यासारख्या घटकांचा विचार करणे समाविष्ट आहे. लवचिकता आणि संदर्भाची संवेदनशीलता विविध परिस्थितीत यशस्वी संप्रेषणासाठी योगदान देते. आंतरविद्याशाखीय संदर्भ अद्वितीय आव्हाने आणि संप्रेषणाच्या संधी सादर करतात, कारण त्यात अनेक क्षेत्रातील ज्ञानाचे एकत्रीकरण समाविष्ट असते. भाषा एक सेतू म्हणून काम करते जे ज्ञानाच्या भिन्न क्षेत्रांना जोडते, सहयोग, नाविन्य आणि समस्या सोडवण्यास सुलभ करते. आंतरविद्याशाखीय संप्रेषणासाठी विविध भाषिक नियम आणि विविध विषयांच्या नियमांबद्दल संवेदनशीलता आवश्यक आहे, तसेच शिस्तबद्ध सीमा ओलांडून जटिल कल्पना आणि संकल्पनांचे भाषांतर करण्याची क्षमता आवश्यक आहे. प्रभावी आंतरविद्याशाखीय संप्रेषण सर्जनशीलता, कल्पनांचा विस्तार आणि जटिल समस्यांवरील नवीन उपाय शोधण्यासाठी सहाय्यभूत ठरते.

भाषा अनेक संदर्भांमध्ये कार्यरत असते, प्रत्येकाचे स्वतःचे नियम, अपेक्षा आणि संप्रेषणात्मक हेतू असतात. मित्रांमधील अनौपचारिक संभाषण असो, वर्गात औपचारिक शैक्षणिक आंतरक्रिया असो, कामाच्या ठिकाणी व्यावसायिक वातावरण असो किंवा ऑनलाइन प्लॅटफॉर्मवरील डिजिटल संप्रेषण असो, व्यक्ती त्यांच्या भाषेचा वापर परिस्थितीजन्य संदर्भ आणि त्यांच्या स्त्रोत्यांच्या गरजांनुसार अनुकूल करतात. प्रभावी संप्रेषणामध्ये विविध परिस्थितीत नोंदणी, शैली, टोन आणि संप्रेषणाची पद्धत यातील बारकावे शोधण्याची क्षमता समाविष्ट आहे. आंतरविद्याशाखीय संदर्भांमध्ये, भाषा एक सेतू म्हणून काम करते जी ज्ञानाच्या भिन्न क्षेत्रांना जोडते, सहयोग, नाविन्य आणि ज्ञानाची देवाणघेवाण सुलभ करते. भाषेच्या विविध संदर्भांना समजून घेऊन आणि त्यांच्याशी जुळवून घेऊन, व्यक्ती त्यांची संवादात्मक प्रभावीता वाढवू शकतात आणि वैयक्तिक आणि

व्यावसायिक दोन्ही क्षेत्रांमध्ये अर्थपूर्ण परस्परसंवाद आणि सहयोगामध्ये योगदान देऊ शकतात. लिखित भाषा ही शैक्षणिक संप्रेषणाची एक कोनशिला आहे, जी पाठ्यपुस्तके, शोधनिबंध, अहवाल आणि निबंधांमध्ये प्रकट होते. त्याची अचूकता, स्पष्टता आणि पद्धतशीर संघटना जटिल कल्पना आणि युक्तिवाद व्यक्त करण्यासाठी ते अपरिहार्य बनवते.

भाषिक संदर्भ अहवाल आणि निबंध विषयांचा सारांश, विश्लेषण आणि प्रतिबिंबित करण्यासाठी, गंभीर विचार आणि लेखन कौशल्ये वाढवण्यासाठी परिस्थिती निर्माण करतात. व्हिज्युअल एड्स, अमूर्त संकल्पना, माहिती आणि नातेसंबंधांचे प्रतिनिधित्व देऊन लिखित भाषेला पूरक आहेत. आकृती ग्राफिक पद्धतीने प्रणाली किंवा प्रक्रिया स्पष्ट करतात, आकलन वाढवतात. तक्ते आणि आलेख माहितीला व्हिज्युअल फॉरमॅटमध्ये समाहित करतात, विश्लेषणासाठी नमुने आणि प्रवाह स्पष्ट करतात. चित्रे संकल्पना स्पष्ट करतात आणि वाचकांना दृष्यदृष्ट्या गुंतवून ठेवतात, शिकण्याचा अनुभव समृद्ध करतात आणि दृश्य साक्षरतेला प्रोत्साहन देतात. चेहऱ्यावरील हावभाव, देहबोली आणि स्वराचा स्वर यासह अशाब्दिक संकेत, अर्थ, भावना आणि परस्पर गतिशीलता व्यक्त करतात. चेहऱ्यावरील हावभाव परस्परसंवादांवर प्रभाव पाडणारे प्रतिबद्धता, गोंधळ किंवा आंतरीकता दर्शवतात. शारीरिक भाषा आत्मविश्वास, मोकळेपणा किंवा अस्वस्थता, धारणा आणि संवादाची प्रभावीता दर्शवते. स्वराचा स्वर भाषणात सूक्ष्मता आणि जोर देते, शैक्षणिक वातावरणात प्रतिबद्धता आणि आकलन वाढवते. डिजिटल संप्रेषण साधने सहयोग, माहितीची देवाणघेवाण आणि परस्परसंवादी शिक्षणासाठी नवीन संधी देतात. ऑनलाइन लर्निंग प्लॅटफॉर्म मल्टीमीडिया सामग्री, चर्चा मंच आणि प्रभावी व सातत्यपूर्ण संप्रेषण उपलब्ध करुन देतात.

व्हिडीओ कॉन्फरन्सिंगची साधने वर्तमान संवाद आणि आभासी मीटिंग सक्षम करतात, विशेष करून भौगोलिक अंतर कमी करतात. सहयोगी लेखन साधने कार्यसंघ सदस्यांमधील दस्तऐवज सहयोग आणि संवाद सुलभ करतात, शैक्षणिक कार्यप्रवाहांमध्ये उत्पादकता आणि समन्वय वाढवतात. लिखित संप्रेषणाव्यतिरिक्त, शैक्षणिक संप्रेषण, विशेषत: वर्गातील व्याख्याने, चर्चासत्रे आणि सादरीकरणांमध्ये बोलली जाणारी भाषा महत्त्वपूर्ण भूमिका

बजावते. मौखिक संवाद, त्वरित अभिप्राय आणि प्रश्न, चर्चा आणि वादविवादांद्वारे जटिल कल्पनांचे स्पष्टीकरण करण्यास अनुमती देतो. चेहऱ्यावरील हावभाव आणि देहबोली यांसारखे गैर-मौखिक संकेत देखील भावना, दृष्टीकोन आणि परस्पर गतिशीलता व्यक्त करून संप्रेषणात योगदान देतात. डिजिटल तंत्रज्ञानाने ज्ञान प्रसार आणि सहयोगासाठी नवीन साधने आणि प्लॅटफॉर्म प्रदान करून संप्रेषणात क्रांती आणली आहे. ऑनलाइन मंच, सोशल मीडिया, व्हिडिओ कॉन्फरन्सिंग आणि सहयोगी दस्तऐवज संपादन साधने भौगोलिक सीमा ओलांडून विद्वान आणि अभ्यासक यांच्यात संवाद आणि सहयोग सुलभ करतात. ही डिजिटल साधने रिअल-टाइम परस्परसंवाद, अखंडित संवाद आणि मल्टीमीडिया सामग्रीची देवाणघेवाण सक्षम करतात, शैक्षणिक संप्रेषण समृद्ध करतात आणि ज्ञान विनिमयाच्या जागतिक नेटवर्कला प्रोत्साहन देतात.

१.३ - भाषा वैविध्य: विविध संदर्भांत आणि विविध विषयांमध्ये संवादाचे माध्यम

भाषा विविधता हे मानवी समाजाचे वैशिष्ट्य आहे, जे आपल्या जागतिक समुदायाचे वैशिष्ट्य असलेल्या संस्कृती आणि इतिहास यांची समृद्धता प्रतिबिंबित करते. जगभरात हजारो भाषा बोलल्या जातात. प्रत्येकाचे स्वतःचे वेगळे व्याकरण, शब्दसंग्रह आणि अभिव्यक्ती क्षमता आहेत. पिढ्यानपिढ्या चालत आलेल्या देशी भाषांपासून ते कॉस्मोपॉलिटन शहरांमध्ये बोलल्या जाणाऱ्या लिंग्वा फ्रँकापर्यंत, भाषेची विविधता मानवी संवादाची लवचिकता आणि सर्जनशीलतेची सहायक म्हणून काम करते. वेगवेगळ्या संदर्भांमध्ये आणि विविध विषयांवर, भाषा विविधता संवादाचे माध्यम म्हणून कार्य करते तसेच व्यक्ती आणि समुदायांमध्ये परस्परसंवाद, अभिव्यक्ती आणि समज सुलभ करते. शैक्षणिक आणि विद्वत्तापूर्ण संवादात भाषेची विविधता शिस्तबद्ध भाषांच्या समृद्ध श्रेणीमध्ये आणि अभ्यासाच्या विविध क्षेत्रांचे वैशिष्ट्य असलेल्या विशिष्ट शब्दसंग्रहांमध्ये प्रकट होते. गणिताच्या अचूक शब्दावली आणि अभियांत्रिकीच्या तांत्रिक शब्दापासून ते साहित्याच्या उत्तेजक प्रतिमा आणि तत्त्वज्ञानाच्या अमूर्त संकल्पनांपर्यंत, प्रत्येक शाखेची स्वतःची भाषिक परंपरा आणि अभिव्यक्तीच्या पद्धती आहेत. अकादमीतील भाषेची विविधता आंतरविद्याशाखीय संवाद, आंतर-सांस्कृतिक देवाणघेवाण आणि समस्या सोडवण्याच्या

नाविन्यपूर्ण दृष्टिकोनांना प्रोत्साहन देऊन बौद्धिक संवाद समृद्ध करते. विविध भाषिक पार्श्वभूमीतील विद्यार्थ्यांच्या भाषिक ओळख आणि सांस्कृतिक वारशाची पुष्टी करून शिक्षणामध्ये सर्वसमावेशकता आणि समानता वाढविण्यात भाषा विविधता महत्त्वपूर्ण भूमिका बजावते. बहुभाषिक वर्गांमध्ये, शिक्षक भाषिक संसाधने आणि संप्रेषणात्मक क्षमता ओळखतात आणि त्यांना महत्त्व देतात जे विद्यार्थी शैक्षणिक वातावरणात आणतात. विद्यार्थ्यांच्या मातृभाषा आणि सांस्कृतिक अनुभवांचा अभ्यासक्रमात समावेश करून, शिक्षक अर्थपूर्ण सहभाग, अस्सल अभिव्यक्ती आणि भाषांमध्ये संज्ञानात्मक विकासासाठी संधी निर्माण करतात. भाषेची विविधता विविध सामाजिक, सांस्कृतिक आणि व्यावसायिक संदर्भांमध्ये संवादाला आकार देण्यासाठी औपचारिक शिक्षणाच्या मर्यादेपलीकडे देखील विस्तारते.

बहुसांस्कृतिक समाजांमध्ये, व्यक्ती दैनंदिन परस्परसंवादात भाषिक वैविध्यतेने मार्गक्रमण करतात, कुटुंब, मित्र, सहकारी आणि विविध भाषिक पार्श्वभूमीतील शेजारी यांच्याशी संवाद साधण्यासाठी त्यांच्या भाषिक भांडारावर आधारित असतात. भाषिक विविधता आंतरसांस्कृतिक देवाणघेवाण, परस्पर समंजसपणा आणि भाषिक आणि सांस्कृतिक सीमा ओलांडून एकता प्रदान करून सामाजिक परस्परसंवाद समृद्ध करते. शिवाय, भाषा विविधता सांस्कृतिक वारसा, मौखिक परंपरा आणि पिढ्यानपिढ्या देशी ज्ञान प्रणाली जतन आणि प्रसारित करण्यासाठी एक वाहन म्हणून काम करते . जगभरातील स्थानिक समुदायांमध्ये, भाषा ही ओळख, जागतिक दृष्टीकोन आणि सांस्कृतिक सातत्य यांच्याशी घट्टपणे जोडलेली आहे, जी वंशपरंपरागत लोकांच्या सामूहिक शहाणपणा, मूल्ये आणि इतिहासाला मूर्त स्वरूप देते. भाषिक विविधता टिकवण्यासाठी आणि स्थानिक लोकांच्या सांस्कृतिक वारशाचे रक्षण करण्यासाठी लुप्त होत चाललेल्या भाषांचे पुनरुज्जीवन आणि देखभाल करण्याचे प्रयत्न आवश्यक आहेत. जागतिक दळणवळण आणि माध्यमांच्या क्षेत्रात, भाषेतील विविधता माहितीची देवाणघेवाण, मनोरंजन आणि सांस्कृतिक प्रतिनिधित्वाच्या लँडस्केपला आकार देते. डिजिटल युगातील बहुभाषिकता व्यक्तींना ऑनलाइन प्लॅटफॉर्म, सोशल मीडिया आणि डिजिटल सामग्रीद्वारे जगभरातील विविध दृष्टीकोन, कल्पना आणि सांस्कृतिक अभिव्यक्ती

यांच्या संपत्तीमध्ये प्रवेश करण्यास सक्षम करते. माध्यमांमधील भाषा विविधता क्रॉस-सांस्कृतिक समज वाढवते, भाषिक बहुलवादाला प्रोत्साहन देते आणि मुख्य प्रवाहातील प्रवचनात प्रबळ कथा आणि रूढीवादी गोष्टींना आव्हान देते.

भाषेच्या विविधतेचा आर्थिक विकास, कामगार बाजार आणि वाढत्या परस्परसंबंधित जगात आंतरराष्ट्रीय व्यापार यावर महत्त्वपूर्ण परिणाम आहेत. बहुभाषिकता ही जागतिक व्यवसाय आणि व्यापारातील एक संपत्ती आहे, ज्यामुळे कंपन्यांना विविध बाजारपेठांपर्यंत पोहोचणे, करारावर वाटाघाटी करणे आणि विविध भाषिक आणि सांस्कृतिक पार्श्वभूमीतील ग्राहक आणि भागीदारांशी संबंध प्रस्थापित करणे शक्य होते. भाषेची विविधता भाषा-संबंधित व्यवसायांसाठी देखील संधी निर्माण करते, जसे की भाषांतर, व्याख्या, स्थानिकीकरण आणि भाषा शिकवणे, जे आर्थिक वाढ आणि रोजगार निर्मितीमध्ये योगदान देतात. शासनाच्या संदर्भात, भाषा विविधता लोकशाही, सामाजिक एकता आणि भाषिक अधिकारांना चालना देण्यासाठी आव्हाने आणि संधी दोन्ही सादर करते. राजकीय प्रक्रिया, सार्वजनिक संस्था आणि निर्णय घेणाऱ्या संस्थांमध्ये भाषिक अल्पसंख्याकांचा सहभाग आणि प्रतिनिधित्व सुनिश्चित करण्यासाठी भाषिक विविधता ओळखणे आणि त्यांचा आदर करणे आवश्यक आहे. सर्व नागरिक सेवांमध्ये प्रवेश करू शकतील, सार्वजनिक जीवनात सहभागी होऊ शकतील आणि त्यांच्या पसंतीच्या भाषेत स्वत:ला अभिव्यक्त करू शकतील अशा सर्वसमावेशक आणि न्याय्य समाजांना चालना देण्यासाठी बहुभाषिकता, भाषा अधिकार आणि भाषा देखभाल यांना समर्थन देणारी भाषा धोरणे महत्त्वाची आहेत.

भाषा विविधता सामाजिक न्याय, मानवी हक्क आणि सांस्कृतिक स्थिरता या मुद्द्यांशी संबंधित आहे. मानवी सन्मान आणि आत्म-अभिव्यक्तीचे मूलभूत पैलू म्हणून भाषेचे महत्त्व अधोरेखित करते. भाषा अधिकार हे भाषिक हक्कांच्या सार्वत्रिक घोषणा सारख्या आंतरराष्ट्रीय साधनांमध्ये अंतर्भूत आहेत, जे भेदभाव आणि दडपशाहीपासून मुक्तपणे त्यांच्या भाषा वापरण्याचा, राखण्यासाठी आणि विकसित करण्याचा व्यक्ती आणि समुदायांचा अधिकार ओळखतात. सांस्कृतिक लोकशाही, भाषिक न्याय आणि उपेक्षित समुदायांच्या सक्षमीकरणासाठी भाषिक विविधतेचे संरक्षण करणे आवश्यक आहे. भाषा

विविधता विविध संदर्भांमध्ये आणि विविध विषयांवर संवादाचे माध्यम म्हणून काम करते, मानवी संवाद, सांस्कृतिक देवाणघेवाण आणि बौद्धिक संवाद समृद्ध करते. शैक्षणिक शिष्यवृत्ती आणि शिक्षणापासून ते सामाजिक संवाद, माध्यमांचे प्रतिनिधित्व, आर्थिक विकास, शासन आणि मानवी हक्कांपर्यंत, भाषा विविधता मानवी जीवन आणि समाजाच्या प्रत्येक पैलूला आकार देते. भाषिक बहुलवाद स्वीकारणे, बहुभाषिकतेला चालना देणे आणि भाषेच्या अधिकारांचा आदर करणे हे सर्वसमावेशक, न्याय्य आणि स्थिर समुदायांच्या निर्मितीसाठी आवश्यक आहे जेथे सर्व आवाज ऐकले जातात आणि सर्वांच्या मतांचा आणि विचारांचा आदर केला जातो. भाषा विविधता विविध संदर्भ आणि विषयांवरील संवादाचे माध्यम म्हणून काम करते, परस्परसंवाद समृद्ध करते आणि विविध समुदायांमधील समज सुलभ करते. शैक्षणिक वातावरणात भाषा विविधता मानवी ज्ञान आणि दृष्टीकोनांची रुंदी प्रतिबिंबित करते, विद्वानांना विस्तृत कल्पना आणि पद्धतींमध्ये व्यस्त ठेवण्यास सक्षम करते. बहुभाषिकता, विशेषतः, आंतरविद्याशाखीय संवाद आणि नवीनता वाढवून, आंतर-सांस्कृतिक संवाद आणि सहयोग वाढवते. संशोधन आणि शिष्यवृत्तीच्या क्षेत्रात, शैक्षणिक विषय आणि उपक्षेत्रांमध्ये भाषेची विविधता दिसून येते.

विविध क्षेत्रातील संशोधक आणि अभ्यासक जटिल संकल्पना आणि निष्कर्ष संप्रेषण करण्यासाठी भाषिक विविधतेचा फायदा घेतात तसेच विशिष्ट प्रेक्षकांसाठी त्यांचे संदेश तयार करण्यासाठी भाषिक विविधतेचा उपयोग करतात. लिखित प्रकाशने, कॉन्फरन्स प्रेझेंटेशन किंवा वर्गातील चर्चा, भाषा विविधता विद्वानांना ज्ञानाचा प्रसार करण्यास आणि अनुशासनात्मक सीमा ओलांडून बौद्धिक देवाणघेवाण करण्यास सक्षम करते. शिवाय, सामुदायिक मंच, ऑनलाइन प्लॅटफॉर्म आणि सार्वजनिक संवाद यासारख्या अनौपचारिक परिस्थितीचा समावेश करण्यासाठी भाषा विविधता औपचारिक शैक्षणिक संदर्भांच्या पलीकडे विस्तारते. या स्थानांमध्ये, भाषा ही अभिव्यक्ती, ओळख वाटाघाटी आणि सांस्कृतिक जतन करण्याचे साधन म्हणून काम करते, जी मानवी अनुभवाची समृद्धता आणि जटिलता प्रतिबिंबित करते. भाषिक विविधता सर्वसमावेशकता आणि प्रतिनिधित्व वाढवते, उपेक्षित आवाज वाढवते आणि प्रबळ गोष्टींना आव्हान देते. विविध विषय आणि

विषयांमध्ये, भाषेतील विविधता सूक्ष्म चर्चा आणि आंतरविद्याशाखीय सहयोग सुलभ करते.

हवामान बदल, सामाजिक असमानता आणि अनेक दृष्टीकोनातून तांत्रिक नवकल्पना यासारख्या जटिल समस्यांचा शोध घेण्यासाठी विद्वान विविध भाषिक संसाधनांचा आधार घेतात. भाषेच्या विविधतेचा स्वीकार करून, संशोधक नवीन अंतर्दृष्टी उघड करू शकतात, अनुमानांना आव्हान देऊ शकतात आणि जागतिक आव्हानांना नाविन्यपूर्ण मार्गांनी संबोधित करू शकतात. शिवाय, भाषा विविधता ही शिक्षणात महत्त्वाची भूमिका बजावते, जिथे ती संस्कृतींमधील पूल म्हणून काम करते आणि विविध भाषिक पार्श्वभूमीतील विद्यार्थ्यांसाठी शिकण्याचे परिणाम वाढवते. बहुभाषिक शिक्षण उपक्रम वर्गखोल्यांमध्ये भाषिक आणि सांस्कृतिक विविधतेला प्रोत्साहन देतात, भाषिक प्रवीणता, संज्ञानात्मक विकास आणि विद्यार्थ्यांमध्ये आंतरसांस्कृतिक क्षमता वाढवतात. भाषा विविधता शैक्षणिक, सामाजिक आणि सांस्कृतिक संदर्भांमध्ये संवादाचे एक गतिशील माध्यम म्हणून काम करते, परस्परसंवाद समृद्ध करते आणि विविध समुदायांमध्ये समज वाढवते. भाषेतील विविधता आत्मसात केल्याने विद्वानांना आंतरविद्याशाखीय संवाद, परंपरागत शहाणपणाला आव्हान देण्यासाठी आणि नाविन्यपूर्ण मार्गांनी भविष्यकालीन घटनांचा अभ्यास करण्याच्या दृष्टीने सक्षम करते. भाषिक विविधतेचे मूल्य ओळखून अधिक सर्वसमावेशक आणि न्याय्य जागा निर्माण करणे आवश्यक आहे जिथे सर्व भिन्न भाषिकांचे विचार ऐकले जातात आणि त्यांचा आदर केला जातो.

१.४ - बहुभाषिक वर्गखोल्यातील आव्हाने, समस्या आणि ध्येय धोरणे

भारत हा विविधतेने नटलेला देश आहे. महाराष्ट्रात मराठी ही प्रमुख भाषा असली तरी इतरही अनेक भाषा अस्तित्वात आहेत. वर्गात केवळ हिंदू मुले नसतात, तर मराठी, हिंदी, गुजराती स्थानिक भाषिक अशा विविध भाषेचे विद्यार्थी असतात. या सगळ्यांशी शिक्षकाला विचारांची देवाणघेवाण करावी लागते. त्या अनुषंगाने बहुभाषिक आकलन शिक्षकाला असणे आवश्यक ठरते.

१.४.१ - बहुभाषिकतेचा अर्थ

अन्य विद्यार्थ्यांच्या भाषेचे ज्ञान शिक्षकाने प्रत्यक्ष अध्यापनापूर्वी करून घेणे आवश्यक

असते, वर्गामध्ये अध्ययन करण्याच्या हेतूने विद्यार्थी येतात, त्यांच्या व्यक्तिगत किंवा कौटुंबिक/ बोलीभाषेचा परिणाम होत असतो. यासाठी शिक्षकाने आपल्या वर्गात कोणकोणत्या जातीधर्माचे विद्यार्थी आहेस? त्यांची भाषा कोणती आहे? त्याने प्रमाण निती आहे? या सर्व गोष्टी जाणून त्याचा उपयोग आपल्या अध्यापनातरायता बहुभाषिकता म्हणजे एकापेक्षा जास्त भाषांचा विचार होय.

बहुभाषिकतेविषयीची संवेदनशीलता

समाजाच्या मूलभूत व तसेच अनेक सर्वसामान्य गाना आपन जानतो. आपल्या दैनंदिन व्यवहारात विविध लोकांशी आपले संवाद व विचारांची देवाणयेवाण होते. दैनंदिन जीवनात प्रत्येक व्यक्ती आपल्या बोलीभाषेतून आपले रोजचे व्यवहार पार पाडते. परंतु प्रमाणित यांधिक मागेचा वापर जिवनात व्यापक प्रमाण क्षेत्रमध्ये होताना दिसतो. कल्पनाशक्ती, विचारशक्ती वाढविणे ही भाषा शिक्षणाची गरज मानली जाते. या विचारशक्तीच्या जोरावरच समाजातील सर्वच स्तरातून कवि, लेखक, कलावंत पुढे नेताना दिसतात. वर्तमानपत्रे, मासिके, दूरदर्शनच्या विविध वाहिन्यांवरून प्रसारित होणारे विविध कार्यक्रम, संगणक शिक्षणाचा झालेला विकास सर्व जणांसाठी भाषाविकास योग्य पद्धतीने होणे आवश्यक आहे. भाषेद्वारे चालणाऱ्या सर्व व्यवहारात विचारपूर्वक सहभाग घेता यावा व आनंदाने साधन म्हणून भाषेचा उपयोग करता यावा, अशा नव्या गरजा भाषा शिक्षणातून पूर्ण होणे आवश्यक आहे. विद्यायांची भाषिक कौशल्य तसेच बौद्धिक व भावनिक कौशल्यांचा विकास या मानी भाषा अभ्यासक्रमातून पूर्ण होणे गरजेचे असते. म्हणजे शिक्षकाला वर्गातील बहुभाषिकतेविषयक संवेदनशीलता खगे सुलभ होते. भाषेचा अभ्यासामध्ये विचार करताना विद्यार्थ्यांचा नोट, आकलनशक्ती व अनुभवविश्व हे घटक विचारात घ्यावे लागतात. त्याचबरोबर विविध बोलीभाषेचा परिचय विद्यार्थ्यांना व्हावा यासाठी अभ्यासक्रमात भाषेतील विविध घटकांचा समावेश असावा. शिक्षकाने अध्यापन करताना या सर्व गोटींचे भान ठेऊन अध्यापन करावे.

१.४.२ - बहुभाषिक वर्गातील आव्हाने आणि समस्या

भारत हा विविधतेने नटलेला देश आहे. महाराष्ट्रात मराठी ही प्रमुख भाषा असली तरी इतरही अनेक भाषा अस्तित्वात आहे. वर्गात केवळ हिंदू मुले नसतात, तर मराठी, हिंदी,

गुजराती, स्थानिक भाषिक अशा विविध भाषेचे विद्यार्थी असतात. या सगळ्यांची शिक्षकाला विचारांची देवाण-घेवाण करावी लागते. त्या अनुषंगाने बहुभाषिकते विषयीचे आकलन शिक्षकाला असणे आवश्यक असते. या बहुभाषिक विद्यार्थ्यांमुळे वर्गात पुढील आव्हाने आणि समस्या दिसून येतात.

विद्यार्थ्यांना येणाऱ्या समस्या

बहुभाषिक/बोलीभाषिक विद्यार्थी जेव्हा पूर्व प्राथमिक/प्राथमिक शाळेत दाखल होतो तेव्हा त्याला शाळेत समायोजित होण्यासाठी सर्वसामान्य विद्यार्थ्यांपेक्षा वेगळ्या काही भाषिक अडचणी येतात त्या पुढील प्रमाणे.

1. शाळेतील शिक्षक काय बोलतो हे त्याला समजत नाही.
2. शाळेतील भाषिक वातावरण व घरचे भाषिक वातावरण खूप भिन्न असते.
3. शाळेतील इतर विद्यार्थी काय बोलतात हे समजत नाही.
4. शाळेतील पुस्तकातील संदर्भ व परिसरातील संदर्भ जुळत नसल्याने संकल्पना स्पष्ट होण्यास अडचणी निर्माण होतात.
5. स्वभाषेतील उच्चार व शाळेतील भाषेचे उच्चार यामध्ये भिन्नता असल्यामुळे काही अडचणी निर्माण होतात.

या व अशा अनेक अडचणी बहुभाषिक परिस्थितीतील विद्यार्थी शाळेत दाखल झाल्यावर त्याला येतात.

वर्गात असणाऱ्या विद्यार्थ्यांच्या भाषेचे ज्ञान शिक्षकाने प्रत्यक्ष अध्यपनापूर्वी करून घेणे आवश्यक असते. वर्गामध्ये केवळ हिंदू मुले नसतात तर मराठी, हिंदी, गुजराती, स्थानिक भाषिक अशा विविध भाषेचे विद्यार्थी असतात. या सगळ्यांशी शिक्षकांना विचारांची देवाण-घेवाण करावी लागते. या अनुषंगाने बहुभाषिकते विषयीचे आकलन शिक्षकांना असणे आवश्यक आहे. वर्गामध्ये अध्ययन करण्याच्या दृष्टीने विद्यार्थी येतात. त्यावर त्यांच्या व्यक्तिगत किंवा कौटुंबिक बोली भाषेचा परिणाम होत असतो. यासाठी शिक्षकाने आपल्या वर्गात कोणकोणत्या जाती धर्माचे विद्यार्थी आहेत ? भाषा कोणती? त्यांचे प्रमाण किती? हे पहावे लागते.

विद्यार्थ्यांना बहुभाषिक करण्यासाठी पुढील उपक्रम घेता येतील.

1. विविध भाषेच्या माध्यमातून स्पर्धांचे आयोजन करणे.
2. विविध भाषेमध्ये चर्चा करणे.
3. विविध भाषेमध्ये बोलण्याची संधी उपलब्ध करून देणे.
4. भाषिक खेळाचे आयोजन करणे.

शिक्षकाला वर्गातील बहुभाषिकते विषयक संवेदनशीलता राखणे सुलभ होते. भाषेचा अभ्यासक्रमामध्ये विचार करताना विद्यार्थ्यांचे वयोगट, आकलन शक्ती व अनुभव विश्व हे घटक विचारात घ्यावे लागतात. त्याचवरोवर विविध बोली भाषेचा परिचय विद्याथ्यांना व्हावा यासाठी अभ्यासक्रमात भाषेतील विविध घटकांचा समावेश असावा. शिक्षकाने अध्यापन करताना या सर्व गोष्टींचे भान ठेवून अध्यापन करावे. अर्थातच बहुभाषिकता म्हणजे सर्व भाषांचा विचार होय. त्यामुळे सर्व भाषांचा समावेश असणे किंवा शिक्षकांना त्या आत्मसात करणे आवश्यक आहे. बहुभाषा शिक्षकांना येणे महत्त्वाचे आहे.

१. प्रमाणभाषा ग्रहणात व्यत्यय: वर्गात अध्ययन प्रक्रियेत फक्त प्रमाण भाषेचा वापर केला जातो. या अध्ययनाच्या माध्यमाव्यतिरिक्त विद्यार्थ्यांची प्रमाण भाषा भिन्न असेल तर ग्रहन व आकलनात अडचणी निर्माण होतात आणि अध्ययन व अध्यापनात व्यत्यय निर्माण होतो.

२. भाषिक कौशल्य विकासात त्रुटी: शिक्षणाचे माध्यम असलेली भाषा व तिची भाषिक कौशल्ये विकासनावर वर्गात भर दिला जातो. विद्यार्थ्यांच्या उच्चारण अवयवांना त्यांच्या मातृभाषेतील शब्दाची सवय झालेली असते. त्यामुळे ऐकणे, बोलणे, वाचने, लिहिणे या भाषेच्या मुलभूत कौशल्यांच्या विकासात त्रुटी निर्माण होतात.

३. विद्यार्थी शिक्षक यांच्यातील संभ्रम: विद्यार्थी आणि शिक्षक यांच्यात योग्य आंतरक्रिया होण्यासाठी दोघांनी एकमेकांचे विचार समजून घेणे गरजेचे आहे. परंतू शिक्षक आणि विद्यार्थी यांच्यात भाषिक भिन्नता असल्यास दोघातील आंतरक्रिया ही संदिग्ध राहते. विद्यार्थी व शिक्षक दोघांना कार्य करावयाचे आहे हे व्यवस्थित न समजल्याने दोघांमध्ये संभ्रम निर्माण होतो.

४. विद्यार्थी-विद्यार्थी आंतरक्रिया संभ्रम: वर्गातील विद्यार्थी बहुभाषिक असतील तर

त्यामुळे त्यांच्यातील आंतरक्रियामुळे अडचणी निर्माण होतात. एका विद्यार्थ्याचे विचार अन्य सर्व विद्यार्थी त्याच अर्थाने ग्रहण करतील असे नाही. बहुभाषिकतेमुळे अर्थग्रहणात अडचणी असल्यामुळे विद्यार्थी विद्यार्थी आंतरक्रिया बाधित होते जी आंतरक्रिया अध्यापनासाठी आवश्यक आहे.

. भाषिक विषमतेचा प्रार्दुभाव: लेखनन, वाचन, शब्दसंपत्ती, विविध वाक्यघटणी या गोष्टी भाषिक विषमता दूर करण्यासाठी शिकविल्यागेल्या नसल्या तर भाषेबाबत व्यक्तीला आणि समाजाचा दृष्टीकोण निखळ भाषाक्षमता आणि संप्रेषण क्षमता या तीन गोष्टींनी भाषिक विषमता निर्माण होते.

६. वर्गातील अल्पसंख्याकाचे हक्क आडवले जातात : भारतात सर्वच प्रांतांनी आपआपल्या राजभाषेचा शैक्षणिक माध्यम म्हणून स्विकार केला जातो. बहुसंख्यांना त्याचा फायदा होतो. पण अल्पसंख्याक भाषिकांची पंचाईत होते. स्वतः भाषेमध्ये शिक्षण मिळण्याचा मुलांचा हक्क डावलला जातो. उदा. महाराष्ट्रात स्थलांतरीत आसाम मधील विद्यार्थी आले तर त्यांना मराठी, इंग्रजी, हिंदी यापैकी एक माध्यम निवडावे लागते. पण त्यांना यापैकी एक ही भाषा आवगत नसेल तर शिक्षणापासून वंचित राहावे लागते.

७. भाषा ग्रहणात विविधता आढळते: शिक्षणातील भाषा ही नेहमीच सर्वसामान्य भाषेपेक्षा वेगळी असते. तिचा परिचय घरी ज्या मुलांना होतो त्या मुलांना शाळेत त्याचा फायदा होतो. इतर भाषिक विद्याथ्र्यांना ती संपाद करायला वेळ लागतो.

१.४.३ - बहुभाषिक वर्गखोल्यातील आव्हानाना सामोरे जाण्यासाठी ध्येय धोरणे

बहुभाषिक विद्यार्थी विशेषत: उपेक्षित किंवा ऐतिहासिकदृष्ट्या कमी महत्व असलेल्या समुदायातील या पूर्वाग्रहांमुळे असमानतेने प्रभावित होऊ शकतात, ज्यामुळे यशाची दरी आणखी वाढते आणि प्रणालीगत असमानता कायम राहते. या समस्यांचे निराकरण करण्यासाठी शिक्षकांनी सांस्कृतिकदृष्ट्या प्रतिसादात्मक शिक्षण पद्धती, पूर्वाग्रहविरोधी अभ्यासक्रम विकास आणि सर्वसमावेशक शाळा धोरणे आणि कार्यपद्धती यासह शिक्षणामध्ये समानता आणि सामाजिक न्यायाला प्रोत्साहन देणारी धोरणे आणि पद्धतींचा पुरस्कार करणे आवश्यक आहे. प्रणालीगत पूर्वाग्रहांना आव्हान देऊन आणि समानता आणि

समावेशनाला प्रोत्साहन देणाऱ्या धोरणांचे समर्थन करून शिक्षक अधिक सर्वसमावेशक आणि न्याय्य शिक्षणाचे वातावरण तयार करू शकतात जिथे सर्व विद्यार्थ्यांना शैक्षणिकदृष्ट्या प्रगती होण्याची आणि त्यांची पूर्ण क्षमता ओळखण्याची संधी असते. वर्गखोल्यांमधील भाषिक विविधता असमान शैक्षणिक संधी आणि बहुभाषिक विद्यार्थ्यांमधील शैक्षणिक उपलब्धी असमानतेमध्ये योगदान देऊ शकते. या असमानतेचे निराकरण करण्यासाठी शिक्षकांनी शैक्षणिक प्रगतीसाठी सर्व विद्यार्थ्यांना उच्च-गुणवत्तेच्या सूचना संसाधने आणि संधींमध्ये समान प्रवेश मिळण्याची खात्री करून शिक्षणामध्ये समानता आणि सामाजिक न्यायाला प्रोत्साहन देणारी धोरणे आणि पद्धतींचा पुरस्कार करणे आवश्यक आहे. पद्धतशीर असमानता आणि शैक्षणिक प्राप्तीतील अडथळे दूर करून शिक्षक अधिक समावेशक आणि न्याय्य शिक्षण वातावरण तयार करू शकतात जिथे सर्व विद्यार्थी शैक्षणिकदृष्ट्या प्रगती करू शकतात आणि त्यांची पूर्ण क्षमता ओळखू शकतात.

बहुभाषिक विद्यार्थ्यांच्या गरजा पूर्ण करण्यासाठी आणि शाळांमध्ये भाषिक विविधतेला प्रोत्साहन देण्यासाठी प्रभावी भाषा धोरण आणि नियोजन आवश्यक आहे. शाळा आणि शासनाने सर्वसमावेशक भाषा धोरणे विकसित केली पाहिजेत जी विद्यार्थ्यांच्या भाषिक अधिकारांना समर्थन देतात, भाषा समर्थन सेवा प्रदान करतात आणि द्विभाषिकतेला प्रोत्साहन देतात. याव्यतिरिक्त भाषा धोरणे सांस्कृतिकदृष्ट्या प्रतिसाद देणारी आणि विविध भाषांच्या पार्श्वभूमींचा समावेश करणारी आहेत याची खात्री करण्यासाठी शिक्षकांनी कुटुंबे आणि समुदायांसोबत सहकार्य केले पाहिजे. भक्कम भाषा धोरणे आणि नियोजन उपक्रम राबवून, शाळांना सहाय्यक शिक्षणाचे वातावरण निर्माण करता येते जेथे सर्व विद्यार्थ्यांना शैक्षणिकदृष्ट्या यशस्वी होण्यासाठी सक्षम वाटते. कमी उत्पन्न पार्श्वभूमीतील किंवा उपेक्षित समुदायातील विद्यार्थ्यांना शैक्षणिक यशासाठी अतिरिक्त अडथळ्यांना सामोरे जावे लागू शकते, ज्यात संसाधनांपर्यंत मर्यादित प्रवेश, अपुरी समर्थन सेवा आणि नकारात्मक रूढींचा समावेश आहे.

बहुभाषिक विद्यार्थ्यांच्या गरजा पूर्ण करण्यासाठी आणि शिक्षणातील समानतेला प्रोत्साहन देण्यासाठी शिक्षकांनी भाषा, संस्कृती आणि सामाजिक-आर्थिक स्थितीच्या परस्परसंबंधित

प्रभावांचा विचार केला पाहिजे. शिक्षणासाठी सर्वांगीण आणि आंतरविभागीय दृष्टीकोन अभ्यासून शिक्षक शैक्षणिक असमानतेच्या मूळ कारणांना संबोधित करू शकतात आणि अधिक न्याय्य शिक्षण वातावरण तयार करू शकतात जिथे सर्व विद्यार्थ्यांना शैक्षणिक प्रगती करण्याची आणि त्यांची शैक्षणिक उद्दिष्टे साध्य करण्याची संधी असते. बहुभाषिक विद्यार्थ्यांना प्रभावीपणे मदत करण्यासाठी आवश्यक ज्ञान, कौशल्ये आणि धोरणे शिक्षकांना सुसज्ज करण्यासाठी व्यावसायिक विकास आणि प्रशिक्षण आवश्यक आहे. शिक्षकांनी सांस्कृतिकदृष्ट्या प्रतिसाद देणाऱ्या अध्यापन पद्धती, भाषा संपादन सिद्धांत आणि वैविध्यपूर्ण शिकणाऱ्यांसाठी भेद करण्याच्या धोरणांचे प्रशिक्षण घेतले पाहिजे. याव्यतिरिक्त संशोधन-आधारित पद्धती आणि भाषेच्या शिक्षणातील उदयोन्मुख प्रवाहाच्या जवळ राहण्यासाठी शिक्षकांना चालू असलेल्या व्यावसायिक विकासाच्या संधींमध्ये प्रवेश असावा. शिक्षकांच्या व्यावसायिक वाढ आणि विकासामध्ये गुंतवणूक करून शाळा बहुभाषिक विद्यार्थ्यांच्या विविध गरजा पूर्ण करण्यास आणि सकारात्मक शैक्षणिक परिणामांना चालना देण्यास सक्षम असलेले उच्च कुशल आणि सांस्कृतिकदृष्ट्या प्रतिसाद देणारे शिक्षक तयार करू शकतात.

बहुभाषिक विद्यार्थ्यांच्या शैक्षणिक यशाला पाठिंबा देण्यासाठी कौटुंबिक आणि सामुदायिक सहभाग महत्त्वाचा आहे. शाळांनी मातृभाषा समर्थन, सांस्कृतिक प्रतिसाद आणि सहयोगी निर्णय घेण्यास प्रोत्साहन देण्यासाठी कुटुंबे आणि समुदाय संस्थांसोबत भागीदारी स्थापित केली पाहिजे. शिक्षकांनी कुटुंबांशी नियमितपणे संवाद साधला पाहिजे, अनेक भाषांमध्ये संसाधने पुरवली पाहिजेत आणि आपुलकी आणि परस्पर आदराची भावना वाढवण्यासाठी पालकांना त्यांच्या मुलांच्या शिक्षणात सहभागी करून घ्यावे. कुटुंबे आणि समुदायांसोबत मजबूत भागीदारी वाढवून शाळांना सहाय्यक शिक्षणाचे वातावरण निर्माण करता येते जेथे सर्व विद्यार्थ्यांना जोडलेले, समर्थित आणि शैक्षणिकदृष्ट्या यशस्वी होण्यासाठी सक्षम वाटते. बहुभाषिक वर्गातील आणखी एक आव्हान म्हणजे शैक्षणिक उपलब्धी आणि शैक्षणिक परिणामांमध्ये भाषेशी संबंधित असमानता. जे विद्यार्थी शिक्षणाच्या भाषेत प्रवीण नसतात त्यांना वर्गातील व्याख्याने समजून घेण्यासाठी, चर्चेत भाग घेण्यासाठी, असाइनमेंट पूर्ण करण्यासाठी आणि मूल्यमापनावर त्यांचे ज्ञान आणि कौशल्ये

प्रदर्शित करण्यासाठी संघर्ष करावा लागतो. यामुळे शिक्षणाच्या भाषेतील मूळ भाषिक आणि स्थानिक नसलेले भाषक यांच्यातील शैक्षणिक उपलब्धीमध्ये असमानता निर्माण होऊ शकते तसेच यामुळे शैक्षणिक प्राप्ती आणि संधींमध्ये असमानता कायम राहते. शिवाय, भाषेतील अडथळे सामाजिक अलगाव, कमी आत्मसन्मान आणि त्यांच्या भाषेच्या पार्श्वभूमीमुळे उपेक्षित किंवा बहिष्कृत वाटत असलेल्या विद्यार्थ्यांमध्ये शिकण्यापासून दूर राहण्यास देखील योगदान देऊ शकतात.

१.५ - बहुभाषिक वर्गखोलीच्या प्रयुक्त्या-भूमिका अभिनय, चर्चा, वादविवाद, प्रश्नमंजुषा, सचित्र स्पष्टीकरण, अध्यापन शास्त्रीय संप्रेषण

बहुभाषिक वर्गखोल्या नाविन्यपूर्ण शिक्षण पद्धतींसाठी अनन्य संधी सादर करतात ज्या विद्यार्थ्यांच्या भाषिक विविधतेचा फायदा घेतात आणि सक्रिय सहभाग, गंभीर विचार आणि सहयोगी शिक्षणाला प्रोत्साहन देतात. विविध परस्परसंवादी आणि सहभागात्मक क्रियाकलापांद्वारे, शिक्षक गतिशील शिक्षण वातावरण तयार करू शकतात जिथे विद्यार्थ्यांना भाषा कौशल्ये विकसित करण्याची, विषयाची त्यांची समज वाढवण्याची आणि एकाधिक भाषांमध्ये सर्जनशील आणि प्रभावीपणे स्वतःला व्यक्त करण्याची संधी असते. भूमिका बजावणे, अभिनय, चर्चा, वादविवाद, प्रश्नमंजुषा, चित्रमय स्पष्टीकरण आणि वैज्ञानिक संप्रेषण शिकवणे या प्रभावी बहुभाषिक वर्ग पद्धतींपैकी आहेत ज्यामुळे शिक्षणाचे परिणाम वाढू शकतात आणि सर्वसमावेशक आणि न्याय्य शिक्षणाचे वातावरण वाढू शकते.

वर्गातील अध्ययन अध्यापन प्रक्रियेमध्ये भाविक मौखिक अभिव्यक्तीचे खूप स्थान असते. या प्रक्रियेतील जास्तीतजास्त भाग हा मौखिक अभिव्यक्तीद्वारे सादर होत असतो. कोणताही शालेय विषय असला तरी त्यातील आशय ज्ञानाची अथवा माहितीची मांडणी स्पष्टीकरण प्रश्नोतरे चर्चा इत्यादी गोष्टी साहजिकच भागेच्या माध्यमांतून व्यक्त केल्या जातात. शिक्षक आणि विद्यार्थी दोघांनाही भाषेचा उपयोग करणे अपरिहार्य असते.

भाषिक अभिव्यक्तीच्या सहाय्याने आंतरक्रियात्मक वर्ग अध्यापनाची क्षितीजे आता विस्तारत चालली आहेत. आंतरक्रियात्मक अध्यापन, सीमात्मक दृष्टिकोन, सहकार्यात्मक अध्ययन इत्यादी प्रकारची नवीन या प्रभावी अवलंबून आहेत संभाषण पद्धती, गटचर्चा,

नाटक, भाषिक अशा सर्व गोष्टी शिक्षक व विद्यार्थी यांच्यातील आंतरक्रियेशी निगडित असतात.

यशस्वी वर्गाध्यापनासाठी कोणत्या तरी एकाच विशिष्ट पद्धतीचा वापर करावा असे नाही. वेगवेगळ्या पद्धतीचा व तंत्रांचा वापर करून उत्तम दर्जाचे वर्गाध्यापन घडून येते. या विविध पद्धती व तंत्रामध्ये शिक्षक आणि विद्यार्थी या दोघांकडूनही भाषेच्या मौखिक अभिव्यक्तीचा सातत्याने उपयोग केला जातो. भाषेच्या वापराशिवाय आपण वर्गाध्यापनातील संवाद प्रक्रियेची कल्पना करू शकत नाही. या प्रकारच्या मौखिक अभिव्यक्तीपैकी आपण काही महत्त्वाच्या अभिव्यक्तीचे स्वरूप पाहू.

१.५.१ - बहुभाषिक वर्गखोलीच्या प्रयुक्त्या/मौखिक अभिव्यक्तीचे स्वरूप

१. भूमिका अभिनय

एखाद्या समस्येशी संबंधित दोन किंवा अधिक व्यक्तींनी उत्स्फूर्तपणे केलेले नाटयीकरण याला भूमिकापालन असे म्हणतात. एखादा समस्याप्रधान प्रश्न किंवा विषयासाठी नियत येतो. त्या विषयावर आधारित असा प्रसंग कल्पकता. अशा प्रसंगात प्रत्यक्षात जी गोष्ट करावी लागते. त्याची भूमिका प्रत्येक व्यक्ती करीत असते.

भूमिकाभिनय ही सृजनशीलता विकासाची देखील एक आकर्षक व मनोरंजक पद्धती मानता येते. एखा व्यक्तीला एखाद्या परिस्थितीनुरूप जर विशिष्ट भूमिकेत शिरून काही व्यक्त करण्याची संधी दिली तर ती व्यक्ती त्या भूमिकेशी एकरूप होऊन विचार करू लागते व काहीही पूर्व तयारी नसताना व कसेही बंधन अगदी स्वतंत्रपणे काही बोलते वा न दाखविते इतर व्यक्ती किया विद्यार्थी या नाटयीकरणाचे निरीक्षण करीत असतात. भूमिकाभिनय संपल्यावर त्यावर चर्चा केली जाते. अशारितीने खूप चांगली घडून येते. भाषिक व मौखिक अभिव्यक्तीचे एक सशक्त व प्रभावी उदाहरण म्हणून भूमिका उपक्रमाकडे पाहता येते.

भूमिकापालन करून घेण्यासाठी विद्यार्थ्यासमोर एखादी समस्या अथवा समस्याप्रधान प्रसंग ठेवा उदहरणार्थ, तारा नावाच्या मुलीला तिच्या घरचे लोक आता शाळा शिकू नको म्हणतात. तिने घरकामात मदत करावी असे तिच्या आई-वडिलांचे आहे. मात्र शिकण्याची इच्छा आहे. तिचे शिक्षक तिच्या आई-वडिलांना सांगतील यावर भूमिकाभिनय करुन घेता

येईल. त्यासाठी तारा, तिचे आई, वडील आणि शिक्षक अशी पात्र योजना करता येईल.

भूमिका निभावणे शिकवणे ही एक परस्परसंवादी शिकवण्याची रणनीती आहे जी विद्यार्थ्यांना आभासी परिस्थितींमध्ये भिन्न भूमिका आणि दृष्टीकोन घेण्यास संधी उपलब्ध करून देते, ज्यामुळे त्यांची जटिल संकल्पनांची समज वाढवते आणि त्यांचे संवाद कौशल्य विकसित होते. बहुभाषिक वर्गांमध्ये भूमिका बजावणारे उपक्रम विद्यार्थ्यांच्या मातृभाषेत आयोजित केले जाऊ शकतात, ज्यामुळे त्यांना स्वतःला अस्खलितपणे आणि प्रामाणिकपणे स्वताची मते आणि विचार करण्यात सुलभत अनुभवता येईल. उदाहरणार्थ, विद्यार्थी ऐतिहासिक घटना, साहित्यिक पात्रे किंवा वैज्ञानिक प्रयोग गटांमध्ये तयार करू शकतात, त्यांच्या भाषिक आणि सांस्कृतिक ज्ञानाचा वापर करून परिस्थिती जिवंत करू शकतात.

भूमिका पालन तंत्राद्वारे विद्यार्थी केवळ विषयाची त्यांची समज वाढवत नाहीत तर अनेक भाषांमध्ये सहानुभूती, चिकित्सक विचार आणि संवाद कौशल्ये विकसित करतात. अभिनय ही आणखी एक प्रभावी बहुभाषिक वर्गातील पद्धती आहे जी विद्यार्थ्यांची सर्जनशीलता, कल्पनाशक्ती आणि भाषिक क्षमतांना जोडून सहकार्य आणि समूह्कार्याला प्रोत्साहन देते. अभिनय क्रियाकलापांमध्ये विद्यार्थी अर्थ आणि भावना व्यक्त करण्यासाठी देहबोली आणि चेहऱ्यावरील हावभाव वापरून साहित्य, इतिहास किंवा वर्तमान घटनांमधील दृश्ये सादर करू शकतात. अभिनय सरावामध्ये विद्यार्थ्यांच्या मातृभाषा आणि सांस्कृतिक संदर्भांचा समावेश करून शिक्षक भाषिक आणि सांस्कृतिक देवाणघेवाणीसाठी संधी निर्माण करू शकतात आणि विद्यार्थ्यांची भाषिक ओळख प्रमाणित करू शकतात. शिवाय अभिनयामुळे विद्यार्थ्यांना विविध दृष्टीकोन व्यक्त करता येतात, यामुळे सहानुभूती विकसित होते आणि भाषा आणि संस्कृतींमध्ये संबंध निर्माण होतात.

२. चर्चा/गटचर्चा

चर्चा हा प्रभावी बहुभाषिक शिक्षणाचा एक मूलभूत घटक आहे, जो विद्यार्थ्यांना त्यांच्या कल्पना व्यक्त करण्यासाठी, त्यांचे दृष्टिकोन सामायिक करण्यासाठी आणि त्यांच्या समवयस्कांशी गंभीर संवाद साधण्याची संधी प्रदान करतो. बहुभाषिक वर्गांमध्ये विद्यार्थ्यांच्या मातृभाषेत चर्चा आयोजित केली जाऊ शकते, ज्यामुळे त्यांना स्वतःला अस्खलितपणे आणि

आत्मविश्वासाने व्यक्त होणे सुलभ होते. वर्गातील चर्चेमध्ये विद्यार्थ्यांच्या भाषिक विविधतेचा समावेश करून, शिक्षक सर्वसमावेशक शिक्षणाचे वातावरण तयार करू शकतात जेथे सर्वांची मते जाणून घेतली जातात आणि त्यांचा आदर होतो. चर्चा विद्यार्थ्यांना अनेक भाषांमध्ये गंभीर विचार, संप्रेषण आणि सहयोग कौशल्ये विकसित करण्यास सक्षम

गटचर्चा घडवून आणण्यासाठी विद्यार्थ्यांची छोटया गटात विभागणी केली जाते त्यामुळे जास्तीत जास्त विद्यार्थी चर्चेत भाग घेऊ शकतात. अशा छोटया गटात प्रथम गटप्रमुख व अहवाल लेखक यांची निवड केली जाते. पर्चेसाठी ठेवलेल्या विषयावर प्रत्येक विद्यार्थी आपापली मते मांडतो. पुढे सर्व छोटे गट एक येऊन प्रत्येक प्रमुख आपल्या चर्चेचा अहवाल सादर करतात. अशा गटचर्चेत बोलल्यामुळे विद्यार्थ्यांचा आत्मविश्वास वाढतो.

गटचर्चा ही जेव्हा अध्यापनाची एक पद्धती म्हणून अवलंबिली जाते तेव्हा त्या परिस्थितील शिक्षक न विद्यार्थी एखाद्या प्रश्नावर, घटनेवर तोडगा काढण्याचा किंवा त्या घटनेचे स्पष्टीकरण शोधण्याचा प्रयत्न करतात. चर्चेमुळे विद्यार्थ्यांना सुस्पष्ट अभिव्यक्तीस सागते. दुसयाचे ऐकून घेणे व दुसऱ्यास समजावून सांगणे वा कौशल्यांचा विकास होण्याची संधी मिळते.

गट तयार करताना त्या विश्वातील उपविषयाशी संबंधित गट करावेत.

उदाहरणार्थ: बीजेचा विविध क्षेत्रातील वापरा विषयावर गटचर्चा घेताना त्यासाठी दैनंदिन जीवनातील घरगुती कारणासाठी वापर शेती व्यवसायातील वापर, औद्योगिक क्षेत्रातील वापर, वैद्यकीय क्षेत्रातील वापर अशा तऱ्हेचे गट करुन ती चर्चा घडवून आणता येते.

काही वेळा एखाद्या विषयाच्या दोन प्रमुख बाजू असतात आणि त्या एकमेकांविरुद्धही असू शकतात. उदाहरणार्थ, प्लॅस्टिकचे फायदे आणि तोटे किंवा अशक्तिचे फायदे आणि धोके अशा विषयासाठी दोन गट करता येतील.

करते, त्यांना वाढत्या परस्परसंबंधित जगात यशस्वी होण्यासाठी तयार करते.

३. वादविवाद

वादविवाद ही एक परस्परसंवादी आणि आकर्षक उपदेशात्मक रणनीती आहे जी आदरयुक्त संवाद आणि रचनात्मक युक्तिवादाला चालना देत गंभीर विचार, मन वळवणारा

संवाद आणि संशोधन कौशल्यांना प्रोत्साहन देते. बहुभाषिक वर्गांमध्ये विद्यार्थ्यांच्या आवडी आणि शैक्षणिक विषयांशी संबंधित विविध विषयांवर वादविवाद आयोजित केले जाऊ शकतात. विद्यार्थ्यांना त्यांच्या मातृभाषेत वादविवाद करण्याची परवानगी देऊन शिक्षक अनेक भाषांमध्ये प्रवाहीपणा आणि आत्मविश्वास वाढवताना भाषिक आणि सांस्कृतिक देवाणघेवाण करण्याच्या संधी निर्माण करू शकतात. वादविवाद विद्यार्थ्यांना पुराव्याचे विश्लेषण करण्यास, युक्तिवाद तयार करण्यासाठी आणि त्यांच्या कल्पना प्रभावीपणे संप्रेषण करण्यास प्रोत्साहित करतात, त्यांना शैक्षणिक यश आणि नागरी सहभागासाठी तयार करतात.

आपल्या व्यक्तित्वाचा अविभाज्य भाग असतो. आपल्या भावना, विचारातून व्यक्त होत असतात. वक्तृत्व ही कला तसेच ते शाही आहे. सुनियंत्रित प्रभावी उच्चारण, योग्य ज्ञानमावांची जोड, आकर्षक शब्द योजना, अचूक वाक्यरचना, समयसूचकता, चांगले पाठांतर, बोलण्यातील सहजता, विनोदाची झालर अशी किती यात अपेक्षित असतात.

वक्तृत्व स्पर्धा व वादविवाद स्पर्धा यांच्या माध्यमातून शिक्षक विद्याथ्र्यांच्या भाषिक मौखिक अभिव्यक्तीचा विकास चांगल्याप्रकारे साधू शकतात. वक्तृत्वासाठी अनेकविध विषय देता येतील, जे त्यांच्या शालेय विषयाशी तसेच एकंदरीत सामाजिक जाणीव जागृतीशी संबंधित असतील, त्यामध्ये अभ्यासक्रमातील गाभा घटक व मूल्ये यांचा आवर्जुन समावेश करावा. वादविवादासाठी अर्थातच विवादास्पद विषय द्यावेत ज्याला दोन बाजू असतील.

उदाहरणार्थ, गणित विषय सक्तीचा असावा का? परीक्षा असाव्यात की नसाव्यात, संस्कृत भाषा मृत आहे काय? इच्छामरण असावे काय?

४. प्रश्नोत्तर/प्रश्नमंजुषा

प्रश्नमंजुषा हे एक प्रभावी मूल्यमापन साधन आहे ज्याचा उपयोग विद्यार्थ्यांच्या विषयातील समज मोजण्यासाठी, शिकण्याच्या उद्दिष्टांना बळकट करण्यासाठी आणि त्यांच्या प्रगतीवर वेळेवर अभिप्राय देण्यासाठी केला जाऊ शकतो. बहुभाषिक वर्गांमध्ये विद्यार्थ्यांच्या मातृभाषेत प्रश्नमंजुषा प्रशासित केल्या जाऊ शकतात, ज्यामुळे त्यांना त्यांचे ज्ञान आणि कौशल्ये अस्खलितपणे आणि अचूकपणे प्रदर्शित करता येते. विद्यार्थ्यांची भाषिक विविधता

आणि सांस्कृतिक पार्श्वभूमी प्रतिबिंबित करणारे प्रश्न समाविष्ट करून शिक्षक सर्वसमावेशक मूल्यमापन पद्धती तयार करू शकतात जे विद्यार्थ्यांच्या भाषिक ओळख प्रमाणित करतात आणि न्याय्य शिक्षण परिणामांना प्रोत्साहन देतात. शिवाय, विविध शिक्षण शैली आणि प्राधान्ये सामावून घेण्यासाठी प्रश्नमंजुषा स्वीकारल्या जाऊ शकतात, ज्यामुळे विद्यार्थ्यांना त्यांची समज लिखित, तोंडी किंवा मल्टीमीडिया फॉरमॅटद्वारे दाखवण्याची संधी मिळते. सचित्र स्पष्टीकरण ही एक दृश्य निर्देशात्मक रणनीती आहे जी जटिल संकल्पना आणि माहिती स्पष्ट आणि प्रवेशयोग्य पद्धतीने व्यक्त करण्यासाठी प्रतिमा, आकृत्या, तक्ते आणि इतर व्हिज्युअल साधनांचा वापर करते.

कथा खालोखाल प्रश्न विचारण्याचे कौशल्य शिक्षकांमध्ये बऱ्यापैकी लोकप्रिय असल्याचे दिसून येते. सूक्ष्म अध्यापन तंत्रातदेखील प्रश्न विचारणाऱ्या कौशल्याचे शिक्षकांना प्रशिक्षण देऊन त्याचा सराव घेतला जातो. प्रश्नाच्या चापरामुळे अध्यापनाला संवाद स्वरूप आणता येते.

प्राचीन ग्रीक तत्वज्ञ सॅक्रीटीसने आपल्या तर्कसंगत प्रभावी विचारसरणीच्या प्रसारासाठी प्रश्न विचारण्याचे तंत्र अवलंबिले. तो आपल्या शिष्यांना प्रकारचे प्रश्न विचारुन भंडावून सोडी. या प्रश्नोत्तरातून तात्वीक वा वैचारीक विषयांचे मंथन होई. ही पद्धती पुढे सॅक्रेटिस पद्धत म्हणू गणली जाऊ लागली.

शिकविताना शिक्षक प्रश्न विचारू लागता की, वर्गातील वातावरणात चैतन्य निर्माण होऊ लागते विद्यार्थी अधिक लक्ष्य देऊन ऐकू लागतात. उत्तर देण्यात उत्साह दाखवू लागतात. उत्तरे देण्यासाठी निकोप स्पर्धा करू लागतात. या उत्तरावर शिक्षकाने केलेल्या कौतुकाने आनंदी होतात, प्रश्नोत्तरांचा साद प्रतिसाद अध्यापनात रंगत आणतो.

सॉक्रेटिसची संवादात्मक अथवा प्रश्नात्मक पद्धती

सॉक्रेटिसने आपल्या तर्कसंगत प्रभावी विचारसरणीच्या प्रसारासाठी शिष्यांबरोबर संवादाचे तंत्र अवलंबिले स्वतःच विद्यार्थ्यांना अनेक प्रकारचे प्रश्न विचारून ते भंडावून सोडत असत. या प्रश्न चर्चेतून व संवादातून तात्वीक व वैचारीक विषयाचे मंथन होई.

या पद्धतीनुसार प्रत्येक चर्चा हे अत्यंत साध्या घरगुती व दैनंदिन गोष्टीतून सुरू होई.

सामान्य अनुभवातून सुरू झालेली ही चर्चा नंतर आपोआप उच्चस्तरीय व अमूर्त गोष्टीकडे वाटचाल करीत असे सरते शेवटी चर्चेचा समारोप एखाद्या महत्त्वपूर्ण व्याददेने अथना निकम होई. या चर्चेमध्ये उगामी पद्धतीचा (Inductive method) उपयोग होत असे.

सॉक्रेटिसला अशा चर्चासाठी कोणत्याही शाळेची या इमारतीची गरज भासत नसे, कोठेही मोकळ्या जागेत या चर्चेना रंग भरत असे. या पद्धतीमुळे शिष्यांना आपल्या अज्ञानाची सहजगत्या जाणीव होत असे आणि खऱ्या ज्ञानसाधनेच्या दिशेने त्यांचा चिकित्सक प्रवास सुरु होई. हे प्रश्न पूर्व ज्ञानावर आधारित असू शकतात.

उदाहरणार्थ

- वर्षभरात कोणकोणते
- आपल्या देशात कोणकोणत्या भाषा बोलल्या जातात?
- लोखंड या धातूचे काय काय उपयोग आहेत?
- शिवाजी महाराजांच्या राजधानीचे वैशिष्ट्य कोणती?
- गंगा यमुना या नद्यांच्या संगमाचा तेथील भौगोलिक परिस्थितीवर काय परिणाम झाला असे तुम्हाला वाटते.
- असेच अध्यापन करीत असतानाही त्या आशयावर वेगवेगळे प्रश्न विचारता येतात. त्या प्रश्नांद्वारे विद्यार्थ्याचे आकलन तपासता येते.
- कविता शिकवित असताना, कविता येथे काय म्हणायचे असेल असा विचारप्रवर्तक प्रश्न विचारता येतो.

५. सचित्र स्पष्टीकरण

बहुभाषिक वर्गांमध्ये सचित्र स्पष्टीकरण विशेषतः अशा विद्यार्थ्यांसाठी प्रभावी ठरू शकते ज्यांना शिक्षणाच्या भाषेत मर्यादित प्रवीणता असू शकते किंवा ज्यांना व्हिज्युअल शिक्षण पद्धतींचा फायदा होतो. विद्यार्थ्यांच्या भाषिक आणि सांस्कृतिक पार्श्वभूमीचे प्रतिनिधित्व करणाऱ्या प्रतिमा आणि आकृत्या समाविष्ट करून शिक्षक सर्वसमावेशक शिक्षण साहित्य तयार करू शकतात जे विविध विद्यार्थ्यांच्या भाषिक प्रविण्याशी संबंधित आहे. शिवाय, सचित्र स्पष्टीकरण विद्यार्थ्यांना दृश्य साक्षरता कौशल्ये विकसित करण्यास, विषयाचे

आकलन वाढविण्यास आणि एकाधिक भाषांमध्ये सर्जनशीलपणे व्यक्त करण्यास सक्षम करते.

६. अध्यापन शास्त्रीय संप्रेषण

वैज्ञानिक संप्रेषण हे एक आवश्यक कौशल्य आहे जे विद्यार्थ्यांना विज्ञान, तंत्रज्ञान, अभियांत्रिकी आणि गणित (STEM) क्षेत्रात यशस्वी होण्यासाठी आणि समाजात अर्थपूर्ण योगदान देण्यासाठी विकसित करणे आवश्यक आहे. बहुभाषिक वर्गांमध्ये वैज्ञानिक सादरीकरणे, पोस्टर सत्रे, शोधनिबंध आणि सहयोगी प्रकल्पांसह विविध क्रियाकलापांद्वारे वैज्ञानिक संवाद वाढविला जाऊ शकतो. विद्यार्थ्यांना त्यांच्या वैज्ञानिक कल्पना आणि निष्कर्ष त्यांच्या मातृभाषेत संप्रेषण करण्याची संधी प्रदान करून शिक्षक भाषिक विविधता आणि सांस्कृतिक देवाणघेवाण यांना प्रोत्साहन देऊ शकतात आणि विद्यार्थ्यांची विज्ञानाच्या भाषेत प्रभावीपणे संवाद साधण्याची क्षमता वाढवू शकतात. वैज्ञानिक संप्रेषण क्रियाकलाप विद्यार्थ्यांना STEM क्षेत्रातील करिअरसाठी तयार करताना गंभीर विचार, समस्या सोडवणे आणि टीमवर्क कौशल्ये विकसित करण्यास सक्षम करतात. भूमिका बजावणे, अभिनय, चर्चा, वादविवाद, प्रश्नमंजुषा, चित्रात्मक स्पष्टीकरण आणि वैज्ञानिक संप्रेषण शिकवणे या प्रभावी बहुभाषिक वर्ग पद्धती आहेत ज्या भाषिक विविधता आणि सांस्कृतिक देवाणघेवाण वाढवताना सक्रिय सहभाग, गंभीर विचार आणि सहयोगी शिक्षणाला प्रोत्साहन देतात.

७. बुद्धिमंथन

सृजनशीलतेच्या विकासासाठी वापरले जाणारे बुद्धिमंचन म्हणजेच Brain storming हेदेखी वस्तुतः भाषिक मौखिक अभिव्यक्तीवर आधारलेले आंतरक्रियात्मक अध्यापनाचे विशिष्ट रूप आहे. विद्यार्थ्याच्या समुहाकडून जास्तीतला नवीन कल्पना मिळविणे अशी पोटात व्याख्यानमा तंत्राची करता येईल. एखाद्या समस्येच्या निराकरणासाठी जास्तीतजास्त कल्पना भराभर सुचविणे है या पद्धतीचे मुख्य सूत्र आहे. या तंत्राच्या प्रभावी उपयोगामुळे शिक्षक व विद्यार्थी यांच्यामध्ये खूप चांगल्याप्रकारची आंतरक्रिया घडून येते.

बुद्धिमंथनात लक्षात येणाऱ्या गोष्टी

1. स्वरपणे मुक्तपणे कल्पना सुचवाव्यात.

2. कल्पना सुचविताना मनावर कसलेही बंधन, नियंत्रण, दडपण ठेवू नये.
3. कल्पनेची योग्य योग्यता व्यवहार्यता, उपयुक्तता याविषयी अजिबात विचार करू नये,
4. दुसऱ्यांच्या कल्पनावर टीका करू नये किंवा त्याबाबत शंका उपस्थित करू नये,
5. जास्तीत जास्त अनिबंध कल्पना सुचवाव्यात.
6. कोणत्याही कल्पनेचे विश्लेषण वा मूल्यमापन करु नये.
7. बुद्धिमंथनासाठी शालेय स्तरावर खालीलप्रमाणे विषम घेता येतील.
8. शाळेमध्ये रोबोकडून काय काय करून घेता येतील ?
9. आपल्या शहरातील वाहतुकीचा खोळंबा कसा दूर करता येईल?
10. वाचनाची आवड माग्यासाठी काय करावे?
11. जातिव्यवस्था नष्ट करण्यासाठी नेमके काय करावे?

८. प्रकट वाचन

उघडपणे मोठयाने वाचने म्हणजे प्रकट वाचन होय. या स्पष्ट शब्दोच्चाला महत्व असते. शब्दांवरील आयात आवाजातील चढउतार तसेच विरामचिन्हांनुसार अपेक्षित बद्दल इत्यादी गोष्टींचे भान ठेवून प्रकटवाचन करावे लागते. हे वाचन इतरांनी ऐकल्यासाठी करावयाचे असल्याने आवाज पुरेसा मोठा ठेवणे आवश्यक असते. आवाजात योग्य चढउतार ठेवून हे वाचन अर्थपूर्ण करावे लागते. निवेदन करणे, सूचना वाचून दाखविणे, अहवाल वाचन करणे अथवा कथावाचन किंवा नाट्यसंवादासारखे साहित्यिक वाचन करणे असे अनेक पैलू या प्रकट वाचनात समाविष्ट होतात.

प्रकट वाचनासाठी खालील साहित्य उपयोगात आणता येवू शकते.

1. सुप्रसिद्ध कविता
2. ज्ञानेश्वरीतील ओव्या, पसायदान
3. अभंग, स्तोत्रे, श्लोक
4. शिवाजी महाराजांची पत्रे
5. घटनेतील जाहिरनामा, प्रतिज्ञा, अब्राहम लिंकनचे हेडमास्तरास पत्र, साने गुरुजींची पत्रे

6. सुविचार

९. संभाषण (संवाद)

शिक्षक प्रश्न विचारणा विद्यार्थ्यांवर चर्चेत सहभागी होतात, परस्परसंवाद घडवून आण संभाषण उर्फ संवाद ही पद्धत कार्यवाही येत असते सॉक्रेटिसचा शिष्य प्लेटोने ही पद्धत अनुसरली. त्याचे सर्व लेखन देखील संमादात्मक आहे. संवाद पद्धतीत बोलायला इतरांच्या आक्षेपाची कल्पना करून स्वतःचे समर्थन करता येते. शिवाय इतरांनाही विचार करण्याची संधी मिळते विचार करणे म्हणजे स्वतःशीच असणारा संवाद अशी प्लेटोची कल्पना असल्याने मोठयाने विचार करने म्हणजेच तो प्रकट रितीने करणे किंवा दुसऱ्यांशी संवाद करणे ही पद्धा शिकविण्यासाठी त्याला स्वाभाविक वाटली.

संभाषण कौशल्य

यातून दैनंदिन जीवनाशी संबंधित अनेक प्रसंगी लागणारे संभाषण कौशल्य विकसित करण्यावर भर देणे शक्य असते असे उशीर झाल्यावर दिलगिरी व्यक्त करणे, एखाद्या ठिकाणचा पत्ता विचारणे, एखाद्या गोष्टीची चौकशी करने इत्यादी वैयक्तिक व स्थानिक पातळीवर असणारी भाषाही संभाषणासाठी उपयोगात आणली जाते. भाषेचा उपयोग जेव्हा दैनंदिन व्यवहारातील वास्तव साठी केला जातो, तेव्हा भाषेच्या स्वरूपावर भर देण्यापेक्षा मागेच्या माध्यमातून प्रसारित हो अथांवर अधिक भर दिला जातो. वर्गामध्ये दैनंदिन व्यवतील प्रसंगाचे नाटयीकरण केले जाते.

संभाषण किंवा संवाद पद्धत वापरताना त्यामध्ये जास्तीतजास्त अनौपचारिकता आगता आली पाहिजे, चला आता आपण या विषयावर जरा सा मार या असे म्हणत सुरुवात करून मुलांना चर्चेत अथवा संभाषणात सहभागी करून घ्यायला हवे. उदाहरणार्थ, 'आपल्या शाळेच्या सभोवतालच्या पर्यावर कोणकोणत्या समस्या दिसून येतात बरे?" अशी सुरुवात

१०. सूत्रसंचालन

सूत्रसंचालनाचा एक विशेष पैलू म्हणता येईल निर्दोप, स्वच्छ व मोका आवाज ही सूत्रसंचलनाची पहिली पायरी होय सहजसुंदर व स्वाभाविक भाषाशैलीतून आकर्षक आणि वेधक मांडणी करीत समयसूचकता आणि रंगवीत जावे लागते. योग्य प्रशिक्षणातून

सूत्रसंचनाची कला प्रयत्नसाध्य आहे. हे लक्षात घेऊन शिक्षकाने आपल्या विद्यार्थ्यांना वर्गाध्यापनातून व शाळेतील अन्य कार्यक्रमांमधून सूत्रसंचालनाची संधी द्यावी.

उदाहरणार्थ, पुढील प्रकारच्या कार्यक्रमासाठी विद्यार्थ्यांकडून सूत्रसंचालन करून घेता येईल. ध्वजारोहण शिक्षकदिन पारितोषिक वितरण, विविध गुणदर्शन इत्यादी

११. नाट्यवाचन आणि नाट्यीकरण

नाट्यवाचन आणि नाटयीकरण ही दोन तंत्रे मौखिक भाषिक अभिव्यक्तीच्या वर्गाध्यापनात वापरण्यासाठी खूप प्रभावी मानली जातात. त्यामधून भाषिक विकास, आशयाचे अध्ययन आणि मनोरंजन अशा तिन्ही गोष्टी साधल्या जातात. त्यातून मुलांचे परस्परसंवाद कौशल्यही विकसित होते अभिनयाच्या उपयोगामुळे विद्यार्थी अयंपूर्णता आणून बोलू लागतात. त्यांचे पाठांतर विकसित होते. तसेच वेळप्रसंगी असे बोलू शकतात.

नाट्यवाचनासाठी तसेच नाट्यीकरणासाठी दिवाकरांच्या नाट्यछटा, ऐतिहासिक नाटके तसेच एकांगी उपयोगात आणावंत, इतकेच नन्हे तर एखाद्या वर आधारित असे छोटे नाट्यसंहिता लेखन करवून घ्यावे किंवा शिक्षकाने स्वतः लिहावे व त्याचे करवून घ्यावे.

अशारितीने अध्यापनात आंतरक्रियेत भाषेची मौखिक अभिव्यक्ती ही शिक्षक आणि विद्यार्थी या दोघांच्या दृष्टिने खूप महत्त्वाची ठरते. वर उल्लेखिलेल्या खेरीज आणखी कितीतरी प्रकारांनी हा मौखिक भाषेचा आविष्कार वर्गामधून अव्याहतपणे घडून येत असतो काव्यगायन, समूहगायन, गाम्याच्या (अंताक्षरी) भाषिक खेळ असे कितीतरी उपक्रम भाषिक अभिव्यक्तीशी आयोजित करता येतात.

शाळेमध्ये शाळा सुरू होत असताना जो परिपाठ घेतला जातो त्यामधील प्रार्थना, राष्ट्रगीत समुहगीत, देशभक्तीपर गीत पसायदान, प्रतिज्ञा, कथाकथन, दिनविशेष कथन, वाढदिवसानिमित अभिनंदन, ठळक बातम्या सुविचार कथन अशा सर्व बाबी भाषेच्या मौखिक अभिव्यक्तीचीच सुंदर रूपे आहेत. या सर्व गोष्टीमधून विद्यार्थ्यांचा भाषिक, मौखिक, वैचारिक, नैतिक विकास घडून येत असतो.

अध्ययन अध्यापन प्रक्रियेमध्ये जास्तीतजास्त भाग हा मौखिक अभिव्यक्तीद्वारे सादर होत असते. शिक्षक आणि विद्यार्थी या दोघानांही मौखिक भाषेचा उपयोग करने अपरिहार्य

असते.

संभाषण पद्धती, गटचर्चा, नाटयीकरण, भाषिक खेळ, भूमिकाभिनय अशा गोष्टी शिक्षक विद्यार्थी यांच्यातील आंतरक्रियेशी निगडित असतात. प्रकटवाचन, प्रश्नोत्तरे, बुद्धिमंथन, वक्तृत्व, वादविवाद, सूत्रसंचालन अशी कितीतरी को प्रभावी भाषिक अभिव्यक्तीसाठी उपयुक्त ठरतात. त्याचप्रमाणे काव्यवाचन, काव्यगायन समूहगायन अंताक्षरी असे कितीतरी उपक्रम तीधिक भाषिक अभिव्यक्तीशी गुंफलेले आहेत, तसेच शाळा सुरु होतानाचा परिपाठ हा उपक्रम मौखिक अभिव्यक्तीचाच सुंदर आविष्कार आहे.

१.५.२ - शालेय वर्गखोल्यातील संक्रमणाच्या व्यूहरचना

मित्रांनी वर्गात आशय संक्रमणासाठी आशयाची वैशिष्ट्ये लक्षात घेऊन नष्ट ज्ञानसंक्र व्यूहरचनांचा वापर शिक्षकाने करणे महत्वाचे असते. यासाठी शिक्षकाची अध्यापन होली लवचीक असायला हदी म्हणजे त्याला एकापेक्षा अध्यापनाची असायला हवेत. या मुद्यांतर्गत परिसंवाद, गटचर्चा, स्वाध्याय, प्रकल्प, भाषिक खेळ, पेअरशेअर इत्यादीची चर्चा आपल्याला माहिटीस्ता थोडक्यात केली आहे.

क) परिसंवाद

एखाद्या विशिष्ट्य विषयाच्या विविध पैलूवर सखोल अध्ययन करण्यासाठी परिसंवादाचा वापर करता येतो. हे विविध पैलू एकापेक्षा जास्त उपध्ये वितरित रून दिले जातात. संबंधितांना परिसंवादाचा हेतू. कार्यवाही सहभाग पद्धती इत्यादी संदर्भात मार्गदर्शन केले जाते. परिसंवाद संदर्भात विविध यांनी केलेल्या व्याख्यातून त्याचा अर्थ स्पष्ट होतो.

1. गुड यांच्या कोशातील व्याख्येनुसार, "Symposiumna discussion consisting of two or more brief prepared speeches (usually not more than four) representing different point of view on the issues under discussion."
2. परिसंवाद दोन किंवा दोनापेक्षा जास्त (सर्वसाधारणपणे चारपेक्षा जास्त नाही) लोकांनी एखाद्या विषयासंबंधी भिन्न-भिन्न दृष्टिकोन असलेली तयार, संक्षिप्त 'भाषगे सादर करून त्यावर चर्चा करणे होय.

3. परिसंवाद म्हणजे एक किंवा अधिक शिक्षकांच्या मार्गदर्शनाखाली पदव्युत्तर विद्यार्थ्यांनी केलेले संशोधन किंवा प्रगत अभ्यासासाठी उच्च शिक्षगाठ केलेले विशिष्ट वर्गसंघटन होय.

परिसंवादाची उदिष्टे पुढीलप्रमाणे सांगता येतात

1. विद्यार्थ्यांना स्वयंअध्ययनाला प्रेरित करणे.
2. विद्यार्थ्यात विषयाची आवड निर्माण करणे.
3. विद्यार्थ्यात आशयाचे विश्लेषण, संश्लेषण, सुयोग्य मांडणी व प्रभावी सादरीकरणाची क्षमता विकसित करणे.
4. विद्यार्थ्यांना विषयाच्या तयारीसाठी संशोधन करण्यास मदत करणे.
5. विद्यार्थ्यांच्या सर्जनशील विचारांना वाव देणे.
6. एकाच विषयाकडे विविध दृष्टिकोनातून पाहण्याची क्षमता विकसित करणे.
7. इतरांपुढे आपले विचार प्रभावीपणे मांडण्याची क्षमता विकसित करणे.

परिसंवाद घडवून आणण्यासाठी करावयाची तयारी

1. विषयाची निवड विद्यार्थ्यांना या विषयात विशेष अभ्यास करावयाचा आहे, तोच करुन लाबाबत स्पाहता येण्यासाठी संदर्भ पुरविणे,
2. गटनिर्मिती यात आशयानुसार अपेक्षित क्षमता असणाऱ्या विद्यार्थ्यांचा गट तयार करणे.
3. विश्वातील उपविषय निश्चिती, निवडक विद्यार्थ्यांना त्यावर लेखन करण्याची सूचना सहभागी विद्यार्थ्यांना वाचनासाठी संधी.

परिसंवाद कार्यवाही

शोधनिबंध विकसित केलेले प्रत्येक विद्यार्थी आपल्या शोधनिबंधाचा गोषवारा गटासमोर सादर करतात. सर्व शोधनिबंधांचे वाचन झाल्यानंतर उपस्थितांना त्यावर आपले विचार, मते मांडण्याची संधी देण्यात येते. सादरकर्ते विचारलेल्या प्रश्नांना उत्तरे देतात.

परिसंवादाच्या शेवटी शिक्षक किंवा विद्यार्थी मुख्य मुद्यांचे सारांशात पुन्हा मांडणी करतात. त्याव सर्वानुमते मांडलेले निष्कर्ष, विवादात्मक मुद्यावर झालेली चर्चा,

परिसंवादातील सहभागी व्यक्तीचे एकंदरीत महत्व इत्यादीचा समावेश असतो.

१.६ - अभ्यासक्रमांतर्गत भाषेची संकल्पना

अभ्यासक्रमांतर्गत भाषा ही संकल्पना जास्त करुन उच्च शिक्षण आणि अध्यापन शास्त्रीय सैद्धांतिक चर्चेत दिसून येते. मात्र शालेय स्तरावर या संकल्पनेचा विशेष उहापोह झालेला दिसून येत नाही. ही संकल्पना नवी वाटत असली तरी हिचा उदय १९७०-८० च्या दशकात ही संकल्पना विकसीत झालेली दिसून येते. या संकल्पनेचा प्रथमतः उगम ग्रेट ब्रिटनमध्ये झालेला दिसून येतो. जिथे अभ्यसक्रमांतर्गत भाषेचा संबंध शालेय भाषीक धोरणाशी जोडलेला दिसतो. जो संपूर्ण शालेय भाषिक शिक्षणाला व्यापणारा आहे.

अभ्यासक्रमांतर्गत भाषा या संकल्पनेविषयी डॉ. बुलॉक यांच्या A Language for Life' या अहवालात पुढीलप्रमाणे विचार मांडले आहेत.

"Each school should have on organised policy for language across the curriculum, establishing every teacher's involvement in language and reading development throughout the years of schooling."

अर्थात प्रत्येक शाळेने अभ्यासक्रमांतर्गत भाषेसाठी विशेष धोरण राबविले पाहिजे, प्रत्येक शिक्षकाचा भाषिक विकास आणि वाचन विकासासाठी जास्तीत जास्त कृतियुक्त सहभाग शाळेमध्ये राबविणे गरजेचे आहे.

जवळपास एका दशकानंतर एज्युकेशन फॉर ऑल (Education for All) या Swann (स्वॅन) यांच्या रिपोर्टमध्ये या संकल्पनेविषयी असे म्हटले आहे की, "Unless there is a school language and learning policy across the curriculem there will be westage of effort and often confusion."

अभ्यासक्रमातंर्गत भाषा ही संकल्पना शालेय शैक्षणिक धोरणात भाषेच्या विकासावर आणि भाषिक भाषेच्या सर्वत्र वापरावर विशेष भर देणारी आहे. यात फक्त भाषेचे विषय शिकविण्यासाठी भाषेचा विचारन करता इतरही अभाषिक विषय शिकविण्यासाठी भाषेचा जास्तीत जास्त उपयोग कसा करता येईल, याचाही विचार यात अभिप्रेत आहे.

अभ्यासक्रमांतर्गत भाषेत शालेय शिक्षणामध्ये भाषेचे महत्त्व, सर्व विषयांचे अध्ययन

आणि अभ्यासक्रम यांचा विचार करतांना खालील गोष्टींचा विचार केला जातो.

१. विशिष्ट सहेतूक उद्देशासाठी प्रामुख्याने भाषेचा विकास करणे.

२. नेहमी अध्ययनामध्ये बोलणे, लिहिणे, हालचाल आणि आकार ओळखणे यावर भर देणे.

३. अध्ययनामध्ये नेहमी सुयोग्य हालचाल (देहबोली) आणि दृष्टिकोन यांचा विचार न करता फक्त बोलणे आणि लिहिणे यांच्यावर जास्त भर दिला जातो.

४. अध्ययनार्थ्यांच्या बोधात्मक विकासासाठी भाषेचा उपयोग केला जातो.

५. अध्ययनार्थ्यांच्या अध्ययनात सकारात्मक बदल व वृद्धि होण्यासाठी तसेच त्याचबरोबर स्वयंविकसीत होण्यासाठी भाषेचा प्रभावी माध्यम म्हणून वापर करणे.

वरिल सीमित उपयोगामुळे भाषेचे विविध दृष्टिकोन पूर्वी मर्यादित होते. मात्र अभ्यासक्रमांतर्गत भाषा या नवीन संकल्पनेमुळे अभ्यासक्रमाच्या अध्ययनामध्ये मोठ्या प्रमाणावर सकारात्मक बदल घडून आले. विद्यार्थ्यांच्या विविधांगी विकासामध्ये भाषेचा उपयोग जास्तीत जास्त कसा करता येईल याचे नवनवीन पैलू या संकल्पनेमुळे समोर आले.

अभ्यासक्रमांतर्गत भाषा या संकल्पनेमध्ये शालेय शिक्षणातील विविध विषयांचे अध्ययन करता भाषेचे विविध पैलू अन् अंगे यांच्या विकासावर भर देण्याची प्रक्रिया घडत असते म्हणजेच या संकल्पनेत प्रामुख्याने अभ्यासक्रमात शिकविल्या जाणारे विविध भाषिक व अभाषिक विषयांच्या अध्ययनात समन्वय करून आणण्याचा प्रयत्न केला जातो. संकुचित दृष्टिकोनातून विचार करता ही संकल्पना शालेय शिक्षणात भाषिक महत्त्व आणि भाषेचे कार्य त्याचबरोबर भाषिक प्रशिक्षण यांचा समावेश सर्व अभाषिक विषयांमध्ये करतांना दिसून येतो. तर विस्तृत दृष्टिकोनातून ही संकल्पना संपूर्ण शाळेचे भाषिक धोरण व संपूर्ण अभ्यासक्रम एकत्रितरित्या एकमेकांना जोडून एक नवीन समावेशीत मॉडेल तयार करुन त्याआधारे शालेय शैक्षणिक धोरण ठरविण्यास मदत करते. यामध्ये शिक्षणाचे माध्यम मग ते प्रथम भाषा (मातृभाषा), द्वितीय भाषा (राष्ट्रभाषा) आणि विदेशी भाषा (इंग्रजी) अशा तीन भाषांचा प्रामुख्याने विचार करुन सर्व विषयांच्या अध्ययन अध्यापन व्यापते.

सध्याच्या शालेय स्तरावरच्या भाषा शिक्षणाचा विचार करता असे दिसून येते की, प्रत्येक

विषयाचे उद्दिष्ट्ये आणि ध्येये वेगवेगळी दिसून येतात. आणि त्या दृष्टिकोनातून अभ्यासक्रम प्रत्येक स्तरावर वेगवेगळा तयार करण्यात येतो. मात्र यामुळे भाषा शिक्षणावर सकारात्मक परिणाम झालेला दिसून येत नाही. कारण सर्व भाषिक आणि अभाषिक विषयांच्या अध्ययन अध्यापनात यामुळे समन्वय घडून येत नाही. आणि असा समन्वय नसल्यामुळे पुढे विद्यार्थ्यांना विविध बौद्धीक आणि आकलनात्मक स्तरावर समस्यांना सामोरे जावे लागत असते. कारण प्रत्येक स्तरावर शैक्षणिक उद्दिष्टे बदलतात त्याचबरोबर भाषा शिक्षणाचे स्वरुपही बदलत जाते. यासाठी अभ्यासक्रमांतर्गत भाषा या संकल्पनेचा शालेय स्तरावर मॉडेल म्हणून उपयोग केला तर निश्चितच सर्व विषयांमध्ये समन्वय घडून अध्ययनाची प्रक्रिया सुलभ घडून येईल.

१.७ - अभ्यासक्रमांतर्गत भाषेची उद्दिष्ट्ये

१. भाषेच्या प्रत्येक अंगाचा विकास करणे.

२. विद्यार्थ्यांच्या भाषिक कौशल्यांचा विकास करणे.

३. शाळेच्या प्रत्येक शैक्षणिक कृतीद्वारा विद्यार्थ्यांमध्ये भाषिक विकास घडून आणणे.

४. शालेय स्तरावर शिकविल्या जाणाऱ्या सर्व भाषिक आणि अभाषिक विषयांमध्ये समन्वय घडवून आणणे.

५. शालेय धोरण ठरवितांना भाषेच्या उपयोगाला सर्वाधिक महत्त्व देणे.

६. भाषिक विकासासाठी विविध उपक्रम राबविणे.

७. सर्व विषयांच्या शिक्षकांचे भाषिक प्रशिक्षण घडवून आणून त्यांना सर्व विषयांमध्ये भाषेला स्थान देण्यासाठी उद्युक्त करणे.

८. विद्यार्थ्यांच्या भाषा अध्ययनातील समस्या सोडविणे.

९. प्रत्येक विद्यार्थ्याला त्याच्या भाषिक क्षमता ओळखून त्याला मार्गदर्शन करणे.

१०. भाषिक विकासासाठी शालेय स्तरावर चळवळ राबविणे.

११. सर्व स्तरावरील कौटुंबिक पार्श्वभूमी असणाऱ्या विद्यार्थ्यांना भाषा शिकण्यासाठी विशेष सुविधा शाळेत उपलब्ध करुन देणे.

१२. शालेय स्तरावर भाषा प्रयोगशाळांची स्थापना करुन विद्यार्थ्यांच्या भाषिक

प्रशिक्षणाला चालना देणे.

१३. सर्व विषयांच्या अध्ययन अध्यापनामध्ये प्रामुख्याने भाषेला स्थान देणे.

१.८ - भाषेची कौशल्ये

बाळ जन्माला आल्यानंतर प्रथमतः अनुकरणाच्या माध्यमाने भाषा शिकत असतो. त्याच्या शिकण्याच्या प्रक्रियेमध्ये प्रथमतः तो श्रवण करत असतो. आणि ऐकलेले शब्द पुढे बोलण्याचा प्रयत्न करत असतो. यातूनच तो भाषा शिकत असतो. पुढे शाळेत गेल्यानंतर शिकलेल्या गोष्टी तो शाळेत वाचन आणि लेखन या माध्यमाने व्यक्त करत असतो. त्याचबरोबर व्यक्तीजीवनात भाषा शिक्षणाची अजूनही दुसरी चार अंग महत्त्वपूर्ण कार्ये करत असतात. यामध्ये जर आपण या अंगांचा विचार केला तर यात एकूण ८ घटक येतात.

१) श्रवण २) भाषण ३) वाचन ४) लेखन ५) आकार ओळखणे ६) बघणे (निरीक्षण) ७) दृष्टिकोन ८) हालचाल करणे आणि ओळखणे हे आठ घटक व्यक्तीजीवनामध्ये भाषिक दृष्टिकोनातून भाषा विकासाचे कार्य सातत्यपूर्ण करत असतात.

१) श्रवण

श्रवण हे भाषिक कौशल्यातील एक महत्त्वपूर्ण कौशल्य आहे. श्रवण म्हणजे ऐकणे. भाषेच्या अभ्यासात श्रवण ही प्रथम महत्त्वाची क्रिया होय. कोणताही आवाज आपण कान या इंद्रियामार्फत ऐकतो. हा आवाज मेंदूपर्यंत पोहचवून त्याचा परस्पर संबंध लावून त्यातून अर्थ निर्माण होतो. विविध प्रकारचे ध्वनी ऐकून त्याचे वर्गीकरण करण्यासाठी आणि अर्थ लावण्यासाठी मुलांना सरावाची आवश्यकता असते. लहान बालक आवाज ऐकतो. त्या आवाजाचे अनुकरण करून उच्चार करण्याची व तसाच आवाज आपल्या मुखातून काढण्याचा प्रयत्न करण्याची धडपड बालक करतो. अशा वेळी बालकाच्या कानावर शुद्ध, स्पष्ट, अचूक उच्चार पडण्याची गरज असते. म्हणूनच लक्षपूर्वक श्रवणास महत्त्व आहे. नुसतेच ध्वनी/आवाज ऐकणे म्हणजे श्रवण नव्हे. श्रवण या क्रियेत शब्द ऐकणे, त्याचा अर्थ समजून घेणे आणि समजलेल्या अर्थासंबंधी स्वतःची प्रतिक्रिया व्यक्त करणे ह्या बाबींचा समावेश होतो. आपण श्रवणाद्वारे बऱ्याच गोष्टी शिकत असतो. भाषा आभ्यासात अनुकरण करणे या क्रियेला खूप महत्त्व आहे. त्यासाठी वक्त्यांचे भाषण ऐकणे, सुमधूर गाणे ऐकणे,

शिक्षकांचे वाचन व कथन सुद्धा याच क्रियेद्वारे विद्यार्थी अनुभवत असतो. विद्यार्थ्यांच्या श्रवण क्षमतेचा विकास गीत गायन, विशिष्ट चालीवर कविता गायन करणे, वादविवाद स्पर्धा, वकृत्त्व स्पर्धा यांच्या माध्यमातून करता येऊ शकतो. असे प्रयत्न जाणीवपूर्वक लहान वर्गापासूनच सुरु केल्यास विद्यार्थ्यांच्या श्रवण क्षमतेचा विकास होण्यास मदत होते.

श्रवणासाठी आवश्यक बाबी/क्षमता

१. लक्षपूर्वक ऐकता येणे.

२. पूर्व संदर्भ लक्षात घेऊन ऐकता येणे.

३. भाषणातील मुख्य मुद्दे लक्षात घेणे.

४. भाषणातील शब्द अथवा मुद्दे व दृष्टांत यांच्यातील परस्पर संबंध लक्षात घेणे.

५. भाषेतील चूका व विशिष्ट सवयी चटकन लक्षात घेणे.

६. बोलणाऱ्याचा भावार्थ, वाच्यार्थ, लक्ष्यार्थ आणि ध्वनीर्थ ग्रहण करणे.

७. बोलणाऱ्याची भाषा व भाषाशैली आणि त्याने व्यक्त केलेले विचार योग्य की अयोग्य हे लक्षात घेऊन ऐकता येणे.

८. योग्य प्रतिसाद देणे व प्रतिक्रिया व्यक्त करणे.

श्रवणाची उद्दिष्टे

१. श्रवणाने ज्ञान प्राप्त करणे.

२. श्रवणाच्या माध्यमातून मनोरंजन करणे.

३. आकलन शक्तीचा विकास.

४. सृजनशीलतेचा विकास.

५. कल्पनाशक्तीचा विकास.

श्रवणाची व्याप्ती

१. संभाषण ऐकणे

२. प्रश्न ऐकणे.

३. आज्ञा / सूचना ऐकणे.

४. चर्चा करणे.

५. आकाशवाणीवरील कार्यक्रम ऐकणे.

६. दुरध्वनीवरील बोलणे ऐकणे.

७. निवदेन ऐकणे.

८. वर्गाध्यपनातील शिक्षकांचे स्पष्टीकरण ऐकणे.

२) भाषण

भाषेच्या अध्यापनात श्रवणानंतर भाषणाला महत्त्व दिले जाते. बोलणे हे मानवाचे महत्त्वपूर्ण लक्षण आहे. इतर प्राण्यांना मानवासारखे बोलता येत नाही व विचारही व्यक्त करता येत नाही. ही निसर्गदत्त देणगी फक्त मानवाला प्राप्त झालेली आहे. भाषण म्हणजे बोलणे. या बोलण्यातून व्यक्तीचे विचार, भाव, ईच्छा इत्यादी व्यक्त होत असते. भाषण हे मनोवृत्तींचे आणि विचारांचे अर्थपूर्ण प्रगटीकरण असते. म्हणजेच व्यक्तीने ग्रहण केलेल्या ज्ञानाची अभिव्यक्ती भाषणातून होत असते. व्यक्तीच्या व्यक्तिमत्त्वाच्या जडणघडणीत भाषणक्षमतेचा विकास अत्यंत महत्त्वपूर्ण असतो. या ठिकाणी एक गोष्ट लक्षात घेणे महत्त्वाचे आहे ती म्हणजे भाषण आणि बोलणे यात अंतर आहे. आपण आपल्या मित्रांशी, नातेवाईकांशी, वडील, आई, भाऊ, बहिण यांच्या बरोबर भाषण करीत नाही. भाषण किंवा संभाषण ही एक कला आहे. आपल्या मनातील विचार चांगल्या व चपखलपणे भाषेच्या माध्यमातून व्यक्त करणे किंवा करता येणे याला भाषण म्हणतात. भाषणाचे स्वरूप विविध प्रकारचे असल्यामुळे प्रत्येक प्रकारचे वेगळे महत्त्व व वैशिष्ट्ये आहे. निवडणूकीच्या वेळी एखाद्या नेत्याने किंवा उमेदवाराने केलेले भाषण निवडून आल्यानंतर आभार प्रगट करणारे भाषण किंवा एखाद्या समुहाला उद्देशून केलेल्या एखाद्या वक्त्याने त्याच्या मनातील व्यक्त केलेले विचार यांना खऱ्या अर्थाने भाषण म्हटले जाते. भाषेच्या अभ्यासात प्रयत्नपूर्वक भाषण कौशल्य कसे प्राप्त करावे हा भाग समाविष्ट असल्यामुळे 'भाषण' या प्रकाराला भाषा विषयात महत्त्वाचे स्थान आहे. भाषण म्हणजेच श्रवणाची फलश्रुती होय.

भाषणाच्या माध्यमातून व्यक्ती आपले विचार व भाव व्यक्त करीत असतो. भाषण कौशल्यात बोलणाऱ्या व्यक्तींकडून आवाजातल्या लवचिकपणाची पातळी वाढवायची केव्हा आणि कमी करायची केव्हा याचे भान ठेवावे लागते. तेव्हा खऱ्या अर्थाने समोरची

व्यक्ती भाषण करतो असे म्हणता येईल. कारण भाषण नैसर्गिक, सुस्पष्ट, आर्जवी असावे ते रंजक करण्याचे चातुर्य भाषण कर्त्याजवळ असणे आवश्यक असते. भाषण करतांना आवाजात चढ व उतार असावा. श्रोत्यांवर परीणाम करण्याची क्षमता वक्त्यामध्ये असावी. अशा प्रकारे शब्दांची गुंफण करून भाषण कौशल्याच्या साहाय्याने श्रोत्यांच्या अंतःकरणाचा ठाव/शोध घेण्याची क्षमता भाषणकर्त्यामध्ये असणे अत्यंत आवश्यक असते.

भाषेच्या अध्यापनात भाषणाच्या बाबतीत आपली उद्दिष्टे कोणती आहेत हे व्यवस्थितरित्या समजण्यासाठी भाषण या भाषिक कौशल्यात कोणकोणत्या बाबी समाविष्ट होतात हे शिक्षकांना माहित असले पाहिजे. वेगवेगळया प्रसंगी आपण बोलतो बोलण्या बोलण्यात प्रसंगानुसार फरक पडतो. आवाजातील चढ उतार, आवाजातील भारदस्तपणा, दुःखाच्या वेळी बोलतांना आवाजातला खाली पडलेला स्वर, आनंदाच्या भरात व्यक्त केलेल्या गोष्टी इ. विचार केल्यास प्रसंगातून भाषण व संभाषणातून दिसून येणारी विविधता शिक्षकाला टिपता आली पाहिजे. यावरून भाषणाची व्याप्ती समजते.

भाषणाची व्याप्ती

१. व्याख्यान देणे.

२. अभिनंदन करणे.

३. सूचना देणे.

४. सभेत मत व्यक्त करणे.

५. संभाषण करणे.

६. प्रश्न विचारणे.

७. आज्ञा करणे.

८. चर्चा करणे.

९. आभार मानने.

१०. मुलाखत देणे-घेणे.

११. निवेदन करणे.

१२. ओळख करणे.

१३. विनंती करणे.

१४. दुरध्वनीवरून बोलणे.

वरील सर्व विषयांना अनुसरून व्यक्ती आपले मत प्रकट करीत असतो. भाषण क्षमतेत संभाषण, कथन, निवेदन, चर्चा, वादविवाद या गोष्टी अंतर्भूत असतात. या गोष्टींच्या माध्यमातून एक व्यक्ती दुसऱ्या व्यक्तीवर स्वतःच्या व्यक्तिमत्त्वाची छाप पाडीत असतो.

भाषणाची उद्दिष्टे

१. आत्माविष्कार करणे.

२. संभाषण कौशल्यातून स्वतःचे विचार व भावना व्यक्त करणे.

३. विचारभिव्यक्ती करणे.

४. भाषणातून सृजनशीलतेचा परमोच्च विकास करणे.

५. भाषणातून क्रियाशीलतेचा विकास करणे.

भाषणासाठी आवश्यक क्षमता

१. स्पप्ट उच्चार करता येणे.

२. शब्दांचा साठा असणे.

३. आशयानुरूप आवाजात चढ व उतार करणे.

४. बोलतांना योग्य हावभाव करता येणे.

५. सुसंगतपणे बोलता येणे.

६. शब्द व वाक्यांची योग्य गुंफण करण्याची क्षमता.

७. श्रवणकौशल्यांचा विचार करता श्रोत्यांच्या आंतरीक मनाचा शोध घेण्याची क्षमता.

८. सहज व योग्य विरामासहित बोलता येणे.

९. भाषेचे व्याकरण माहित असणे.

१०. मनातील आशय थोडक्यात व परीणामकारकतेने मांडता येणे.

३) वाचन

ज्ञान आत्मसात करण्याचे वाचन प्रभावी माध्यम आहे. वाचनाद्वारेच आपण विविध आनुषंगाचा आस्वाद घेऊ शकतो. असे म्हटले जाते की ग्रंथ हे आपले गुरू आहेत. त्यासाठी

वाचनाची आवश्यकता असते. आज जगातील पुष्कळसे ज्ञान ग्रंथामध्ये साठवून ठेवलेले आहे. ते ज्ञानभंडार समजून घेण्याचे वाचन हे साधन असून वाचनातून ज्ञान प्राप्ती तर होतेच त्याचबरोबर आनंद प्राप्तीही होते. वाचन करीत असतांना त्यातील आशय कळणे आवश्यक असते. त्यातील विचार सहजपणे आणि चटकन समजण्याचे सामार्थ्य वाचकात असले पाहिजे.

वाचनाच्या क्रियेमधूनच लेखन व भाषण या क्रिया निर्माण होतात. त्यांचा अधिकाधिक विकास होतो. वाचन क्षमता विकसीत करतांना विद्यार्थ्यांच्या वाचनात आढळणाऱ्या चूका व उणिवा दूर करून त्यांना योग्य सवय लावली पाहिजे. सुस्पष्ट वाचन करण्यास विद्यार्थ्यांना प्रवृत्त केले पाहिजे. भाषेतील व्याकरण लक्षात घेऊन वाचन झाले पाहिजे. उदा. योग्य जागी विराम घेऊन वाचावयास हवे.

मराठी भाषेतील काही वाचन मनोरंजन या उद्दिष्टांसाठी केले जाते. कथा, कादंबरी, रहस्यकथा, साहसकथा व परीकथा यामाध्यमातून मनोरंजन व्हावे त्यासाठी फावल्या वेळेचा उपयोग केला पाहिजे. त्यातून आकलनशक्तीचा विकास होतो. विद्यार्थ्यांना सतत वाचन करण्याची प्रेरणा शिक्षकाने दिली पाहिजे. अध्यापन करत असतांना विविध ग्रंथ, कादंबरी, उपन्यास, नाटक यातील उदाहरणे शिक्षकाला देता आली पाहिजे जेणेकरून ते साहित्य वाचण्याची ईच्छा व आवड विद्यार्थ्यांच्या मनात निर्माण होईल. म्हणजेच वाचन वा कौशल्याचा विकास होण्यास मदत होईल.

वाचनासाठी आवश्यक बाबी/क्षमता

१. लिखानाच्या अर्थानुसार आवाजात योग्य तो चढ व उतार असावा.

२. आवाजात सुलभता असावी.

३. अक्षरांचे, शब्दांचे उच्चारण स्पष्ट करता येणे.

४. चिन्हे, खुना व विरामचिन्हे यांची दखल घेऊन वाचन करता येणे.

५. लिखानातील शब्दांचा अर्थ, भाव व ध्वन्यार्थ समजणे.

६. योग्य त्या गतीने वाचता येणे.

७. संदर्भानुसार मार्मिक अर्थ चटकन लक्षात घेणे.

८. भाषा सौंदर्य रचनासौंदर्य व विचारसौंदर्य या बाबींचा आकलन स्तरावर आस्वाद घेण्याची क्षमता.

वाचनाची उद्दिष्टे

१. ग्रंथ, गदय, पदय, कथा, कादंबरी, आत्मचरित्र, नाटक व्याकरण व वर्तमानपत्रे यांच्या वापरातून ज्ञानप्राप्ती करणे.

२. रहस्यकथा, परीकथा, कादंबरी यांच्या माध्यमातून मनोरंजन प्राप्त करून घेणे.

३. वाचनातून आकलनशक्तीचा विकास.

४. विविध प्रकारचे ज्ञान संग्रहण करणे.

५. साहित्यातील विविध कलाकृतींचा आस्वाद घेणे.

वाचनाचे प्रकार

वाचनाच्या हेतूनुसार पुढील प्रकार पडतात.

१. सखोल वाचन

२. विस्तृत वाचन

३. संदर्भ वाचन

वाचनाच्या पद्धतीवरून खालील प्रकार पडतात.

१. प्रकट वाचन / मुख वाचन

२. मौन वाचन / मूकवाचन

४) लेखन

व्यक्ती आपल्या मनातील भावना, विचार, कल्पना प्रकट करण्यासाठी भाषणाबरोबर लेखन कौशल्यांचा ही उपयोग करत असतो. श्रवण, भाषण व वाचन यापेक्षाही भाषा अध्यापनात लेखन कौशल्याला महत्त्वपूर्ण स्थान आहे. लेखन म्हणजे लिहिता येणे. ज्याला भाषेतील अक्षर व लिपीचे ज्ञान आहे ती व्यक्ती लिहू शकते. असे म्हटले जाते की व्यक्तीच्या व्यक्तिमत्त्वाचे प्रतिबिंब हे तिच्या लिखाणातून उमटत असते. प्रत्येक साक्षर व्यक्ती लिहिण्याची क्रिया करीत असतो. कधी तो पत्र लिहितो तर कधी जमाखर्च लिहित असतो. लेखन हे आत्माविष्काराचे व आत्मप्रगटीकरणाचे एक महत्त्वपूर्ण साधन आहे. मुद्रणकलेचा

शोध लागल्यामुळे लेखनाला चिरस्थायी स्वरूप प्राप्त झाले. लेखन समाजाला विचारप्रवृत्त करते, प्रेरणा देते जीवनाला नवी दृष्टीप्रदान करून देते. लेखनातून स्वतःच्या आंतरीक मनाचा आविष्कार होत असतो. म्हणून लेखनकर्त्याला त्यातून आनंद प्राप्त होत असतो परंतु त्याबरोबर वाचकाचेही मनोरंजन होऊन त्यालाही आनंद प्राप्त होत असतो. व्यक्ती लेखनाच्या माध्यमातून आपल्या गरजा पूर्ण करू शकतो. तक्रारी मांडू शकतो. अर्ज करू शकतो. लेखन व्यक्तिगत पातळीवर जसे महत्त्वाचे आहे तसेच सामाजिक जीवनातही लेखनाला महत्त्वाचे स्थान आहे. मातृभाषा मराठीत अनेक नामवंत लेखक, कवी होऊन गेले. त्यांचे लिखित स्वरूपातील साहित्य आजही वाचले जाते. त्या साहित्यातून वाचक आनंद प्राप्ती करून घेतो. साध्या व्यक्तीने लिहिणे आणि लेखक, कथाकार, कादंबरीकार, नाटककार किंवा कवीने लिहिणे यात फरक दिसून येतो. मराठी भाषेच्या वाङ्मयात विविध प्रकारचे लेखन पहावयास मिळते. प्रत्येकाच्या लिखाणात फरक पडलेला दिसून येतो. विचार करण्याची क्षमता, सभोवतालचे वातावरण, विशेष प्रकारचे संदर्भ साहित्य हाताळणे, व्यक्तीचे सामाजिक व कौटुंबिक जीवन या सर्व गोष्टींचा प्रभाव व्यक्तीच्या लिखाणावर झालेला दिसून येतो.

लेखन कौशल्यात लेखनकर्त्याच्या भावना व अपेक्षा महत्त्वपूर्ण असतात. जे लिहिले जाते ते उत्स्फूर्त भावनेतून लिहिले जात असले तरी त्याचा काय परीणाम होईल किंवा कोणता परीणाम व्हावा याची लेखनकर्ता अपेक्षा करीत असतो. नऊ रसांपैकी एखाद्या रसाचा आविष्कार त्याच्या लेखनातून होऊन लेखन परीणामकारक होत असते. शब्दांच्या माध्यमातून भावनेला स्पर्श करण्याचे प्रचंड सामर्थ्य लेखनामध्ये समाविष्ट असते. लेखनात शब्दसौंदर्य, अर्थसौंदर्य, भावसौंदर्य, कल्पनासौंदर्य व विचारसौंदर्य प्रकट झालेले असेल तरच ते लेखन हृदयस्पर्शी व जीवनस्पर्शी बनते. अशा लेखनातून समाजात मोठमोठे साहित्यिक जन्मास येतात. उदा. आचार्य अत्रे, साने गुरूजी, श्रीपाद कृष्ण, रघुनाथ पंडीत, संत रामदास, संत तुकाराम, वामन पंडीत, पु. ल. देशपांडे, स्वातंत्र्यवीर वि. दा. सावरकर, ना. धों. महानोर, विं. दा. करंदीकर यांसारखी शैलीदार लेखकांचे साहित्य व लेखनातील उतारे आपण भाषेच्या समृद्धीच्या दृष्टीकोनातून अभ्यासतो व अत्यानंद प्राप्त करून घेतो.

श्रवण, वाचन व भाषण या क्षमता जश्या हळूहळू विकसीत होतात. अगदी त्याच पद्धतीने

लेखन क्षमता देखील हळूहळू विकसित होणारी क्षमता आहे. त्यासाठी शिक्षकाने जातीने प्रयत्न करणे आवश्यक आहे. पहिल्या ईयत्तेपासून तर बारावीपर्यंत लेखनक्षमतेची विविध वैशिष्ट्ये व उद्दिष्टे आहेत. ही उद्दिष्टे समजावून विद्यार्थ्यांमध्ये लेखन क्षमता विकसीत करता येते. एखाद्या लहानश्या वाक्यरचना, परिच्छेद लेखन, निबंध लेखन, प्रश्नोत्तरे, पत्रलेखन यापासून ते एखाद्या वाङ्मयापर्यंत स्वतंत्र लेखन करण्यापर्यंत ही क्षमता विकसीत होऊ शकते. भाषेचे समर्थपणे व आत्मविश्वासपूर्वक वापर करण्याचे सामर्थ्य निर्माण करणे म्हणजेच प्रगटीकरणात्म किंवा प्रगटीकरणाचे उद्दिष्ट साध्य करणे होय.

लेखनाची व्याप्ती

१. पत्रलेखन

२. कथालेखन

३. कल्पना विस्तार करणे.

४. सारांश लेखन.

५. अर्ज लिहिणे.

६. सूचना लिहिणे.

७. एखाद्या विषयावर टिपणी तयार करणे.

८. संवाद लेखन-नाट्यीकरण.

९. दिलेल्या विषयावर निबंध लिहिणे.

१०. वर्णनात्मक, कथात्मक, आत्मकथनात्मक कल्पनात्मक, चरित्रात्मक, विचारात्मक लेखन

११. व्याख्यानाची टिपणे लिहिणे.

१२. कविता लिहिणे.

१३. इतिवृत्त.

लेखनाची उद्दिष्टे

१. आत्माविष्कार करणे.

२. सांस्कृतिक संवर्धन करणे.

३. आत्मिक समाधान प्राप्त करून घेणे.

४. चिरंजिवी वाड्मय निर्मिती करणे.

५. व्यक्तिमत्त्वाचा विकास करणे.

६. लिखाणातून राष्ट्रविकासाकरीता पोषक वातावरण तयार करणे.

७. व्यक्तीच्या आंतरीक भावना प्रगटीकरण करणे.

लेखनासाठीची क्षमता

१. लिपीतील सर्व शब्दांची योग्य जाण असणे.

२. अक्षरांना शीषरषा देणे.

३. व्याकरणाच्या नियमांचे पालन करणे.

४. सुंदर हस्ताक्षर.

५. आशयानुसार शब्दांची गुंफण करण्याची क्षमता.

६. लेखनात मुद्देसुदपणा व सुसंगता.

७. भाषिक अलंकार, म्हणी, वाक्यप्रचार वापरण्याची क्षमता.

८. तर्कसंगत लिखानाची क्षमता.

५) आकार ओळखणे

भाषा शिकत असताना अथवा भाषेचा उपयोग करत असतांना विविध साधनांचा, वस्तूंचा आकार ओळखणे अथवा आकाराच्या माध्यमाने विचारांचे आदानप्रदान करण्याची गरज बऱ्याचवेळा भासत असते. त्यादृष्टिने भाषिक कार्य करतांना आकारांचे महत्त्व विशेष आहे. प्रत्येक वस्तूंचे आकारमान वेगवेगळे असते. त्याचबरोबर भाषिक प्रकटीकरणाचे पैलूही बदलत असतात. या दृष्टिने (Shaping) म्हणजेच विविध परिस्थितींमध्ये आकार ओळखणे गरजेचे असते.

६) बघणे (निरीक्षण)

व्यक्ती ८३% ज्ञान हे बघण्याच्या माध्यमातून घेत असतो. म्हणजेच बघणे ही एक शिकण्याची महत्त्वपूर्ण प्रक्रिया आहे. विविध दृश्य गोष्टींचे ज्ञान हे बघण्यातून होत असते. एखाद्या गोष्टीचा अंदाज व्यक्त करावयाचा असल्यास अगोदर ती गोष्ट स्वतःच्या डोळयांनी

पाहणे आवश्यक असते. म्हणून वेळोवेळी बघण्याच्या प्रक्रियेतून भाषिक ज्ञान विकसित होत असते. त्याचबरोबर भाषा अध्ययनामध्ये निरीक्षण तेवढेच महत्त्वपूर्ण असते. एखादी गोष्ट नुसती पाहणे आणि तिचे निरीक्षण करणे यात फरक आहे. एखाद्या बाबीचे संपूर्ण ज्ञान घ्यावयाचे असल्यास ती नुसती बघून चालत नाही तर तिचे निरीक्षण करावे लागते. या दृष्टिने व्यक्तीच्या भाषिक विकासामध्ये बघणे या क्रियेला सर्वाधिक महत्त्व आहे.

७) दृष्टिकोन

भाषेच्या माध्यमाने विचारांचे आदानप्रदान होत असले तरी त्या विचारांना विशिष्ट दृष्टिकोन असणे गरजेचे असते. म्हणून भाषेच्या माध्यमाने विविध दृष्टिकोन वेळोवेळी व्यक्तीला व्यक्त करावे लागते. आणि म्हणून भाषेच्या विविध अंगांचा विचार करण्याची क्षमता व्यक्तीमध्ये विकसित होणे आवश्यक आहे. प्रत्येक व्यक्तीची स्वतंत्र विचारसरणी असते. आणि म्हणून प्रसंगानुरुप विविध माहितीचे स्रोत व्यक्तीकडे जमा होत असतात. या स्रोतांच्या माध्यमाने व्यक्तीचा दृष्टिकोन विकसित होत असतो. भांषा या दृष्टिकोनाचा विकास करण्यामध्ये महत्त्वपूर्ण भूमिका बजावित असते.

८) हालचाल करणे आणि ओळखणे

व्यक्ती वेळोवेळी हालचालींच्या माध्यमाने अथवा देहबोलीच्या माध्यमाने भाषेचे प्रकटीकरण करत असते. जेथे शाब्दिक भाषेचे गरज नाही तेथे व्यक्ती हालचालींच्या माध्यमाने भाषेचे कार्य करत असतो. उदा. एखाद्या व्यक्तीला बोलावयाचे असल्यास आवाज न देता हाताने इशारा करुनही बोलविता येते. येथे भाषा उच्चारीत नसली तरी देहबोलीच्या माध्यमाने भाषिक कार्य केले जाते. व्यक्ती जास्तीत जास्त वेळा देहबोलीच्या माध्यमाने म्हणजेच हालचालींच्या माध्यमाने बोलण्याचा प्रयत्न करत असतो. या हालचालींनाही भाषिक कार्यच म्हणावे लागते. कारण या हालचाली वेळोवेळी भाषेचेच काम करीत असतात. या दृष्टिने भाषिक कौशल्य विकासात हालचालींचा सुयोग्य उपयोग करण्याची क्षमता भाषिक कौशल्ये विकासाच एक प्रकार आहे.

१.९ - वर्गांतर्गत आंतरक्रियेवर भाषेचा प्रभाव

शाळेमध्ये विविध प्रकारच्या शैक्षणिक आंतरक्रिया घडत असतात. या आंतरक्रियांमध्ये

वर्गातंर्गत आंतरक्रियेला सर्वाधिक महत्त्व असते. यामध्ये अध्ययन अध्यापनाची प्रक्रिया सातत्यपूर्ण घडत असते.

यामध्ये विद्यार्थी-विद्यार्थी आंतरक्रिया, शिक्षक-विद्यार्थी आंतरक्रिया, शिक्षक-विद्यार्थी समूह आंतरक्रिया अशा आंतरक्रिया घडत असतात. या सर्व आंतरक्रियांवर विद्याथ्र्यांच्या आर्थिक, सामाजिक, कौटुंबिक पार्श्वभूमींचा सतत परिणाम घडत असतो. तसेच शिक्षकांच्या वैचारीक भूमिकांचा आणि ज्ञानाचा प्रभाव होत असतो. या आंतरक्रियांचा आपण प्रथमत: विचार करू आणि मग आंतरक्रियांवर भाषेचा कसा प्रभाव पडतो ते पाहू.

१.९.१- वर्गातंर्गत आंतरक्रियेचे प्रकार

वर्गातंर्गत आंतरक्रिया प्रक्रियेच्या स्वरूपावरून वर्गातंर्गत आंतरक्रियाचे विविध प्रकार पुढीलप्रमाणे

१. विद्यार्थी-विद्यार्थी यांच्यातील वर्गातंर्गत आंतरक्रिया - ज्यावेळी दोन व्यक्ती आपआपसात आपल्या विचारांची, भावनांची, कल्पनांची किंवा अनुभवांची देवाण - घेवाण करीत असतात त्यावेळी अशा वर्गातंर्गत आंतरक्रियाला व्यक्ती- अंतर्गत वर्गातंर्गत आंतरक्रिया म्हणतात. दैनंदिन व्यवहारात याचा वापर जास्त प्रमाणात होतो. परंतु असे वर्गातंर्गत आंतरक्रिया कितीही परिणामकारक असले तरी शिक्षण क्षेत्रात फारसे उपयोगी पडत नाही. कारण यामध्ये वेळ खुप खर्च होतो. उदा. शिक्षकाने एका विद्यार्थ्याला सांगितलेली माहिती त्याने दुसऱ्याला व दुसऱ्याने तिसऱ्याला अशा पद्धतीने घडणार असेल तर यामध्ये खूप वेळ खर्च होईल.

२. शिक्षक-विद्यार्थी यांच्यातील वर्गातंर्गत आंतरक्रिया - वर्गात शिक्षक विद्यार्थ्यांना शिकवितात हे या वर्गातंर्गत आंतरक्रियेचे उत्तम उदाहरण आहे. यामध्ये एक व्यक्ती विशिष्ट गटातील व्यक्तिंना संदेश देते. वर्गात शिक्षक एखादा घटक समजावून देत असतात तेव्हा ते आपले अनुभव, कल्पना विद्यार्थ्यांमध्ये संक्रमित करतात. विद्यार्थीही त्यावरील आपल्या शंका विचारतात. शिक्षक पुन्हा त्या अनुषंगाने विवेचन करतात. या ठिकाणी एक प्रकारचे प्रत्याभरण होत असते. अशा प्रकारच्या वर्गातंर्गत आंतरक्रियाला व्यक्ति-व्यक्तिमधील संप्रेषणाला (सर्व वर्गाचे अध्यापन विचारात घेतले तर) वेळ कमी लागतो.

३. शिक्षक-विद्यार्थी समूह यांच्यातील वर्गातंर्गत आंतरक्रिया - या ठिकाणी समुहाचा अर्थ 'मोठा समुदाय' असा घेतलेला आहे. ज्यावेळी रेडिओ, दूरदर्शन अशा माध्यमाद्वारा संपूर्ण समाजाला संदेश पोहोचविला जातो व त्या ठिकाणी जे वर्गातंर्गत आंतरक्रिया घडते त्यास समुहांतर्गत वर्गातंर्गत आंतरक्रिया म्हणतात. ज्यावेळी शाळेत एखाद्या प्रक्षेपकाच्या साह्याने एखाद्या वर्गाला चित्रपट दाखविला जातो त्यावेळी त्यालादेखील समुहांतर्गत वर्गातंर्गत आंतरक्रिया असे म्हणतात. रेडिओवरील कार्यक्रम देशातील विविध संस्थांतील विद्यार्थ्यांसाठी ऐकविले जातात व त्यावरील प्रतिक्रिया रेडिओ केंद्राला कळविल्या जातात. यावेळी होणारे वर्गातंर्गत आंतरक्रियादेखील याच प्रकारचे असते. याशिवाय सर्वसामान्य जनतेसाठी रेडिओ, दूरदर्शनसारख्या माध्यमातून जे कार्यक्रम प्रक्षेपित केले जातात त्या-त्या कार्यक्रमांवरील प्रतिक्रिया टेलिफोन, वर्तमानपत्रे, पत्रे इ. च्या साह्याने आपण संबंधीत केंद्राला कळवितो. त्यानुसार पुढे प्रक्षेपित केल्या जाणाऱ्या कार्यक्रमात बदल केला जातो. हे देखील प्रत्याभरणच असते.

१.९.२ - वर्गात चालणारे वर्गातंर्गत आंतरक्रिया

शिक्षक आपले अनुभव, कल्पना, भावना व कौशल्ये यांच्या बाबतीत विद्यार्थ्यांशी देवाण - घेवाण करीत असतो. शिक्षक ज्यावेळी एखादी कथा विद्यार्थ्यांना सांगत असतात त्यावेळी त्यांच्या शब्दाबरोबरच त्यांच्या शरीराची हालचाल, मुद्राभाव, त्यांच्या आवाजातील चढ-उतार यामधूनदेखील विद्यार्थ्यांना संकेत मिळत असतात व विद्यार्थ्यांवर त्याचा परिणाम होत असतो. काहीवेळा बोलणे ऐकणे या मार्गाने संदेश देण्याऐवजी दाखविणे पहाणे या मार्गाने संदेश देणे अधिक हितावह असते. उदा. आपल्या शरीरातील एखाद्या इंद्रियाची रचना विद्यार्थांना समजावून द्यावयाची आहे तर अशा वेळी त्या इंद्रियांचे मॉडेल दाखविणे हे महत्त्वपूर्ण ठरते.

१.९.३ - वर्गातील वर्गातंर्गत आंतरक्रिया प्रभावी होण्यासाठी घ्यावयाची दक्षता

वर्गातील वर्गातंर्गत आंतरक्रिया प्रभावी होण्यासाठी शिक्षकाला अत्यंत जागरूक राहणे आवश्यक असते. त्याने वर्गातंर्गत आंतरक्रिया प्रभावी होण्यासाठी काही गोष्टींकडे कटाक्षाने लक्ष पुरविले पाहिजे.

१) संदेशाची निवड व मांडणी - संदेशाची निवड करताना आपल्यासमोर विद्यार्थी गट (Target Group) कोणता आहे, त्याची कुवत किती आहे, त्यांना कशाची आवश्यकता आहे, त्यांची सांस्कृतिक पार्श्वभूमी कशी आहे तसेच संदेशाचे स्वरूप (काठिण्याच्या संदर्भात) कसे आहे इ. बाबी लक्षात घेऊन त्या अनुषंगाने शिक्षकाने विद्यार्थ्यांना द्यावयाच्या संदेशाचा विचार करणे अपेक्षित असते. उदा. जी पाठ्यवस्तू विद्यार्थ्यांमध्ये संक्रमित करावयाची आहे तिचे नियोजन व मांडणी व्यवस्थित करणे आवश्यक असते.

२) माध्यमाची निवड - संदेशाची निवड केली व त्याची योग्य मांडणी केली तरी तो संदेश कोणत्यामाध्यमातून दिला असता पुढच्या लक्ष्य गटाला प्रभावीपणे पोहोचेल याचाही विचार करावा लागतो. उदा. एखाद्या यंत्राची रचना कितीही सुंदर शब्दात ऐकविली तरी ती विद्यार्थ्यांना समजणार नाही. त्यासाठी प्रत्यक्ष यंत्राची रचना दाखविणे हाच त्यावर उपाय ठरतो.

३) प्रत्याभरण (Feed back) - शिक्षक कथन करीत असताना, विद्यार्थ्यांना जे समजले ते त्यांच्या चेहऱ्यावर दिसले पाहिजे. तसेच विद्यार्थ्यांनी त्यासंबंधी शंका विचारून, शिक्षकाला आपल्या संदेशात अथवा माध्यमात दुरुस्ती करण्यास अप्रत्यक्षपणे सुचविले पाहिजे. उदा. शिक्षक एखादा ऐतिहासिक प्रसंग रंगवून सांगत आहेत. परंतु विद्यार्थ्यांचा ऐतिहासिक स्थळांबाबत गोंधळ होत आहे. अशावेळी विद्यार्थ्यांनी ती चूक शिक्षकाच्या लक्षात आणून दिली पाहिजे. म्हणजे शिक्षक संबंधित भाग फलकावर आकृती काढून किंवा नकाशा वापरून स्पष्ट करतील. अशा प्रकारचे वर्गातंर्गत आंतरक्रिया होण्यासाठी विद्यार्थी व शिक्षक यांच्यामध्ये परस्पर विश्वास निर्माण झाला पाहिजे.

१.९.४ - वर्गातंर्गत आंतरक्रिया

वर्गामध्ये शिक्षक-विद्यार्थी यांत वर्गातंर्गत आंतरक्रिया चालत असते. किंबहुना वर्गातील अध्ययन-अध्यापन प्रक्रिया म्हणजेच वर्गातंर्गत आंतरक्रिया होय. शिक्षक आपले अनुभव, कल्पना, भावना व कौशल्ये यांबाबतीत विद्यार्थ्यांशी देवाण - घेवाण करित असतो. शिक्षक जेव्हा एखादी घटना विद्यार्थ्यांना सांगत असतो त्यावेळी त्याच्या शरीराची हालचाल, मुद्राभाव, त्यांच्या आवाजातील चढ-उतार यातूनसुद्धा विद्यार्थ्यांना विविध संकेत मिळत

असतात.

जेव्हा शिक्षक एखादी करुण रसपूर्ण कविता शिकवित असतील तर न सांगतादेखील त्यांच्या डोळ्यांत पाणी येत असेल तर याचाच अर्थ असा होतो की कविने दिलेला संदेश शिक्षक विद्यार्थ्यांपर्यंत पोहोचविण्यात सफल झाला. कदाचित तो संदेश ते शिक्षक पोहचवू शकले नसते. म्हणून बऱ्याच वेळा दाखविणे- पाहणे त्या मार्गाने संदेश हे बरेचसे सोयीस्कर ठरते. उदा. आपल्या शरीरातील इंद्रियसंस्था बोलणे ऐकणे किंवा लिहिणे वाचणे यापेक्षा दाखविणे पाहणे या मार्गाने अधिक प्रभावीपणे सांगता येईल. म्हणून दैनंदिन कामकाजात शिक्षक- विद्यार्थी यांत सतत वर्गांतर्गत वर्गातंर्गत आंतरक्रिया चालूच असते.

१.९.५ - वर्गातंर्गत आंतरक्रियेतील उपयुक्त शैक्षणिक मानसशास्त्रीय सिद्धांत

वर्गातर्गंत आंतरक्रिया ही शैक्षणिक वर्गातंर्गत आंतरक्रियाची कार्यात्मक बाजू आहे. या वर्गातंर्गत आंतरक्रियाद्वारेच शैक्षणिक नियोजन व्यवस्थापन यांचे मूल्यमापन होते, तेथेच शैक्षणिक नियोजनाची प्रत्यक्ष कार्यवाही होते. त्या कार्यवाहीत शिक्षक एक माहितीस्रोत किंवा प्रेषक म्हणून वर्गातंर्गत आंतरक्रियाचा अत्यंत महत्त्वाचा, जबाबदार घटक आहे. म्हणून शिक्षकाने वर्गातंर्गत आंतरक्रियातील आपली भूमिका ओळखूनच अध्यापन केले पाहिजे. म्हणूनच या प्रेषकाची भुमिका शिक्षकास समजण्यासाठी व प्रभावी वर्गातंर्गत आंतरक्रिया घडवून आणण्यासाठी मानसशास्त्रीय सिद्धांताचा उपयोग होतो. हे सिद्धांत पुढीलप्रमाण -

१) विकासाच्या उपपत्ती - शिक्षकाला आपला विद्यार्थी गट (ग्राहक) समजून घेण्यासाठी त्यांची बौद्धिक, भावनिक, सामाजिक, नैतिक विकासाची उपपत्ती माहिती असावी. उदा. बौद्धिक विकासाच्या पियाजेच्या उपपत्तीनुसार विद्यार्थी स्वयंकेद्रित असल्याने त्याला एकावेळी एकाच शब्दाचा अर्थ कळतो/समजतो. ५-८ वर्षांनंतर त्याचे सामाजिक बोलणे विकसित होते.

२) मानसशास्त्रीय अध्यापन प्रतिमाने - ही प्रतिमाने वर्गांतर्गत वर्गातंर्गत आंतरक्रिया प्रभावी करण्यास मदत करतात. उदा. आसुबेलचे अग्रत संघटक प्रतिमान, यांत अर्थपूर्ण अध्ययन हा या प्रतिमानाचा गाभा असल्याने वर्गातंर्गत आंतरक्रिया प्रभावी होऊ शकते.

अग्रत संघटक सादर केल्याने ज्ञानाचे एकत्रीकरण व परस्परसंबंध लक्षात येतो व संदेशाचा

एकजीनसीपणा, निश्चितता वाढते आणि विघटन कमी होते.

मानसशास्त्रीय कौशल्ये

वर्गांतर्गत वर्गातंर्गत आंतरक्रियाचा हेतू हा केवळ ज्ञानात्मक विकास नसून सामाजिक, भावनिक, नैतिक विकास हा सुद्धा आहे. त्या विकासासाठी विद्यार्थ्यात व्यक्तीअंतर्गत, आंतरव्यक्तिक वर्गातंर्गत आंतरक्रिया कौशल्ये विकसित करणे गरजेचे आहे.

ही कौशल्ये विद्यार्थी शिक्षकमधील, शिक्षक-विद्यार्थीमधील आंतरक्रियातून शिकतात. या आंतरक्रियेतून विद्यार्थ्यांना स्व जाणीव, स्व-नियंत्रण, स्वयंप्रेरणा, समायोजन, संघर्ष, व्यवस्थापन, मानसिक संरक्षण, यंत्रणांचा उचित वापर यासारखी मानसशास्त्रीय कौशल्ये शिकता येतात.

३) मानसशास्त्रीय अडथळे - प्रभावी वर्गातंर्गत आंतरक्रियासाठी वर्गातंर्गत आंतरक्रियातील मानसशास्त्रीय अडथळे दूर करणे गरजेचे असते. यासाठी आधुनिक तंत्रज्ञानावर आधारित अनेक वर्गातंर्गत आंतरक्रिया साधने उपलब्ध आहेत. या साधनांचा वापर करणे शिक्षकाला अवगत असले पाहिजे.

यासारखे आणखी कोणकोणते मानसशास्त्रीय सिद्धांत वर्गांतर्गत वर्गातंर्गत आंतरक्रियात उपयुक्त ठरतील. याचा विचार शिक्षकाने केला पाहिजे. तसेच शिक्षकांनी आपल्या विषयाची वैशिष्ट्ये अध्यापनाची उद्दिष्ट्ये लक्षात घेऊन प्रभावी संप्रेषण केले पाहिजे.

१.९.६ - वर्गातंर्गत आंतरक्रियेतील अडथळे

शिक्षक-विद्यार्थी यांत दैनंदिन कामकाजात वर्गातंर्गत आंतरक्रिया प्रक्रिया सतत चालूच असते. परंतु या वर्गातंर्गत आंतरक्रियात विविध अडथळे येत असतात. ते पुढीलप्रमाणे –

वर्गातंर्गत आंतरक्रिया प्रक्रियेत संदेश देणारा (प्रेषक) व संदेश घेणारा (ग्राहक) यांच्यामध्ये विचारांची, मतांची, अनुभवांची देवाण-घेवाण होत असते. प्रेषकाने दिलेला संदेश ग्राहकाने समजून घेतला पाहिजे व त्यानुसार कृती केली पाहिजे. या दोघांमध्ये एकवाक्यता यायला हवी पण ती येत नाही. आणि त्यामुळे वर्गांतर्गत वर्गातंर्गत आंतरक्रियात पोकळी निर्माण होते. कारण त्यात बरेच अडथळे येतात. ते भौतिक, बौद्धिक, स्थानिक, यांत्रिक किंवा सांस्कृतिक असे विविध स्वरूपाचे असतात. या अडथळ्यांवर जर मात करता आली तरच शिक्षकाला

वर्गांतर्गत वर्गातंर्गत आंतरक्रिया प्रभावीपणे साधता येईल. तर मग या वर्गांतर्गत वर्गातंर्गत आंतरक्रिया प्रक्रियेत येणाऱ्या प्रत्येक अडथळ्याला आपण सविस्तर पाहू या.

१. नियोजनाचा अभाव (Lack of Planning) - नियोजनाचा अभाव हा वर्गांतर्गत किंवा कोणत्याही वर्गातंर्गत आंतरक्रिया प्रक्रियेतील सर्वात मोठा अडथळा आहे. आपल्याला जो संदेश विद्यार्थ्याला द्यावयाचा आहे त्याचे उद्दिष्ट काय ? त्याचे महत्त्व काय ? तो किती कालावधीत पोहचायला हवा, तो ग्राहकाला नीट समजायला हवा इ. बाबींचे नियोजन करूनच संदेश द्यायला हवा. नियोजन न करता दिलेला संदेश ग्राहपर्यंत नीट पोहचत नाही व अर्थाचा अनर्थही होतो.

२. स्पष्टपणा व सातत्याचा अभाव (Poorly Expressed Message) - संदेश पाठविताना तो अचूक व समजेल अशा भाषेत असणे आवश्यक आहे. संदेश देताना उगीचच अलंकारिक भाषा, बोजड शब्दांचा मारा करू नये, कल्पना स्पष्ट नसणे इ. शब्दांचा वापर केला तर ग्राहक त्याला चटकन प्रतिसाद देऊ शकणार नाही व वर्गातंर्गत आंतरक्रिया प्रक्रियेत अडथळा निर्माण होण्याची शक्यता वाढते.

३. अकारण जास्त स्पष्टीकरण (Verbalism) - जर संदेश देणाऱ्याने संदेशाचे खुप विस्तृत वर्णन केले आणि वर्णन खूप लांबले तर संदेश शब्दजंजाळात अडकून पडेल. नेमका जो संदेश द्यायचा आहे तो भरकटला जाईल व ग्राहकाला संदेशाचा अर्थ समजणार नाही. त्याच्या मनात गोंधळ निर्माण होईल. वर्गातंर्गत आंतरक्रिया प्रक्रिया परिणामकारक होणार नाही. त्यामुळे अकारण लांबलचक स्पष्टीकरण हा वर्गातंर्गत आंतरक्रिया प्रक्रियेतील अडथळा होईल.

४. भौगोलिक अंतर (Geographical Distances) - जर संदेश देणारा आणि घेणारा दोन्हीही वेगवेगळ्या भौगोलिक प्रदेशाचे असतील तर त्या ठिकाणी दोघांत गोंधळ निर्माण होण्याची शक्यता असते. त्यामुळे वर्गावर्गात वर्गातंर्गत आंतरक्रियात उदाहरणें (संदेश) देताना ती उदाहरणे शिक्षक आणि विद्यार्थी दोन्हींच्या समान भौगोलिक वातावरणातीलच असावेत. म्हणजे गोंधळ निर्माणच होणार नाही.

५. वेळेची कमतरता (Time Management) - जर संदेश देणारा हा अनेक कामात गुंतून

असला, त्याला एका वेळेस अनेक कामे पार पाडायची असली तर तो संदेश व्यवस्थितपणे देऊ शकत नाही. तसेच संदेश घेणाऱ्यालासुद्धा वेळेच्या अभावी योग्य रीतीने संदेश स्वीकारता येत नाही. ही वेळेची कमतरता हा वर्गातंर्गत आंतरक्रिया प्रक्रियेत अडथळा निर्माण करतो.

६. भौतिक असुविधा (Physical Discomfort) - वर्गातंर्गत आंतरक्रिया प्रक्रियेत भौतिक असुविधा या अडथळयास कारणीभूत ठरतात. उदा. संदेशवहनाची प्रक्रिया जेथे व्हायची आहे तेथील वातावरण जर असुविधाजनक असेल म्हणजे खुप थंड किंव खुप गरम वातावरण, कोंदट वातावरण, गैरसोयीची बैठक व्यवस्था, उजेड नसणे, आसपास गोंगाट जसे बाजुला आयटीआय मधील मुलांच्या वर्कशॉपचा आवाज इ., आवाजाचे प्रदुषण असले तर संदेशवहनात अडथळा निर्माण होतो. विशेषकरून वर्ग अध्यापनात असुविधाजनक परिस्थिती अडथळे निर्माण करते.

७. बौद्धिक पातळी (Intellectual Level) - जर संदेश देणारा प्रेषक व संदेश घेणारा ग्राहक यांची समजबुद्धी, विचार करण्याची कुवत व बौद्धिक पातळी सारखी नसेल तर प्रेषकाने दिलेला संदेश ग्राहकाला नीट समजणार नाही व वर्गातंर्गत आंतरक्रिया प्रक्रियेत अडथळा निर्माण होतो.

८. भाषिक समस्या (Language Problem) - जेव्हा लेखी संदेश पाठवायचा असतो तेव्हा त्यातील शब्द, वाक्यरचना, भाषा यांना फार महत्त्व असते. ही भाषा ग्राहकाला समजणे आवश्यक असते. ग्राहकाने या वाक्यरचनेचा, शब्दांचा अर्थ योग्य प्रकारे लावला नाही तर अर्थाचा अनर्थ होण्याची शक्यता असते. याशिवाय संदेश ज्या भाषेत आहे, ती भाषा ग्राहकाला नीट अवगत नसली तरी संदेशाचे ग्रहण नीट होत नाही व अर्धवट संदेश ग्रहण केला जातो. या भाषेच्या समस्येमुळे वर्गातंर्गत आंतरक्रियाचा उद्देश साध्य होत नाही व वर्गातंर्गत आंतरक्रिया प्रक्रियेत अडथळा निर्माण होतो.

९. ग्राहकांची मोठी संख्या (जास्त वर्ग संख्या) (Large Size of Receivers) - जेव्हा संदेश तोंडी द्यायचा असतो व ग्राहकांची संख्या खूप जास्त असते त्यावेळी संदेशवहनाच्या प्रक्रियेत अडथळे निर्माण होतात. उदा. Boys, Girls, V.M. I इ. विद्यालयाच्या एक वर्गात

८० - ९० विद्यार्थी बसतात आणि ते सांभाळताना विद्यार्थी- शिक्षकांना अडचणी येतात. ते त्यांच्याशी नीट वर्गातंर्गत आंतरक्रिया साधू शकत नाही.

जर संदेश ऐकत असताना तो जर नीट ऐकू आला नाही किंवा श्रोते आपआपसात बोलत राहिले तर संदेशाकडे त्यांचे लक्ष केंद्रित होणार नाही. यामुळे वर्गातंर्गत आंतरक्रिया प्रक्रियेत अडथळा निर्माण होतो. ग्राहकांची मन:स्थिती गोंधळलेली असली की संदेश आपल्यासाठी नाही असे समजून त्याकडे लक्ष दिले जात नाही. अशावेळीही प्रक्रियेत ग्राहकांची मोठी संख्या हा एक अडथळा आहे.

१०. संदेश माध्यम (Medium of Message) - संदेश देताना प्रेषकाला संदेशाच्या प्रसारणासाठी योग्य त्या माध्यमाची गरज असते. म्हणून परिस्थितीनुरूप माध्यमाची निवड करावी लागते. कारण माध्यमावरच वर्गातंर्गत आंतरक्रियाची परिणामकारकता अवलंबून असते. संदेशाची लांबी, प्रेषक व ग्राहक यांच्यातील अंतर, संदेशाची तीव्रता, संदेशाचे स्वरूप इ. घटकांचा विचार करूनच हे माध्यम निवडावे लागते.

उदा. पत्राद्वारे संदेश द्यावयाचा झाल्यास त्याला पोहचावयास लागणारा वेळेचा विचार करावा लागेल. टेलिफोनद्वारा द्यायचा झाल्यास तो फोन करण्याची वेळ, टेलिफोन नंबर नेमक्या व अचूक शब्दात पोहोचणे, यांत्रिक बिघाड इ. चा विचार करावा लागेल.

इ-मेलद्वारे कळवायचे असल्यास ग्राहकाचा इ-मेल आयडी हवा. त्याने त्याचे अकौंट दररोज तपासले पाहिजे वगैरे बाबी लक्षात घ्याव्या लागतील.

११. पिढीमधील अंतर (Generation Gap) - वर्ग वर्गातंर्गत आंतरक्रियात ग्राहक व प्रेषक दोन्ही एकाच वयोगटातील असावे. जसे बी. एड्, एम.एड्, एम.एस्सी. चे विद्यार्थी; परंतु असे असत नाही व म्हणूनच त्यांची विचारसरणी, दृष्टीकोन इ. मध्ये तफावत आढळते. प्रत्येकाची विचार करण्याची, समस्या सोडविण्याची, समजून घेण्याची क्षमता यात मोठा फरक असतो व म्हणूनच प्रभावी वर्ग वर्गातंर्गत आंतरक्रियासाठी शिक्षक कितीही उच्चशिक्षित असला तरी त्याला विद्यार्थ्यांच्या पातळीबरोबर यावे लागते तरच वर्ग वर्गातंर्गत आंतरक्रिया प्रभावी बनते.

अशाप्रकारे जर हे अडथळे दूर करण्याचा प्रयत्न केला तर आपण प्रभावी वर्ग वर्गातंर्गत

आंतरक्रिया घडवून आणू शकतो.

१.९.७ - प्रभावी वर्गवर्गातंर्गत आंतरक्रियासाठी घ्यावयाची काळजी/दक्षता

वर्गातील अध्यापन प्रभावी होण्यासाठी प्रत्येक शिक्षक जास्तीत जास्त काळजी घेत असतो. एकदा का अध्ययन-अध्यापन म्हणजेच वर्गातंर्गत आंतरक्रिया हे जर मान्य केले की वर्गातंर्गत आंतरक्रियाच्या संदर्भात विचार करणे सोपे जाते.

वर्गातील वर्गातंर्गत आंतरक्रिया प्रभावी होण्यासाठी शिक्षकाला अत्यंत जागरुक राहावे लागते. त्यासाठी त्याने घ्यावयाची काळजी/दक्षता पुढीलप्रमाणे-

१) संदेशाची निवड व मांडणी - संदेशाची निवड करताना आपल्यासमोर विद्यार्थी गट कोणता आहे? त्याची कुवत किती आहे? त्यांना कशाची आवश्यकता आहे? त्यांची सांस्कृतिक पार्श्वभूमी कशी आहे? तसेच संदेशाचे स्वरूप कसे आहे? इ. बाबी लक्षात घेऊनच संदेशाचा विचार करावा. उदा. विज्ञानात अणूची रचना कितीही महत्त्वाची असली तरी ती चौथी, पाचवीला शिकविता येणार नाही.

म्हणून जी पाठ्यवस्तु विद्यार्थ्यांना शिकवायचा आहे त्याचे व्यवस्थित नियोजन करून नीट मांडणी करणे गरजेचे आहे. अन्यथा तो संदेश कितीही महत्त्वाचा असला तरी विद्यार्थ्यापर्यंत पोहोचणार नाही.

२) माध्यमाची निवड

संदेशाची निवड केली व त्याची योग्य मांडणी केली तरी तो संदेश कोणत्या माध्यमातून दिला असता पुढच्या लक्षगटाला प्रभावीपणे पोहचेल याचाही विचार करावा लागतो.

रेडिओवरील सुंदर कार्यक्रमदेखील खराब वातावरणामुळे नीट ऐकू येत नाही. त्याप्रमाणे येथेही घडण्याची शक्यता असते. उदा. एखाद्या यंत्राची रचना कितीही सुंदर शब्दात ऐकविली तरी ती विद्यार्थ्याला समजणार नाही. त्यासाठी प्रत्यक्ष यंत्राची रचना दाखविणे हाच त्यावर उपाय ठरतो. याउलट श्रावण महिन्यातील निसर्गाचे वर्णन करणाऱ्या कवितेतून कवी ज्यावेळी आपल्या भावना व कल्पना व्यक्त करतो, त्या भावना प्रत्यक्ष दाखविणे शक्य नसते. कित्येकदा श्रावण महिन्यातील एखादे दृश्य दाखविण्याचा शिक्षकाला मोह होतो. परंतु या ठिकाणी चित्र दाखविण्यापेक्षा कवीच्या भावना व कल्पना शब्दामधून व्यक्त करणे अधिक

परिणामकारक ठरते.

तसेच हा संदेश कोणत्या पद्धतीने दिल्यास योग्य ठरेल याचाही विचार करावा लागतो.

३) प्रत्याभरण - केवळ शिक्षकाने कथन करावयाचे, शिक्षकाने, दाखवायचे व वि. नी मूकपणे ऐकायचे किंवा पहायचे ही अवस्था आपण नेहमी पाहतो. परंतु हे खडे वर्गातंर्गत आंतरक्रिया नव्हे. कारण वर्गातंर्गत आंतरक्रियाच्या व्याख्येतच हीद्विकेंद्री क्रिया आहे असे आपण म्हटलेले आहे. म्हणजेच वर्गातंर्गत आंतरक्रियाच्या दुसऱ्या केंद्राचा सहभागदेखील तितकाच महत्त्वाचा आहे. शिक्षक कथन करीत असताना विद्यार्थ्यांना जे समजेल ते त्यांच्या चेहऱ्यावर दिसले पाहिजे. तसेच विद्यार्थ्यांनी त्यासंबंधी शंका विचारून शिक्षकाला आपल्या संदेशात/माध्यमात दुरुस्ती करण्यास अप्रत्यक्षपणे सुचविले पाहिजे. उदा. शिक्षक एखादा ऐतिहासिक प्रसंग रंगवून सांगत आहेत. परंतु विद्यार्थ्यांचा ऐतिहासिक स्थळांबाबत गोंधळ होत आहे. अशावेळी विद्यार्थ्यांनी तसे शिक्षकांच्या लक्षात आणून दिले पाहिजे. म्हणजे शिक्षक संबंधित भाग फलकावर आकृती काढून किंवा नकाशा वापरून स्पष्ट करतील. अशा प्रकारचे वर्गातंर्गत आंतरक्रिया होण्यासाठी विद्यार्थी व शिक्षक यांच्यामध्ये परस्पर विश्वास निर्माण झाला पाहिजे.

१.१० - वर्गातंर्गत आंतरक्रिया प्रक्रियेत बहुमाध्यमांची भूमिका

बहुमाध्यमांची वर्गातंर्गत आंतरक्रिया प्रक्रियेत एक महत्त्वाची भूमिका आहे.

१. उदाहरणे देण्यासाठी - अध्यापन करीत असताना एखादी संकल्पना स्पष्ट करण्यासठी विविध उदाहरणे द्यावी लागतात. पाठ्यपुस्तकात सर्वच संकल्पनांसाठी अधिकची माहिती किंवा भरपूर उदाहरणे किंवा दाखले देणे सोयीचे होत नाही. म्हणून शिक्षकांनी प्रत्येक विषयाच्या विषयीशाला अनुसरून असलेल्या संकल्पना,संबोध, घटना यांना अनुसरुन विविध दृष्टांत, उदाहरणे. दाखले यांच्या स्लाईड बनवूनसंगणकात किंवा सी.डी. मध्ये साठवून ठेवून अध्यापन करीत असताना सादर करून अध्यापन प्रभावी करता येते.

२. दुर्मिळ घटनांचे सादरीकरण करण्यासाठी - अध्यापन करीत असताना काही दुर्मिळ घटना घडून गेलेल्या असतात किंवा दूरवरच्या कोणत्याही भागात घडत असतात. अशा बाबींचे प्रत्यक्ष अनुभव विद्यार्थ्यांना देणे शक्य नाही. अशावेळी अशा घटनांचे इंटरनेटवरून व

अन्य ठिकाणी असलेले चित्र, आवाज व स्वतःची कल्पकता यांची एकत्रित गुंफण करून प्रभावी ॲनिमेशन स्लाईड तयार करून घ्याव्यात व संगणकात साठवून घ्याव्यात किंवा बाजारात उपलब्धअसलेल्या अशा कार्यक्रमाच्या सी.डी. विकत घेऊन त्यांचे पद्धतशीर नियोजन करून अध्यापन करतांना उपयोग करावा.

उदा. जीवंत ज्वालामुखी, विजेचे चमकणे व कडकडाट, पुराचे परिणाम, दलदलीच्या परदेशातील लोकांचे जीवन, वाघ, सिंह या प्राण्यांद्वारे हरिणांची शिकार, किटकभक्षी वनस्पती, धूमकेतू, सुरूंग स्फोट, सूर्यग्रहण, चंद्रग्रहण, ग्रहमाला, उल्कापात इ.

३. पाठ्यवस्तूवर आधारित माहितीचे सादरीकरण - शिक्षकाचे अध्यापन करीत असताना शिकवित असलेल्या विषयांवर आधारित मुख्य मुद्यांच्या माहितीचे मुद्दे तयार करून त्यांना साऊंड इफेक्ट, ॲनिमेशन देऊन स्लाईड तयार ठेवाव्यात व अध्यापन करीत असताना त्याचा उपयोग करावा. विद्यार्थ्यांचे अवधान टिकवून ठेवण्यासाठी विषयाचे आकलन सुलभ होण्यासाठी उपयोग होतो म्हणजेच अध्ययन अध्यापन प्रभावी होते.

४. तज्ज्ञ शिक्षकांच्या अध्यापनाचा लाभ - सर्वच विषय सर्वच शिक्षक प्रभावीपणे शिकवू शकतीलच असे नाही. कारण यासाठी त्यांचे विषय ज्ञान, कला, अनुभव, क्षमता या बाबी महत्त्वाच्या ठरतात. एखादा शिक्षक विशिष्ट घटक प्रभावीपणे शिकवित असेल तर त्या शिक्षकाच्या अध्यानाची दृकश्राव्य मुद्रण करून रिकाम्या वेळात अशा कार्यक्रमाचे प्रसारण करून विद्यार्थ्यांना त्याचा आस्वाद घेता येतो.

५. कार्टून टेक्नॉलॉजीचा अध्ययनात अध्यापनात उपयोग - विद्यार्थ्यांना कार्टून खूप आवडतात. विद्यार्थ्यांच्या आवडीचा विचार करून भाषा विषयातील कथा, कविता यावर कार्टून फिल्म तयार करून किंवा बाजारातील सी.डी.च्या रुपात विकत घेऊन विद्यार्थ्यांचे अध्ययन प्रभावी करता येते.

गणितातही या तंत्राचा मोठ्या प्रमाणात उपयोग करता येतो. कार्टून तंत्राचा उपयोग करून गणितातील विविध उदाहरणे कोड्याच्या रूपात मनोरंजक पद्धतीने तयार करून अध्ययन अध्यापनात उपयोग करता येतो.

६. विद्यार्थ्यांच्या ज्ञानाचे दृढीकरण करण्यासाठी - शिक्षकांनी शिकवित असलेल्या

भागावर आधारित भागावरील आधारित मुद्दे व प्रश्न यांच्या स्लाईड तयार करून ठेवाव्यात व पाठ शिकवून झाल्यावर या स्लाईडचा उपयोग करता येतो. विद्यार्थ्यांच्या ज्ञानाच्या दृढीकरणासाठी उपयुक्त आहे.

७. अध्यापनाची गुणवत्ता वाढीस लावण्यासाठी - संगणक व मल्टीमिडियाच्या उपयोगामुळे अध्यापन प्रभावी करण्यासाठी शिक्षकाला मोलाची मदत होते. एखादी संकल्पना स्पष्ट करण्यासाठी खूप वर्णन करण्याची गरज पडत नाही कारण संगणकावर ते चित्र, आवाज प्रत्यक्ष बघायला व ऐकायला मिळते म्हणून अध्यापन प्रभावी होते. अर्थातच अध्यापनाची गुणवत्ता वाढीस लागण्यास मदत होते.

८. वेळेची बचत - अध्यापनाला गतिमान करण्यासाठी मल्टिमिडीयाच्या वापरामुळे फलकावर लिहित राहणे, साहित्य हाताळत राहणे तसेच वर्णन करीत राहणे या बाबीला लागणाऱ्या वेळात बचत होऊन अध्यापन गतिमान व्हायला मदत होते.

९. विद्यार्थ्यांच्या क्षमतेनुसार अध्ययन - वर्गात विविध क्षमतेचे विद्यार्थी असतात. हुशार विद्यार्थ्यांना विषयाचे आकलन लवकर होते तर सामान्यांना वेळ लागतो. संगणकावर स्वयंअध्ययन संच तयार असेल तर विद्यार्थी स्वतःच्या क्षमतेनुसार व गतीनुसार अध्ययन करतील.

१०. उजळणी करण्यासाठी - संगणकावर आधारित स्वयंअध्ययन साहित्य तयार करून किंवा बाजारात इयत्तानुसार, विषयानुसार मिळणारे स्वयंअध्ययन साहित्य संगणकात लीड करून विद्यार्थी उजळणी करण्यासाठी उपयोग करू शकतात. वर्गात हजर नसलेल्या विद्यार्थ्यांनाही या स्वयंअध्ययन संचाचा अध्ययनासाठी व उजळणीसाठी उपयोग होतो

११. चाचणी घेण्यासाठी - विद्यार्थ्यांची ऑनलाईन चाचणी घेण्यासाठी संगणकाचा उपयोग होतो. विद्यार्थ्याला स्वतःच्या प्रगतीची जाणीव होण्यासाठी संगणकाचा उपयोग करता येतो.

१२. क्रियाशील राहून अध्ययनासाठी - संगणक व मल्टिमिडिया यांचा उपयोग करून विद्यार्थी स्वतः क्रियाशील कसा राहील? याचा विचार करूनच संगणक पाठ तयार केलेला असतो. एक माहिती दुसरीशी संबंधित असल्यामुळे व ध्वनी, चित्र यांची एकत्रित गुंफण

असल्यामुळे विद्यार्थी क्रियाशील राहून शिकत असतो.

१३. विद्यार्थ्यांच्या समस्या सोडविण्यासाठी - अध्ययन करीत असताना एखादा भाग विद्यार्थ्यांना समजला नाही तर विद्यार्थी संगणकाला विचारून उत्तर मिळवू शकतो. विद्यार्थ्यांची समस्या ताबडतोब सोडविली जाते व अध्ययन प्रभावी होते.

१४. डिक्शनरीचा उपयोग - 'ब्रिटानीका'सारख्या डिक्शनरी संगणकात साठवून ठेवल्यास एखाद्या संज्ञेची, विषयाची माहिती गरज पडेल तेव्हा पाहता येते. ही माहिती साध्या पद्धतीने व ॲनिमेशन करून तयार केलेली असते म्हणजे माहिती मिळविण्यासाठी खूप भटकावे लागत नाही.

१५. मनोरंजनातून अध्ययन-अध्यापन - विविध विषयांशी संबंधित माहितीवर आधारित मल्टिमिडियाचा वापर करून शैक्षणिक गेम्स तयार केल्यास विद्यार्थ्यांचे अध्ययन प्रभावी होईल. उदा. अ) 'कौन बनेगा करोडपती' या खेळाची पार्श्वभूमी घेऊन विविध विषयांवर आधारित प्रश्नसंच तयार करून शैक्षणिक खेळ तयार केल्यास विद्यार्थ्यांचे मनोरंजन तर होईल परंतु अध्ययन होईल व विषयाच्या अभ्यासाविषयी आवडही निर्माण होईल. ब) विद्यार्थ्यांना कार रेसिंग गेम आवडतात. याचा उपयोग करून भौतिकशास्त्र व गणितातील गतीवरील उदाहरणे सोडविण्यास मदत होईल असे शैक्षणिक खेळ संगणक तज्ज्ञांची मदत घेऊन तयार करावे.

१६. मोबाईल, संगणक व मल्टिमिडिया यांचाही अध्यापनात उपयोग - आज मोबाईल टेक्नॉलॉजी उदयास आलेली आहे. मोबाईलमध्ये रेकॉर्डिंग, फोटोग्राफी, एसएमएस सारख्या सुविधा उपलब्ध आहेत. शिक्षकांनी आपल्या परिसरातील विविध घटना, प्रसंग यांचे रेकॉर्डिंग करून, चित्र काढून त्या संगणकात लोड करून मल्टिमिडियाचा उपयोग करून स्लाईड तयार करून अध्यापन करतेवेळी उपयोग करावा. परिसरातील घटना, प्रसंग व आपल्या विषयाची सांगड घातल्या गेल्यामुळे अध्यापन प्रभावी तर होतेच सोबत पसिरातूनच खूप काही मिळविण्यासारखे आहे याची जाणीवही विद्यार्थ्यांना होते. परिसरातील घटनांचे निरीक्षण करण्याची प्रेरणाही विद्यार्थ्यांना मिळते.

समारोप

भाषेच्या माध्यमाने विचारांचे आदानप्रदान होत असले तरी त्या विचारांना विशिष्ट दृष्टिकोन असणे गरजेचे असते. म्हणून भाषेच्या माध्यमाने विविध दृष्टिकोन वेळोवेळी व्यक्तीला व्यक्त करावे लागते. आणि म्हणून भाषेच्या विविध अंगांचा विचार करण्याची क्षमता व्यक्तीमध्ये विकसित होणे आवश्यक आहे. प्रत्येक व्यक्तीची स्वतंत्र विचारसरणी असते. आणि म्हणून प्रसंगानुरुप विविध माहितीचे स्रोत व्यक्तीकडे जमा होत असतात. या स्रोतांच्या माध्यमाने व्यक्तीचा दृष्टिकोन विकसित होत असतो. भांषा या दृष्टिकोनाचा विकास करण्यामध्ये महत्त्वपूर्ण भूमिका बजावित असते.

सरावासाठी प्रश्न

१. अभ्यासक्रमांतर्गत भाषा संकल्पना स्पष्ट करून त्याची व्याप्ती आणि महत्व सविस्तर लिहा.

२. भाषेच्या व्याख्या लिहून भाषेचे स्वरूप उदाहरणासह स्पष्ट करा.

३. भाषेचे निकर्ष कोणते आहेत ते लिहून विविध शाखांमधील संवादाची साधने स्पष्ट करा.

४. भाषा वैविध्य ही संकल्पना विविध संदर्भ आणि विविध विषय याद्वारे स्पष्ट करा.

५. बहुभाषिक वर्गखोल्यातील ध्येय धोरणे लिहून बहुभाषिक वर्गामध्ये येणारी आव्हाने व समस्या यांवर चर्चा करा.

६. बहुभाषिक वर्गखोलीच्या प्रयुक्त्या कोणत्या? थोडण्यात स्पष्ट करा.

७. अभ्यासक्रमांतर्गत भाषेची उद्दिष्ट्ये लिहा.

८. भाषेची कौशल्ये लिहा.

९. वर्गातर्गत आंतरक्रीयेचे प्रकार लिहून त्यावर भाषेचा प्रभाव कसा पडतो ते स्पष्ट करा.

१०. वर्गातील आंतरक्रीया प्रभावी होण्यासाठी एक शिक्षक म्हणून तुमची भूमिका स्पष्ट करा.

११. वर्णातर्गत आंतरक्रिया प्रक्रियेत बहुमाध्यमांची भूमिका स्पष्ट करा.

१२. भाषेचा अर्थ लिहून व्याख्या, व्याप्ती आणि कार्य स्पष्ट करा.

१३. वर्गखोलीतील भाषेची कार्य स्पष्ट करा

१४. अभ्यासक्रमांतर्गत भाषेचा अर्थ लिहून एक भाषिकता द्विभाषिकता आणि बहुभाषिकता यामधील फरक स्पष्ट करा.

१५. योग्य उदाहरणांसह मातृभाषेतील शिक्षणाविषयी आपले मत स्पष्ट करा.

१६. भाषा संपादनाच्या विविधतेचा सिद्धांत कशावर आधारित आहे थोडक्यात स्पष्ट करा.

१७. भाषेवर प्रभाव टाकणारे घटक स्पष्ट करा.

प्रकरण - २

शाळा आणि भाषा

भाषा मानवी सभ्यतेच्या विकासाचे प्रमुख साधन मानले जाते. समृद्ध भाषा व्यक्तीविकासात सर्वात महत्वाची भुमिक बजावत असते. आपण आपले विचार, सुखदुःख, द्वेष इ. भावना शब्दांद्वारे प्रकट करतो. जीवनाचे सर्व व्यवहार भाषेच्या सहाय्यानेच करतो. हीच भाषा मानवांना एकत्र आणून त्यांचा समाज निर्माण करते आणि हा समाज एकत्र बांधून ठेवण्याचे महान कार्यसुद्धा भाषाच करते. भाषा जर येत नसेल समाजनिर्मितीसाठी समस्या निर्माण होतात. त्यामुळे विद्यार्थ्यांच्या अध्ययनावर भाषेचा परिणाम होतात.

२.१ - विद्यार्थ्यांच्या अध्ययनावर भाषेचा परिणाम

१) परस्पर संबंधासाठी - भाषेमुळेच मानवांचा संबंध अतुट राहतो. एक कुटुंब, धर्म, पंथ, संस्कृती ही भाषेमुळेच टिकून राहते. भाषेमुळेच मनुष्य आपले मनोगत व्यक्त करतो.

भाषा जर अवगत नसेल तर त्याचा परस्पर संबंधावर आणि अध्ययनावर परिणाम दिसून येईल.

२) माहिती व आचार-विचारांची देवाणघेवाणासाठी - नव-नवी माहिती मिळविणे, मनोरंजन करणे, यासाठी वाचन, लेखन यावर प्रभुत्व मिळायला हवे, माहितीचे स्रोत हे ग्रंथांमधून दिलेले असतात. या ग्रंथवाचनाने त्यातील माहितीचे भंडार आपल्यासाठी खुले होते. पण त्याची किल्ली मात्र आपल्याला ती भाषा येणे ही असते. उदा. इंग्रजीत खूप मोठे ज्ञानभंडाराचा उपयोग होत नाही. आपल्या मातृभाषेवर प्रभुत्व नसेल तर निरनिराळे ग्रंथ, वर्तमानपत्रे, नियतकालिके यामधून हे ज्ञानभांडार आपल्यापर्यंत पोहोचू शकणार नाही. अगदी दूरदर्शनवरचे कार्यक्रम जरी आपल्याला समजायचे असले तरी आपल्या भाषेतील कार्यक्रम आपल्याला अधिक चांगले कळतात. कारण आपल्याला ती भाषा येत असते. भाषेशिवाय आचार-विचारांचे आदानप्रदान होऊ शकत नाही. भाषा जर अवगत नसेल तर माहिती व आचारविचारांची देवाणघेवाणीसाठी विद्यार्थ्यांच्या अध्ययनावर भाषेचा परिणाम होतो.

३) समाजनिर्मितीसाठी - भाषेने आपणास अंतर्बाह्य व्यापून टाकले आहे. आपण जेथे

कोठे एकत्र येऊ, तेथे आपण आपले विचार, सुखदुःख, द्वेष इ. भावना शब्दांद्वारे प्रकट करतो. जीवनाचे सर्व व्यवहार भाषेच्या सहाय्यानेच करतो. हीच भाषा मानवांना एकत्र आणून त्यांचा समाज निर्माण करते आणि हा समाज एकत्र बांधून ठेवण्याचे महान कार्यसुद्धा भाषाच करते. भाषा जर येत नसेल समाजनिर्मितीसाठी समस्या निर्माण होतात. त्यामुळे विद्यार्थ्यांच्या अध्ययनावर भाषेचा परिणाम होतात.

४) आर्थिक व राजकीय व्यवस्थासाठी - दैनंदिन जीवनातील आर्थिक बाबी आणि राजकीय पक्षांची धोरणेही भाषेद्वाराच मांडली जातात. जर त्या त्या भाषा माहित नसेल तर आर्थिक व राजकीय व्यवस्था व्यवस्थित चालू शकत नाही. त्यामुळे विद्यार्थ्यांच्या अध्ययनावर भाषेचा परिणाम होऊ शकतो.

५) विचार व भावना प्रकटीकरणासाठी - मानव आपले विचार व भावना, सुख-दुःख भाषेद्वाराच प्रगट करीत असतो आणि जर भाषेचा मर्मही माहित नसेल तर विचार व भावना प्रगटीकरणासाठी समस्या निर्माण होते. त्यामुळे विद्यार्थ्यांच्या अध्ययनावर भाषेचा परिणाम होऊ शकतो.

६) संस्कृतीसाठी - भाषेमुळेच आपली मूळ परंपरा कळते व ती टिकून राहते. आचारकल्पना व धर्मकल्पना कळतात व त्यामुळे संस्कृती टिकून राहते. म्हणून संस्कृती संरक्षणाचे व संवर्धनाचे कार्य भाषाच करते. जर भाषा अवगत नसेल तर संस्कृती कळत नाही. त्यामुळे विद्यार्थ्यांच्या अध्ययनावर भाषेचा परिणाम होऊ शकतो.

७) आत्मप्रगटीकरणासाठी - कोणतीही व्यक्ती आपले विचार, सुख- दुःख, आशा-आकांक्षा, क्रोध, प्रेम भाषेद्वारेच प्रगट करते व अशाप्रकारे आत्मप्रगटीकरणाचे कार्य भाषेद्वारेच होते. भाषा ही मानवी जीवनाशी एकरुप झाली आहे. समुद्रात पाणी व लाटा यांचा जो संबंध तोच भाषा व जीवन यांचा संबंध आहे. जर भाषा माहित नसेल तर आत्मप्रगटीकरण होत नाही. त्यामुळे विद्यार्थ्यांच्या अध्ययनावर भाषेचा परिणाम होतो.

८) सामाजिक एकतासाठी - भाषेमुळे आपले मानवी जीवन पोसले जाते. आणि भाषेमुळेच सामाजिक एकता साधली जाते. भाषाच माहित नसेल तर सामाजिक एकता घेण्यास समस्या निर्माण होऊ शकते. त्यामुळे भाषा अवगत नसेल तर सामाजिक एकता होऊ

शकत नाही. म्हणून विद्यार्थ्याच्या अध्ययनावर भाषेचा परिणाम होतो.

९) राष्ट्रीय एकात्मतासाठी - भाषेमुळेच आपल्यास राष्ट्रीय एकात्मतेची जाणीव होते. भाषामुळे एकोप्याची भावना निर्माण होते. भाषा जर परिपूर्ण अवगत असेल तर राष्ट्रीय एकात्मता निर्माण होऊ शकत नाही. त्यामुळे विद्यार्थ्याच्या अध्ययनावर भाषेचा परिणाम होऊ शकतो.

१०) व्यक्तिमत्व विकासासाठी - व्यक्ती विकासामध्ये भाषेद्वारे विचारांचे आदानप्रदान करण्याची प्रक्रिया महत्त्वपूर्ण भूमिका बजावते. भाषेमुळे व्यक्ती आपला प्रभाव दाखवू शकते. आपले विचार किती प्रभावी व चांगले आहे याची मांडणी भाषेमुळे उत्कृष्टपणे करता येते. यासाठी भाषाही तेवढीच प्रभावी व शुद्ध असणे गरजेचे असते. जास्तीत जास्त ज्ञानाचे प्रकटीकरण आणि माहितीचे विस्तारीकरण भाषेमुळे होत असते. यादृष्टीने व्यक्तिमत्व विकास घडवून आणण्यासाठी भाषा एक महत्त्वपूर्ण साधन आहे.

२.२ - तुटीचा सिध्दांत (Deficit Theory)

तुटीचा सिध्दांत हे राज्य वित्तीय धोरणांमधील महत्वाचे साधन मानले जाते. एखादी वित्तीय तूट भरून काढण्यासाठी तसेच सार्वजनिक खर्च भागविण्यासाठी पैसे उपलब्ध करण्याचा मार्ग म्हणून तूटींचा सिध्दांत कार्य करतो.

तूटींच्या सिध्दांतामधील तूटींचा अर्थ भरणा हा महत्वपूर्ण घटक आहे. तूटींचा अर्थभरणा म्हणजे अतिरिक्त पैशाची निर्मिती होय. सार्वजनिक खर्चाच्या वाढीसी व उत्पन्नाच्या प्रमाणाशी त्याचा संबंध असतो. त्यामुळे तुटीच्या अर्थभरणाच्या पध्दती व खर्च हा सर्वच देशांमध्ये वेगवेगळ्या पध्दतीने बदलेला जाणवतो.

तुटीचा सिध्दांताचा अर्थ

तूट सिध्दांत म्हणजे शिक्षातील जे विद्यार्थी इतर सर्वसामान्य विद्यार्थ्यापेक्षा शैक्षणिक प्रक्रियेत कमकुवत आहेत अशा विद्यार्थ्यांची उणीव भरून काढण्यासाठी शैक्षणिक व प्रक्रियेत सुधारणा करणे होय.

("The 'Deficit Theory' of education Posits that students who differ from the norm in a significant way should be considered deficient, and that the educational process must correct these deficiencies.")

तुटीच्या सिध्दांतामध्ये विद्यार्थ्याच्या विविध उणीवा तसेच शिक्षण घेत असतांना असलेली मंद गती किंवा इतर सामाजिक व कौटुंबिक कारणामुळे इतर विद्यार्थ्यापेक्षा वेगळेपण दिसत असेल तर अशा विद्यार्थ्यांच्या कमकुवत बाजू दूर करून त्यांना सर्वसामान्य विद्यार्थ्यासारखे सामान्य जीवन जगण्यासाठी प्रेरित करण्याची प्रक्रिया केली जाते.

ओटो या शिक्षणतज्ञाने जी मुले आर्थिक वंचित आणि गरीबीत राहतात. आणि सर्वसामान्य मुले यांच्यातील भाषिक फरकाचा संशोधनात्मक अभ्यास केला आहे. यामध्ये त्यांनी या मुलांचे जीवन पैलू, त्यांच्या बोलण्याचे नमुने, भाषेचा वापर, वर्तनाची शैली व सामाजिक विचारांचे आदान-प्रदान यांच्यातील करण्याचे वर्णन केले आहे. त्यांनी या अहवालात असे म्हटले आहे की, मध्यम वर्गातील मुले तसेच आर्थिक दृष्टया वंचित समुदायातील मुले मध्यम आणि उच्च वर्ग वातावरणात यशस्वी झालेले नाहीत.

तूट संकल्पनेमध्ये शिक्षक वर्गातील समस्याप्रधान मुले आणि सामान्य मुले यांना नैसर्गिकरित्या शाळेत एकत्रित आणून मुलांचे ज्ञान वाढवून त्यांच्यात क्षमता, कौशल्ये वाढविण्यासाठी त्यांना केंद्रीत ठेवतो आणि वेळोवेळी विद्यार्थी अध्ययन करत असतांना त्यांचे काही चुकत असल्यास अथवा त्रुटी जाणवत असल्यास तसे विद्यार्थ्यांना सूचित करतो व योग्य दिशेने अध्ययन होण्यासाठी मार्गदर्शन करतो.

आर्थिक दृष्ट्या वंचित मुलांच्या शैक्षणिक समस्या जाणून घेऊन त्यावर शिक्षकांनी योग्य ते मार्गदर्शन करणे तसेच वेळोवेळी चुका शोधून त्या दूर करण्याचा प्रयत्न करणे योग्यच आहे. मात्र एवढ्याने प्रभावी उपयोग होईलच याची शाश्वती देता येणार नाही यामुळे शिक्षकाच्या भूमिकेबरोबरच तुटीच्या सिध्दांताचा प्रभावी उपयोग होण्यासाठी नियोजन, कार्यवाही, प्रत्याभरण, मूल्यांकन आणि पुनर्प्रक्रिया ह्या नियोजन चक्राच्या आधारे प्रभावी असे आदर्श त्रुटीचे मॉडेल तयार करून सर्वस्तरावर त्याचा उपयोग होईल याची दक्षता घेऊन ते राबवावे.

तुटीच्या सिध्दांताची गरज

आर्थिक स्तरावरील वंचित मुले यांची तुट सामावून घेण्यासाठी तुटीच्या सिध्दांताची गरज आहे ती खालीलप्रमाणे

१. आर्थिक प्रगती

२. वंचित मुलांच्या समस्या सोडविणे.

३. साधनसामग्रीची गतिशीलता वाढविणे.

४. वैचारिक विकासाचे उपक्रम

५. रोजगाराचे मार्गदर्शन

६. त्रुटीचे मॉडेल राबविणे

७. विद्यार्थ्यावर सातत्यपूर्ण लक्ष ठेवणे

८. व्यक्तिगत मार्गदर्शन

९. मार्गदर्शन व समुपदेशन वर्ग चालविणे (आर्थिक व वंचित गटातील मुलांसाठी)

१०. विद्यार्थ्यामधील अंतर कमी करणे

२.३ - भाषिक विविधतेचा वर्गावर होणारा परिणाम

१. आकलनावर परिणाम - भारत देश खंडप्राय देश आहे. वेगवेगळ्या बोली भाषाही बोलल्या जातात. आणि वर्गामध्येही वेगवेगळ्या बोली भाषा असणारे विद्यार्थी असतात. शिक्षक हा ही एक बोली भाषा बोलणारा व्यक्ती असतो. पण तो विषय ज्या भाषेत असेल त्या भाषेत शिकवतो. म्हणून काही विद्यार्थ्यांच्या आकलनावर परिणाम होतो. म्हणून भाषिक विविधतेचा वर्गावर होणारा परिणाम दिसून येतो.

२. भाषाचा परिणाम - भारत हा विविधतेने नटलेला देश आहे. भारतात बहुभाषिक लोक राहतात. प्रत्येकाची भाषा वेगवेगळी आहे. या विविध भाषांचा वर्गात शिकणारे विद्यार्थ्यांवरही परिणाम घडत असतो. म्हणून भाषिक विविधतेचा वर्गावर परिणाम होतो.

३. धर्माचा परिणाम - भारतामध्ये विविध धर्माचे लोक राहतात. प्रत्येक व्यक्ती कुठल्या कुठल्या धर्माचा राहतो. त्या धर्माचा पगडा त्याच्यावर असतो. त्यांची भाषाही असते. त्यामुळे शिक्षक व विद्यार्थी हा ही कुठल्यातरी एकमेकांमध्ये संप्रेषणामुळे वर्गावर परिणाम होतो.

जर आपल्याला त्या धर्माची भाषा अवगत नसेल तर धर्माच्या माहिती मिळणार नाही. म्हणून भाषिक विविधतेचा वर्गावर होणारा परिणाम दिसून येतो.

४. जातीचा परिणाम - भारतामध्ये बहुभाषिक बोलणारे लोक राहतात. वेगवेगळ्या

जाती-धर्माचे लोक राहतात. त्यांची वेगवेगळी भाषाही असते. प्रत्येक जाती-धर्माची संस्कृतीही असते. म्हणून वर्गात असणारे शिक्षक व विद्यार्थी कुठल्यातरी जातीचे असतात. त्यांची भाषाही असते. म्हणून एकमेकांशी संवाद साधत असतात. म्हणून जातीचाही परिणाम भाषिक विविधतेचा वर्गावर परिणाम होतो.

५. प्रांताचा परिणाम - भारत देश विविधतेने नटलेला देश आहे. वेगवेगळया धर्माचे, जातीचे व विविध भाषा बोलणारे लोक राहतात. संस्कृतीची देवाणघेवाण व आचारविचाराची देवाणघेवाणही चांगल्या प्रकारे होत असते. भारत विविध प्रांतही आहेत. या प्रांताची सिमाही आखलेल्या आहेत. आणि ज्या-त्या प्रांताची भाषाही असते. प्रत्येक प्रांत स्वत: चा विकास साधण्याकडे लक्ष देत असतो. पण काही प्रांताचे लोक उदरनिर्वाहासाठी दुसऱ्या प्रांतात जातात व त्या ठिकाणी उदरनिर्वाह करत असतात. कळतनकळत प्रांताचा व भाषाचा परिणामही होत असतो.

काही ठिकाणी प्रांताप्रांतामध्ये संघर्ष चालत असतो. उदरनिर्वाह करणारा व्यक्ती त्या-त्या प्रांताची भाषा अवगत असते. म्हणून दैनंदिन ठिकाणी संप्रेषणामध्ये त्या भाषा अधूनमधून येत असते. म्हणून प्रांताचाही परिणाम भाषिक विविधतेचा वर्गावर परिणाम दिसून येतो.

२.४ - मानक भाषेच्या गतिशीलतेची शक्ती

१. देशभक्ती भावना प्रज्वलित करण्यासाठी - भारत देश हा खंडप्राय देश आहे. या देशात वेगवेगळया जाती-धर्माचे लोक राहतात.त्याच्या वेगवेगळया बोलीभाषाही आहेत.

भारत देशावर वेगवेगळया सत्तांनी सत्ता प्रस्थापित केल्या व त्यांनी भारतीय लोकांवर अन्याय, अत्याचारही केले. परंतु प्रत्येक आपल्या मातृभाषेतून वेगवेगळया लेखाद्वारे, वर्तमानपत्राद्वारे देशातील लोकांमध्ये देशभक्तीची भावना प्रज्वलीत केली. त्यामुळे भारत स्वतंत्र झाला. म्हणजे मानक भाषेमुळे लोकांमध्ये देशभक्तीची भावना जागृत करता आली.

२. समाज जागृतीसाठी - भारत विविधतेने नटलेला देश आहे. भारतात वेगवेगळे जातीधर्माचे लोक राहतात. प्रत्येक व्यक्ती हा समाजात राहू इच्छितो. म्हणून समाजमधील असणारे नियम तो पाळत असतो. हे नियम काही चांगले स्वरुपाचे व काही बुरसटलेले विचाराचेही असतात. म्हणून मानक भाषेमुळे बुरसटलेले विचार दूर करण्यासाठीही मदत

होते. म्हणजेच समाजात असणाऱ्या विविध अनिष्ट चालीरीती दूर करण्यासाठी मानक भाषामुळे समाज जागृतीचे काम करता येते.

३. वैज्ञानिक दृष्टी जागृत करण्यासाठी - मानव हा समूह करून राहतो. या समूहामध्ये/समाजामध्ये वेगवेगळ्या चालीरितीही असतात. यात काही अनिष्ट चालीरीती दूर करण्यासाठी समाजामध्ये वैज्ञानिक दृष्टिकोन जागृत करण्यासाठी मानक भाषा मदत करत असते. कारण भाषेमुळे यातील चांगले काय आहे व वाईट काय आहे हे समजते. म्हणून मानक भाषेमुळे समाजामध्ये वैज्ञानिक दृष्टिकोन जागृत करता येतो.

४. व्यक्तीमत्व विकासासाठी - मानव प्राणी हा प्राचीन काळापासून तर आतापर्यंत स्वत:चा विकास साधण्याचा प्रयत्न करत असतो आणि या विकासातून स्वतःला साध्य करतो. म्हणून मानक भाषेमुळे आपल्याला स्वतःचा विकास करता येईल हे समजते. म्हणजे स्वत:चा व्यक्तिमत्वाचा विकास करण्यासाठी वेगवेगळ्या माध्यमातून आपले विकासाचे पैलू भक्कम करण्यास मदत होते. म्हणून मानक भाषेमुळे व्यक्तिमत्व विकास साधता येतो.

५. संस्कृती उत्थनासाठी (जागृती/परिवर्तन) - भारत देश हा संस्कृतीमय देश आहे. जगामध्ये भारतीय संस्कृतीला प्राचीन संस्कृती मानली जाते. भारतातील संस्कृती ही एक पिढीकडून दुसऱ्या पिढीकडे हस्तांतरीत होत असते. भारतीय संस्कृतीचे विविध दर्शन भाषिक रचनेमुळे आजपर्यंत सुरक्षित राहिलेले आहे. यादृष्टिने संस्कृती उत्थानासाठी विविध विचारांची मांडणी सुरक्षित ठेवण्यासाठी भाषा महत्त्वपूर्ण कार्य करते. हजारो वर्षापासून भारतीय संस्कृती चालत आलेली आहे आणि आजही सुरु आहे. अर्थातच अत्यंत महत्त्वपूर्ण अशी परंपरा जोपासण्याचे कार्य मौखिक आणि लिखित स्वरुपात भाषेमुळे सुरु आहे.

२.५ भाषेचे कार्य व तिची मूलभूत संकल्पना: संप्रेषणात्मक , ग्रहणशील आणि अभिव्यक्त.

भाषेच्या कार्यामध्ये तीन मूलभूत संकल्पना समाविष्ट आहेत: संप्रेषणात्मक, ग्रहणशील आणि अभिव्यक्ती. या संकल्पना भाषेच्या मुख्य कार्यांचे प्रतिनिधित्व करतात आणि व्यक्ती आणि समुदायांमध्ये संवाद, आकलन आणि अभिव्यक्ती सुलभ करण्यात महत्त्वपूर्ण भूमिका बजावतात. भाषा ही संप्रेषणाचे साधन म्हणून काम करते जी व्यक्तींना इतरांशी माहिती,

कल्पना आणि भावनांची देवाणघेवाण करण्यास सक्षम करते. शाब्दिक आणि अशाब्दिक संवादाद्वारे व्यक्ती संदेश देतात, अनुभव सामायिक करतात आणि सामाजिक संबंध स्थापित करतात. भाषेचे संप्रेषणात्मक कार्य परस्परसंवाद आणि सहयोग सुलभ करते, व्यक्तींना संभाषणात सहभाग घेण्याची, अर्थ वाटाघाटी करण्यास आणि त्यांच्या कृती इतरांशी समन्वयित करण्यास अनुमती देते. बोललेले शब्द, हावभाव, चेहऱ्यावरील हावभाव किंवा लिखित मजकूर असो, भाषा विचार, भावना आणि हेतू व्यक्त करण्यासाठी एक साधन म्हणून काम करते, ज्यामुळे समुदायांमध्ये सामाजिक एकता आणि सहकार्य वाढवते. शिवाय, नातेसंबंध निर्माण करण्यासाठी, संघर्षांचे निराकरण करण्यासाठी आणि वैयक्तिक नातेसंबंधांपासून व्यावसायिक वातावरणापर्यंत विविध संदर्भांमध्ये सामाजिक संवाद साधण्यासाठी प्रभावी संवाद कौशल्ये आवश्यक आहेत.

भाषा एक ग्रहणक्षम कार्य करते ज्यामुळे व्यक्तींना इतरांनी दिलेले संदेश समजण्यास सक्षम करते. ग्रहणक्षम भाषा कौशल्यांमध्ये अर्थ समजून घेण्यासाठी आणि सादर केलेल्या माहितीचा अर्थ काढण्यासाठी बोलल्या जाणाऱ्या किंवा लिखित भाषेचे ऐकणे, वाचणे आणि त्याचा अर्थ लावणे समाविष्ट आहे. प्रभावी ग्रहणक्षम भाषा कौशल्ये शैक्षणिक यशासाठी मूलभूत आहेत कारण ते विद्यार्थ्यांना शिकवण्यायोग्य सामग्री समजून घेण्यास, मौखिक सूचनांचे पालन करण्यास आणि विविध विषयांच्या जटिल शैक्षणिक सामग्रीमध्ये व्यस्त ठेवण्यास सक्षम करतात. शैक्षणिक प्रणालीत वर्गातील चर्चांमध्ये भाग घेण्यासाठी, पाठ्यपुस्तके आणि इतर शिक्षण सामग्री समजून घेण्यासाठी आणि असाइनमेंट आणि मूल्यांकन पूर्ण करण्यासाठी ग्रहणक्षम भाषा कौशल्ये आवश्यक आहेत. याव्यतिरिक्त ग्रहणक्षम भाषा कौशल्ये दैनंदिन जीवनात महत्त्वाची भूमिका बजावतात ज्यामुळे व्यक्तींना संभाषणे समजून घेता येतात, चिन्हे आणि चिन्हांचा अर्थ लावता येतो आणि त्यांच्या सभोवतालचे जग प्रभावीपणे अभिव्यक्त होते. भाषा एक अभिव्यक्त कार्य करते ज्यामुळे व्यक्तींना त्यांचे विचार, भावना आणि कल्पना इतरांपर्यंत पोचवता येतात. अभिव्यक्त भाषा कौशल्यांमध्ये बोलणे, लिहिणे आणि एखाद्याचे विचार आणि भावना व्यक्त करण्यासाठी संवादाचे इतर प्रकार वापरणे यांचा समावेश होतो. अभिव्यक्त भाषेद्वारे व्यक्ती त्यांची

सर्जनशीलता व्यक्त करू शकतात, त्यांचे अनुभव सामायिक करू शकतात आणि त्यांच्या गरजा आणि इच्छांचे समर्थन करू शकतात.

प्रभावी अभिव्यक्ती भाषा कौशल्ये आत्म-अभिव्यक्ती आणि परस्पर संबंध निर्माण करण्यासाठी आवश्यक आहेत. शैक्षणिक प्रणालीमध्ये कल्पना संप्रेषित करण्यासाठी, युक्तिवाद सादर करण्यासाठी आणि जटिल संकल्पनांचे आकलन प्रदर्शित करण्यासाठी अभिव्यक्त भाषा कौशल्ये महत्त्वपूर्ण आहेत. याव्यतिरिक्त, व्यावसायिक संप्रेषणामध्ये अभिव्यक्त भाषा कौशल्ये महत्त्वपूर्ण भूमिका बजावतात, ज्यामुळे व्यक्तींना त्यांचे कौशल्य स्पष्ट करता येते आणि सहकाऱ्यांसोबत प्रभावीपणे सहयोग करता येतो. भाषेच्या कार्यामध्ये तीन मूलभूत संकल्पना समाविष्ट आहेत: संप्रेषणात्मक, ग्रहणशील आणि अभिव्यक्ती. या संकल्पना भाषेच्या मुख्य कार्यांचे प्रतिनिधित्व करतात आणि व्यक्ती आणि समुदायांमध्ये संवाद, आकलन आणि अभिव्यक्ती सुलभ करण्यात महत्त्वपूर्ण भूमिका बजावतात. ही भाषा कौशल्ये समजून घेऊन आणि विकसित करून व्यक्ती इतरांशी प्रभावीपणे संवाद शाधू शकतात, माहिती समजून घेऊ शकतात आणि विविध संदर्भांमध्ये स्वतःला व्यक्त करू शकतात, ज्यामुळे त्यांच्या वैयक्तिक, शैक्षणिक आणि व्यावसायिक यशामध्ये योगदान होते. तिसरे म्हणजे, भाषा एक अभिव्यक्त कार्य करते, ज्यामुळे व्यक्तींना त्यांचे विचार, भावना आणि हेतू इतरांपर्यंत पोचवता येतात. अभिव्यक्त भाषा कौशल्यांमध्ये बोलणे, लिहिणे आणि मौखिक आणि लिखित संवादाद्वारे स्वतःला व्यक्त करणे समाविष्ट आहे. अभिव्यक्त भाषेद्वारे, व्यक्ती त्यांच्या कल्पना, मते आणि भावना व्यक्त करतात, त्यांचे अनुभव सामायिक करतात आणि त्यांच्या गरजा आणि इच्छा इतरांशी संवाद साधतात.

समारोप

प्रभावी अभिव्यक्ती भाषा कौशल्ये आत्म-अभिव्यक्ती आणि परस्पर संवादासाठी आवश्यक आहेत ज्यामुळे व्यक्तींना स्वत:ला आत्मविश्वासाने व्यक्ती करता येते, त्यांची स्वायत्तता सांगता येते आणि सामाजिक आणि सांस्कृतिक संदर्भांमध्ये त्यांची ओळख प्रस्थापित होते. भाषेच्या या मूलभूत बाबी समजून घेऊन आणि प्रवीणता विकसित करून व्यक्ती सामाजिक संवादामध्ये सहभाग घेऊ शकतात.

सरावासाठी प्रश्न

१. विद्यार्थ्यांच्या अध्ययनावर भाषेचा होणारा परिणाम स्पष्ट करा.

२. तुटीचा सिद्धांत ही संकल्पना स्पष्ट करा.

३. भाषिक विविधतेचा वर्गावर होणारा परिणाम स्पष्ट करा.

४. भाषेची कार्य कोणती ते थोडक्यात उदाहरणांसह स्पष्ट करा.

प्रकरण - ३
भाषा शिक्षक

भाषा हा संस्कृत शब्द आहे भाष् या धातू पासून बनला आहे. भाष याचा मूळ अर्थ बोलणे असा होतो भाषा म्हणजे ध्वनींचा समुच्चय, ध्वनी उत्पन्न करण्याची शक्ती होय. भाषेच्या माध्यमातून विचार जागृत होतात तसेच भाषेच्या माध्यमातूनच भावना उद्दिपित होतात. भावना निर्माण केल्या जातात थोडक्यात, भावनाविकास साधला जातो, रसिकत्व निर्माण करता येतो. मानवाचा बुद्धिविकास हा जसा एक पैलू आहे तसाच भावविकास हा दुसरा पैलू आहे या दोन्हींचा संतुलीत विकास माणसाला खऱ्या अर्थाने घडवित असतो. भाषेमुळे माणूस सुसंस्कृत बनतो, संवेदनाक्षम बनतो, रसिक बनतो, विचारी बनतो. भाषेमुळे आपणास माणूस जाणून घेता येतो. भाषा हा व्यक्तिमत्त्व विकासाचा आरसा आहे असे म्हटले तरी ते वावगे ठरणार नाही. व्यक्तिमत्त्वामध्ये प्रामुख्याने अभिवृत्ती, अभिव्यक्ति, आशा-आकांक्षा, श्रद्धा, निष्ठा, जीवनमूल्ये यासर्वांचा अंतर्भाव होतो. या सर्वच गोष्टींचा आविष्कार भाषेच्या माध्यमातून होत असतो.

३.१ - भाषा शिक्षकाच्या जबाबदाऱ्या आणि भूमिका

अध्यापन ही एक कला आहे असे मानले जाते व या दृष्टीनेच अध्यापक किंवा शिक्षक हा देखील एक कलाकार आहे. मायकेल वेस्ट यांच्या मताप्रमाणे, 'कवी ज्याप्रमाणे जन्मावा लागतो त्याप्रमाणे भाषेचा शिक्षकही जन्मावा लागतो तो तयार करता येत नाही' असे काढलेले उद्गार यथोचित आहेत. कारण शिक्षक हा कलावंत असतो असे मानणारा एक मोठा वर्ग समाजात आहे आणि म्हणून सहाजिकच भाषा शिक्षकाला अनन्यसाधारण महत्त्व आहे. भाषा शिक्षकाच्या जबाबदाऱ्या आणि भूमिका आपणास खालीलप्रमाणे सांगता येतात.

३.१.१ - भाषा शिक्षकाच्या जबाबदाऱ्या

अ) वर्ग अध्यापनात भाषिक दृष्टिकोनातून शिक्षकाची भूमिका

शिक्षक हा शिक्षण प्रक्रियेतील महत्त्वाचा घटक असतो. विद्यार्थ्यांचा मित्र, मार्गदर्शक, पालक, तत्त्वज्ञ, ज्ञानकर्मी, मूल्यमापक, संशोधक, अध्ययन सुलभक अशा विविध भूमिका

त्याला पार पाडाव्या लागतात. शिक्षकाच्या प्रत्यक्ष अप्रत्यक्ष सहभागाशिवाय अध्ययन-अध्यापन प्रक्रिया होत नाही. शिक्षणाची गुणवत्ता ही शिक्षकाच्या कार्यावर अवलंबून असते.

शिक्षक हा शिक्षण प्रक्रियेतील एक कार्यशील व गतिमान घटक असल्यामुळे आपल्या दैनंदिन कामात शालेय विषयाचे अध्यापन शैक्षणिक साधन निर्मिती, विद्यार्थ्यांचे मूल्यमापन, अभ्यासपूरक साहित्य निर्मिती अशी विविध कामे तो करित असतो. पण या सर्व कामांमध्ये अर्थातच वर्गाध्यापन हे त्याचे सर्वात महत्त्वाचे व मूलभूत असे काम समजले जाते. वर्गाध्यापन कार्यात अर्थातच त्याची भाषिक अभिव्यक्ती ही खूप महत्त्वाची बाब ठरते.

शिक्षकाचे वर्गाध्यापन हे अधिकाधिक प्रभावी व परिणामकारक होण्यासाठी भाषेचा समर्पक व प्रभावी उपयोग करणे अत्यंत महत्त्वाचे आहे. अध्यापनातील नीरसपणा टाळून ते प्रेरणादायी व जिज्ञासा जागृती करणारे होण्यासाठी भाषेचा यथोयोग्य वापर करता आला पाहिजे. शिक्षकाचे विविध विषयांमधील आशयज्ञान कितीही समृद्ध असले तरी भाषेच्या योग्य वापराशिवाय ते नीट अभिव्यक्त होत नाही. विषयातील तथाकथित किंवा बरवर अवघड वाटणाऱ्या बाबी सोप्या करून सांगण्यासाठी सुयोग्य व सुलभ भाषेचाच वापर श्रेयस्कर ठरत असतो. सोपे, सुटसुटीत व चपखल शब्दांचा वापर केल्याने अध्यापन हे सुलभ होते. बोलताना कठीण शब्द आला तर त्याचा सोपा व परिचित असा समानार्थी शब्द, विद्यार्थ्यांना सांगितला गेला पाहिजे. त्यासाठी शिक्षकाजवळ पुरेसा समृद्ध असा शब्द संग्रह असला पाहिजे तसेच त्याची एकंदरीत भाषा शैलीही मधुर असावयास हवी.

अध्यापन करताना शिक्षक फक्त पाठ केलेले म्हणून दाखवित नसतो, तर तो विद्यार्थ्यांना काहीतरी समजावून सांगतो. संप्रेषित करित असतो. संवाद साधत असतो. शिक्षक अध्यापनामध्ये जे काही बोलतो ते सर्व विचारपूर्वक बोलतो. त्याचे नियोजनबद्ध बोलणे, विद्यार्थ्यांना योग्य अध्ययनाच्या दिशेने नेते. त्यादृष्टिने शिक्षकाला उत्तम प्रकारच्या भाषिक संप्रेषणाची कला अवगत असली पाहिजे.

अध्यापनातला जास्तीतजास्त वेळ शिक्षक बोलत असला तरी शिक्षकांनी भाषिक संप्रेषणात विद्यार्थ्यांना सहभागी करून घ्यावे, त्यांना बोलण्याची संधी द्यावी, त्यांना बोलते करावे, त्यांच्याशी सुसंवाद साधावा हे अपेक्षित असते.

ब) विद्यार्थ्यांच्या संदर्भात शिक्षकांच्या जबाबदाऱ्या

शैक्षणिक प्रक्रियेमध्ये शिक्षक हा महत्त्वपूर्ण घटक असतो. शिक्षकांचा संबंध हा प्रत्यक्षरीत्या विद्यार्थ्यांशी येतो. शिक्षक व विद्यार्थी यातील संबंधावर अध्यापनाचे यश अवलंबून असते. शिक्षकांबद्दल विद्यार्थ्यांच्या मनात होकारात्मक भावना असते, अशा शिक्षकांनी सांगितलेल्या किंवा शिकविलेल्या बाबींबद्दल योग्य अभिवृत्ती व अभिरुची निर्माण होते. होकारात्मक, प्रेमाचे, विश्वासाचे, आदराचे सहसंबंध निर्माण करण्याची मुख्य जबाबदारी शिक्षकांवर असते. शिक्षकाने विद्यार्थ्यांना स्वतःच्या मुलासारखी वागणूक दिली पाहिजे त्याच्या प्रत्येक कार्यावर लक्ष दिले पाहिजे असे घडले तरच विद्यार्थी व शिक्षक यांच्यातील संबंध सौदाहार्य पूर्ण होतील. हे करत असतांना शिक्षकांना खालील जबाबदाऱ्या पार पाडाव्या लागतील.

१. वर्गाध्यापनामध्ये शिक्षकांनी विद्यार्थ्यांना सहभागीकरून घ्यावे म्हणजे त्यांच्यामध्ये अध्ययनाविषयी अभिरुची निर्माण होऊन स्वतः काम केल्याचा आनंद होईल. त्यामुळे विद्यार्थ्यांचा आत्मविश्वास वाढण्यास मदत होईल.

२. विद्यार्थी केंद्रित अभ्यासक्रमामुळे विद्यार्थ्यांच्या गरजा लक्षात घेऊन शिक्षकांनी आपली अध्यापनाची पद्धत ठरविली पाहिजे.

३. सर्व शिक्षकांनी आपल्या मनात संस्थेचे सेवक नसून विद्यार्थ्यांचे सेवक आहोत ही भावना रुजविणे आवश्यक आहे. कारण शिक्षकांचे अस्तित्त्व विद्यार्थ्यांवर आहे, याची जाणीव प्रत्येक शिक्षकाने ठेवावी.

४. शिक्षकांनी विद्यार्थ्यांचा त्यांच्या गुणदोषासह स्वीकार करावा. कमी बुद्धिमान, खोडकर किंवा अपंग विद्यार्थ्यांना भावनिक स्वीकार करणे काही शिक्षकांना अनुचित / अयोग्य वाटते असे होवू नये.

५. शिक्षकांनी विद्यार्थ्यांच्या सर्वांगिण उन्नतीसाठी सतत प्रयत्नशील असावे. त्यांना वर्गातच अभ्यासात मार्गदर्शन करावे असे नाही तर मैदानात व अन्य ठिकाणी शिक्षकांनी योग्य मार्गदर्शन करावे.

६. शिक्षकांनी एकाधिकारशाही प्रवृत्ती न ठेवता लोकशाही वृत्ती ठेवावी याचा अर्थ

विद्यार्थ्यांवर शिक्षकांनी आपली वैयक्तिक मते लादू नये. विद्यार्थ्यांच्या मताचा आदर करावा तसेच त्यांच्या विचारशक्तीस चालना दयावी.

७. शिक्षकाने विद्यार्थ्यांमधील सुप्त गुण वाढीस लागावे म्हणून त्यांना प्रोत्साहन दयावे. विद्यार्थ्यांच्या चांगल्या कामगिरीबद्दल शाबासकी दयावी. कौतुक करावे व त्यांच्यातील कमतरता किंवा दोष दूर करण्यासाठी त्यांना सहानुभूतीपूर्वक समजावून सांगावे.

८. शिक्षकाने नेहमी विद्यार्थ्यांचा मार्गदर्शक, तत्त्वज्ञ, मित्र, पालक, आधारस्तंभ व हितचिंतक होण्याचा प्रयत्न करावा.

९. शिक्षकाला विद्यार्थ्यांची मने वाचता आली पाहिजे विद्यार्थ्यांच्या मनात काय चालले आहे याचा सतत वेध घ्यावा थोडक्यात शिक्षकाने विद्यार्थ्यांप्रती संवेदनशील असावयास हवे.

१०. सहशालेय उपक्रमांमध्ये शिक्षकांना विद्यार्थ्यांना मोठ्या प्रमाणात सहभागी करून घ्यावे व विविध कार्यक्रमात त्यांना नेतृत्त्वाची संधी दयावी.

११. शिक्षकांनी शारीरिक शिक्षा करू नये. कारण शारीरिक शिक्षा अमानवीय कृत्य आहे. शिक्षकांनी विद्यार्थ्यांत आंतरीक शिक्षा निर्माण करावी.

क) सहाध्यायी शिक्षक व इतर कर्मचाऱ्यांच्या संदर्भातील जबाबदारी

१. शैक्षणिक संस्था कोणतीही असो, सरकारी (शासकीय) निमशासकीय किंवा खाजगी प्रत्येक संस्थेत शिक्षक व शिक्षकेतर कर्मचारी असतात. शिक्षकाने इतर शिक्षक व इतर कर्मचारी यांच्याशी आदराने वागावे.

२. 'व्यक्ती तितक्या प्रवृत्ती' या उक्तीप्रमाणे प्रत्येक व्यक्तिमत्त्व हे इतरांपेक्षा वेगळे असते याला शिक्षकही अपवाद नाही शिक्षकाने प्रत्यक्ष किंवा अप्रत्यक्षपणे कोणत्याही सहकाऱ्यांची निंदा, मत्सर, द्वेष करू नये.

३. शिक्षक ज्या शैक्षणिक संस्थेत काम करतो ती संस्था एखाद्या कुटुंबासारखी असते. शाळा ही समाजाची छोटी प्रतीकृती आहे असे नेहमी म्हटले जाते त्याप्रमाणे शिक्षकाने इतर शिक्षक व अन्य कर्मचारी यांचा मनाने स्वीकार करावा.

४. शिक्षकी व्यवसायात अनुभवाला अनन्यसाधारण असे महत्त्व आहे. अनुभव हे माणसाला खूप काही शिकवण देतात. शैक्षणिक संस्थेत ज्येष्ठ आणि कनिष्ठ असे शिक्षक असतात म्हणून शिक्षकाने ज्येष्ठ शिक्षकांकडून शिकावे व कनिष्ठ शिक्षकांना ज्येष्ठ शिक्षकांनी मनापासून मार्गदर्शन करावे.

५. शिक्षकाने गटबाजी करू नये तसेच इतरांच्या बाबतीत गुणग्राहकता दाखवावी.

ड) शिक्षकांची सामाजिक जबाबदारी

समाजाचा विकास शिक्षणातून होतो. शैक्षणिक प्रक्रियेमधील शिक्षक ही अतिशय महत्त्वाचा घटक आहे याचा परीणाम म्हणजे शिक्षकाला समाजात प्राप्त झालेले महत्त्वपूर्ण स्थान होय. समाजात शिक्षकाला वेगवेगळ्या भूमिका वठवाव्या लागतात म्हणजेच सामाजिक कार्यात शिक्षक स्वतःला वाहून घेतो. अनेक सामाजिक कार्य उदा. वृक्षरोपण, साक्षरता प्रसार, पर्यावरण संरक्षण इत्यादी कार्यक्रमात भाग घ्यावा लागतो. एक आदर्श नागरीकास साजेसे असे योग्य वर्तन शिक्षकाला करावे लागते. कारण शाळा ही एक सामाजिक संस्था आहे याचे भान शिक्षकाने ठेवावे. समाज व विद्यार्थी आहे म्हणून शाळा अस्तित्वात येतात व शाळा अस्तित्वात येतात म्हणून त्यांना शिक्षकांची गरज लागते म्हणून शिक्षकांनी अध्यापन कार्याबरोबरच प्रौढशिक्षण, ग्रामसुधार, अंधश्रद्धा निर्मुलन, कुटुंब नियोजन इत्यादी चळवळीचे नेतृत्त्व शिक्षकाने करावे. यासारख्या सामाजिक जबाबदाऱ्या शिक्षकाने पार पाडाव्यात.

इ) आचारसंहिता विषयक जबाबदाऱ्या

महाराष्ट्र सरकारने शिक्षण क्षेत्रात काम करणाऱ्या सेवकांसाठी काही नियम केलेले आहेत. या नियमावलीला आचारसंहिता असे म्हणतात. थोडक्यात वागणूकीचे नियम, हे नियम ऐच्छिक अथवा कायद्याने बंधनकारक असतात या नियमांचे पालन करणे अन्य नोकरदारांप्रमाणे भाषा शिक्षकांवरही बंधनकारक आहेत. या नियमांचे उल्लंघन केल्यास शिक्षेची तरतूद आहे म्हणून सर्वसाधारणपणे भाषा शिक्षकांनी खालीलप्रमाणे जबाबदारी पार पाडावी.

१. वंश, धर्म, जात, पंथ, भाषा, लिंग किंवा वैयक्तिक कारणांवरून शिक्षक विद्यार्थ्यात

भेदभाव करणार नाही. तसेच नोकरदार व शालेय व्यवस्थापना विरुद्ध विद्यार्थ्यांना भडकावणार नाहीत.

२. संस्था अथवा व्यवस्थापनाचे मूलस्त्रोत किंवा सोयीचा, वैयक्तिक, व्यापारी, राजकीय वा धार्मिक हेतूसाठी उपयोग करणार नाही.

३. शैक्षणिक विचार व अभिव्यक्ती स्वातंत्र्याचा उपयोग करीत असतांना शालेय सोयींचा दुरुपयोग करणार नाहीत.

४. विद्यार्थ्यांचे मूल्यांकन निष्पक्षपातीपणाने करतील व जाणीवपूर्वक कोणाला जास्त वा कमी गुण देणार नाहीत. जाणीवपूर्वक विद्यार्थ्यांचे नुकसान करणार नाहीत.

५. शिकवणी घेण्याच्या नियमांच्या पालनाव्यतिरीक्त शिक्षक शिक्षणाचे खाजगी वर्ग (कोचिंग क्लासेस) चालवणार नाहीत वा त्यात काम करणार नाहीत. तसेच खाजगी शिकवण्याही घेणार नाहीत.

६. विद्यार्थी, विद्यार्थीनी व अन्य नोकरदारांशी सभ्यपणाने वागतील.

७. मादक द्रव्य व पेय यांच्या सेवनाबाबत, शिक्षक ज्या क्षेत्रात राहतो, त्या क्षेत्रास लागू असणाऱ्या कायद्याचे शिक्षक कसोशीने पालन करतील.

वरील आचारसंहितेचे (नियमांचे) पालन न केल्यास शिक्षक आपल्या जबाबदारी व कर्तव्याकडे दुर्लक्ष करीत आहेत असे समजले जाईल.

३.१.२ - भाषा शिक्षकांच्या भूमिका

भाषा शिक्षकाला ज्याप्रमाणे वेगवेगळ्या जबाबदाऱ्या असतात व त्या तो इमानेइतबारे पार पाडत असतो, अगदी त्याचप्रमाणे त्याच्या काही भूमिका देखील असतात त्या भूमिका थोडक्यात खालील प्रमाणे सांगता येतील.

१. भाषा शिक्षकांसाठी प्रत्यक्ष अध्यापनाव्यतिरीक्त असलेल्या जबाबदाऱ्या जास्तीत जास्त चांगल्या रीतीने पूर्ण करणे त्यात प्रश्नपत्रिका काढणे, त्या तपासणे, विद्यार्थ्यांकडे वैयक्तिक व विशेष लक्ष पुरविणे, अभ्यासपूरक कार्यक्रमांचे नियोजन करणे, पालकांशी भेटणे व चर्चा करून पाल्यविषयीची कल्पना देणे इत्यादी महत्त्वपूर्ण भूमिका शिक्षकाला बजवाव्या लागतात.

२. स्वतःचे ज्ञान अद्यावत ठेवण्यासाठी सेवांतर्गत प्रशिक्षण कार्यक्रमात उत्साहाने भाग घेणे व स्वतःच्या अध्यापनविषयक कौशल्यांचा सातत्याने विकास करण्याचा प्रयत्न करणे.

३. विद्यार्थ्यांमध्ये भाषाविषयक क्षमतांचा योग्य तो विकास करणे हे भाषा शिक्षकाची मुख्य भूमिका असली पाहिजे. या क्षमतांमध्ये प्रामुख्याने श्रवण, भाषण, पठन, लेखन व रसग्रहण या क्षमतांचा अंतर्भाव आहे.

४. विद्यार्थ्यांमध्ये भाषा व साहित्य यांच्या अभ्यासासाठी योग्य सवयी लावणे यामध्ये संदर्भ साहित्याचा उपयोग, आकलनात्मक मुकवाचन, पाठांतर करणे, टिपणे काढणे इत्यादी बाबींचा समावेश होतो.

५. भाषेसंबंधी योग्य अभिरुची व अभिवृत्ती विद्यार्थ्यांत रुजविण्याची महत्त्वपूर्ण भूमिका भाषा शिक्षकाची असते असे झाले तरच विद्यार्थी भाषेतील सौदर्य व रसग्रहण करू शकतील.

६. विद्यार्थ्यात भाषेतील अवांतर वाचण करण्यासाठी रुची निर्माण करणे व त्यादृष्टीने त्यांना मार्गदर्शक म्हणून शिक्षकाने आपली भूमिका पार पाडावी.

७. विद्यार्थ्यांच्या मनात भाषा विषयक अभ्यासानुवर्ती कार्यक्रमात हिरारीने भाग घेण्याची इच्छा उत्पन्न करणे व विविध अभ्यासानुवर्ती कार्यक्रमासंबंधी विद्यार्थ्यांना मार्गदर्शन करणे.

८. शाळेतील विद्यार्थी उपस्थिती कायम राहिल आणि तिच्यात सुधारणा होईल असे सर्वतोपरी प्रयत्न करावेत.

९. शाळेच्या व्यवस्थापनाची जबाबदारी मुख्यध्यापकांची असते म्हणून मुख्यध्यापकांनी सांगितल्यानुसार आवश्यक रजिष्टर व इतर नोंदी अचूकपणे, व्यवस्थित व जबाबदारीने ठेवाव्यात.

१०. विद्यार्थ्यांत आपापसात जातीय ऐक्य व सदिच्छा वाढीस लावाव्यात व धर्म, जात व समुदाय या आधारावर विद्यार्थ्यांवर कोणत्याही प्रकारची विषमता लादली जाणार नाही याकडे जातीने लक्ष पुरविण्याची महत्त्वपूर्ण भूमिका शिक्षकाची असते.

३.२ - विद्यार्थ्यांच्या भाषा प्राविण्य विकासासाठी शैक्षणिक उपक्रम

शैक्षणिक उद्दिष्टपूर्तीसाठी पोषक असे अभ्यासविषयक आणि सहशालेय उपक्रम कल्पकतेने योजून त्यांची सुत्रबद्ध व प्रभावी कार्यवाही करण्याचे कौशल्य म्हणजे शैक्षणिक उपक्रम व साहित्य निर्मिती व वापर क्षमता होय. शैक्षणिक उपक्रम हे शैक्षणिक उद्दिष्टे साध्य करण्यासाठी कल्पकतेने आयोजित केलेले असतात. विद्यार्थ्यांना भाषिक कौशल्यावर प्रभुत्व प्राप्त करण्यासाठी शाळेत अनेक शैक्षणिक उपक्रम राबविण्यात येतात. भाषा विकासात श्रवण, भाषण, वाचन व लेखन या मूलभूत कौशल्यांना अनन्यसाधारण असे महत्त्व आहे. या भाषीक कौशल्यांच्या विकासासाठी खालील शैक्षणिक उपक्रम घेतली जातात.

अ) श्रवण विषयक उपक्रम

विद्यार्थ्यांच्या भाषा विकासात श्रवणाला विशेष महत्त्व आहे. बालक लहानपणी जितके जास्त श्रवण करील तितक्या प्रमाणात त्याला भाषेवर अधिकार प्राप्त करणे सुकर होते. जितक्या जास्त प्रमाणात भाषेचा विकास झाला असेल तितक्या प्रमाणात व्यक्ती खोलवर विचार करू शकते. तितक्या प्रमाणात त्या व्यक्तीच्या बुद्धिचा विकास होतो. तेव्हा भाषिक व बुद्धिच्या विकसासाठी लहानपणापासूनच जास्त श्रवण करणे व त्यांना योग्य श्रवण करण्याची संधी प्राप्त करून देणे आवश्यक आहे. शाळेतून जाणीवपूर्वक श्रवण विषयक कौशल्यासाठी नियोजन करून विविध उपक्रम राबविले पाहिजेत हे उपक्रम साधारणतः खालील प्रमाणे आपणास सांगता येतील.

१) वर्गातील प्रगट वाचन - भाषेच्या अभ्यासात श्रवण ही महत्त्वाची क्रिया होय. श्रवण म्हणजे केवळ स्वर, व्यंजने शब्द व अक्षरांचा आघात कानावर पडणे नव्हे, तर ही क्रिया लक्षपूर्वक झाली तरच त्यातून हवी ती आकलन क्षमता निर्माण होईल. शिक्षकांना भाषेच्या तासाला विद्यार्थ्यांकडून आणि वेळ प्रसंगी स्वतः मोठ्या आवाजात प्रगट वाचन करावे. विद्यार्थी जेव्हा प्रगट वाचन करतील तेव्हा त्यांच्या आवाजातील उच्चारांवर शिक्षकांनी व विद्यार्थ्यांनी लक्ष केंद्रित करावे जेणेकरून त्यांच्यात श्रवण विषयक कौशल्याचा विकास होईल.

२) भाषणे ऐकणे - श्रवणाचा उद्देश आकलनशक्ती विकसित करणे हा असतो. शाळेने

महापुरुषांचे तसेच समाजसुधारकांच्या जयंती व पुण्यतिथी, पर्यावरण दिवस व राष्ट्रीय सणासंबंधी कार्यक्रम आयोजित करून मोठ मोठ्या वक्त्यांचे भाषण ऐकण्याची संधी विद्यार्थ्यांना उपलब्ध करून दिली पाहिजे.

३) भाषा प्रयोगशाळा - भाषा कोणतीही असो त्यात प्राविण्य मिळवायचे असेल तर संभाषण करणे, बोलता येणे आवश्यक आहे. त्यामुळे विद्यार्थ्याला भाषा ऐकण्याची जास्तीत जास्त संधी दिली पाहिजे. भाषा ऐकून त्याचे अनुकरण करून मनुष्य नविन भाषा शिकतो. म्हणून अनुकरण करायला वाणीचे, संभाषणाचे उत्तम नमुने विद्यार्थ्यांसमोर असायला हवे असे नमुने विद्यार्थ्याला उपलब्ध करून देऊन प्रत्यक्ष अनुभव आणून देणे यासाठी भाषा प्रयोगशाळेची नितांत आवश्यकता असते. यासाठी प्रत्येक शाळा व महाविद्यालयात भाषा प्रयोगशाळेची उत्तम सोय असावयास हवी.

४) संवाद आणि नाट्यीकरणाचे श्रवण - भाषेचे खरे सौंदर्य संवादामध्ये लपलेले असते. संवाद अनेक प्रकारचे असतात. संवादामध्ये विशिष्ट प्रकारची लय असते. भाषा विकसात संवाद फेकीला विशेष महत्त्व आहे. शाळांमध्ये वक्तृत्व स्पर्धा, वादविवाद स्पर्धेंचे आयोजन करून विद्यार्थ्यांना श्रवणाची संधी उपलब्ध करून द्यावी. शाळेत सांस्कृतिक कार्यक्रमाअंतर्गत अनेक विषयांवर नाट्यीकरणाच्या माध्यमातून श्रवणाची पर्वणी विद्यार्थ्यांना देता येते नाट्यीकरणातून शब्द रचना, वाक्यांची रचना, संवाद फेक यांच्यासारख्या अनेक बाबी भाषेच्या बाबतीत शिकता येतात. यासाठी नाट्यीकरणाचे श्रवण वारंवार झाले पाहिजे.

५) कविता व कथाकथन इत्यादींचे श्रवण - भाषेच्या पुस्तकात कविता व गद्य विभाग दिलेला असतो. वर्गात शिक्षकांनी व विद्यार्थ्यांनी गाण्याच्या चालीवर कविता म्हटली पाहिजे. पाठांचे कथानक शिक्षकांनी आवाजातील योग्य चढ व उतारानिशी म्हटले पाहिजे. यातून भाषेतील बारकावे विद्यार्थ्यांच्या लक्षात येईल. कविता व कथाकथनात शब्द उच्चार महत्त्वाचे असून कविता गायण सारख्या उपक्रमातून भाषा विकास साधता येऊ शकतो.

६) ध्वनिफितीवर गाणी ऐकणे - ध्वनिमुद्रित केलेला कार्यक्रम हवा तितक्या वेळा व हव्या त्याठिकाणी ऐकता येतो. शिक्षकांनी ध्वनिफिती सारख्या साधनांचा वर्गात वापर करून देशभक्तीपर गीते, कविता, चांगली गाणी, चांगले भाषणे, शालेय कार्यक्रम इत्यादी

विद्यार्थ्यांना ऐकण्याची सोय करून दयावी. आणि हे सहज शक्य आहे आजच्या आधुनिक तंत्रज्ञानामुळे श्राव्य साधने खूप प्रगत झाली आहेत. याचा फायदा विद्यार्थ्यांच्या भाषा प्राविण्यासाठी करून घेता येऊ शकतो.

७) रेडीओ, दूरदर्शन, चलचित्रपट इत्यादी कार्यक्रमाचे श्रवण – श्रवणाच्या माध्यमातून रेडीओ माध्यमातून रेडीओ वरील विविध कार्यक्रम ज्यामध्ये शैक्षणिक कार्यक्रमांचा समावेश असेल असे कार्यक्रम रेडीओवरून विद्यार्थ्यांना ऐकवणे. उदा. शिक्षक दिवसाच्या पूर्वसंध्येला पंतप्रधानांनी विद्यार्थ्यांशी रेडीओच्या माध्यमातून संवाद साधला तसेच वेळोवेळी 'मन की बात' हा कार्यक्रम देखील सादर केला जातो. दृकश्राव्य साधनांमध्ये सगळ्यात प्रभावी साधन म्हणजे दूरदर्शन होय. १९६१ सालापासून शाळेमध्ये दूरदर्शन कार्यक्रम सुरु झाले. दूरदर्शन व चलचित्रपटाच्या माध्यमातून डोळे व कान सतत कार्यक्रम पाहण्यात व ऐकण्यात गुंतलेले असल्यामुळे दुक व श्राव्य हे दोन्ही अनुभव एकाच वेळी प्रभावाशाली पद्धतीने मुळू शकतात. भाषा विकासात यांचे खूप मोठे योगदान आहे. ही संधी विद्यार्थ्यांना जाणीवपूर्वक उपलब्ध करून दिल्यास त्यांच्या भाषिक विकासासाठी मदत होईल.

ब) भाषण विषयक उपक्रम

आपल्या मनातील विचार चांगल्या भाषेत व्यक्त करता येणे म्हणजे याला भाषण असे म्हणतात. भाषण किंवा संभाषण ही कला आहे. चांगल्या वक्त्याचे भाषण कौशल्य श्रोत्यांना प्रभावित करते व त्यांचा प्रतिसाद मिळविते. त्यामुळे भाषण कौशल्य प्राप्त करणाऱ्यासमोर शब्दांच्या सुयोग्य वापरातून उत्कृष्ठ शब्द व उत्कृष्ठ विचार यांचा संयोग घडवून आणण्याच्या प्रयत्न असतो. भाषेच्या अभ्यासात प्रयत्नपूर्वक भाषणकौशल्य कसे प्राप्त करावे हा भाग समाविष्ट असल्यामुळे भाषण या प्रकाराला भाषा विषयात महत्त्वाचे स्थान आहे. श्रवणाची फलश्रुती भाषण असून याचा अभ्यास विद्यार्थ्यांच्या भाषा प्राविण्यात महत्त्वाचा ठरतो.

१. **वक्तृत्व/भाषण करणे** - शालेय, विद्यालय व आंतरविद्यालय स्तरांवर वक्तृत्व किंवा भाषणाच्या स्पर्धेचे आयोजन करण्यात यावे या उपक्रमामुळे विद्यार्थ्यांना विषयाची तयारी करणे, त्याची मांडणी करणे, प्रभावपूर्ण भाषेचा उपयोग करणे, स्पष्ट उच्चार करणे व

दिलेल्या वेळेत आपले विचार व्यक्त करणे या क्षमतांचा विकास करण्याची संधी प्राप्त होते. यातूनच भाषणविषय कौशल्य विद्यार्थ्यांमध्ये विकसित होतात.

२. **वादविवाद स्पर्धा** - वादविवाद स्पर्धे मध्ये एखाद्या विषयावर स्वतः एक बाजू घेऊन दुसऱ्या बाजूच्या व्यक्तीने मांडलेले मुद्दे खोडून काढायचे असतात. आपला मुद्दा दुसऱ्यांना पटेल अशा प्रभावीपणे सादरीकरण करावे लागते. वादविवादात तर्कसंगत युक्तिवाद, भाषेचा अचूक व प्रभावपूर्ण उपयोग करण्याची कला विद्यार्थ्यांमध्ये विकसित होते.

३. **नाट्य सादरीकरण** - नाट्यसादरीकरणात खऱ्या अर्थाने अनेक भाषिक बाबींचा विकास होतो. यामध्ये प्रामुख्याने भावानुकूल आवाज, आरोह-अवरोह, गती, स्वराघात, विश्राम इत्यादी प्रभावी भाषणाच्या क्षमतांचा विकास होण्यास मदत होते.

४. **वर्णन करणे** - शाळेत शैक्षणिक उपक्रमांमध्ये विद्यार्थ्यांचे मनोगत व्यक्त करण्यासंदर्भात कार्यक्रमाचे नियोजन करता येऊ शकते. या कार्यक्रमांतर्गत विद्यार्थ्यांना त्यांच्या जीवनातील प्रसंग, विविध 'ठिकाणी दिलेल्या भेटी, त्यांनी केलेले प्रवाणवर्णन, आलेले अनुभव इत्यादींचे वर्णन करण्यास सांगावे. हे अनुभव व्यक्तीगत असल्यामुळे विद्यार्थी मोठ्या उत्सुकतेने यात भाग घेतात या अनुषंगाने विद्यार्थ्यांच्या भाषण कलेचा विकास होतो.

५. **कथाकथन** - विद्यार्थ्यांच्या भाषण क्षमतांचा विकास करण्यासाठी कथाकथन हा फार उपयुक्त असा उपक्रम आहे. कथाकथनामुळे आवाजातील चढ व उतार, शरीरभाषेचा भावपूर्ण उपयोग, अभिनय, नाट्यात्मकता, योग्य शब्दांची निवड व उच्चार, वातावरण निर्मिती इत्यादी कौशल्य क्षमतांचा विकास होण्याची संधी विद्यार्थ्यांना मिळते.

६. **आभार मानणे** - कोणताही कार्यक्रम किंवा व्याख्यान अथवा भाषण संपल्यानंतर प्रमुख वक्ता व अन्य संबंधितांचे आभार मानावे लागतात. आभार हे मोजक्या शब्दात मांडावे लागते. ही एक महत्त्वपूर्ण कला आहे याची संधी विद्यार्थ्यांत शालेय कार्यक्रमातून उपलब्ध करून दयावी.

७. **मुलाखत घेणे** - मुलाखत घेणे ही एक महत्त्वपूर्ण कला आहे. यातून मुलाखत घेणाऱ्यांमध्ये संभाषण चातुर्य, धीटपणा, हजरबाबीपणा, ऐनवेळेस उपस्थित प्रश्न,

उच्चकोटीची आंतरक्रिया या गोष्टींचा विकास होतो. ही संधी शालेय उपक्रमातून विद्यार्थ्यांना उपलब्ध करून दयावी.

८. **कविता गायन** - कविता गायन या उपक्रमामुळे भावपूर्ण हावभाव युक्त गायनाची / वाचनाची सवय विद्यार्थ्यांना लागते. त्यामुळे उच्चारणात सुधारणा होते. साहित्य सौदर्य व रसग्रहणता यांचा विकास होण्यास मदत मिळते. नाट्यवाचनाप्रमाणेच कविता गायन हा उपक्रम विद्यार्थ्यांमध्ये भाषा प्राविण्य रुजविण्यासाठी उपयुक्त ठरतो.

क) वाचन विषयक उपक्रम

ज्ञान संवर्धनाचे प्रभावी माध्यम वाचन हेच होय. वाचनामुळे माणसाला बहुश्रुतता प्राप्त होते. वाचनामुळे माणसाच्या व्यक्तिमत्त्वाचा विकास साधला जातो. भावपूर्ण अशा गदय आणि पदय रचनांचा आस्वाद घेऊन आनंद प्राप्ती करून घेण्याचे वाचन हे उत्कृष्ठ साधन आहे. वाचन क्रिया अधिकाधिक कशी होईल याचा विचार शालेय जीवनातच करणे आवश्यक आहे. त्यादृष्टीने विविध वाचनविषयक उपक्रम शाळेत राबविता येतील.

१. **वाचन प्रेरणा दिवस** - १५ ऑक्टोंबर २०१५ हा माजी राष्ट्रपती भारतरत्न डॉ.ए.पी.जे. अब्दुल कलाम यांचा जन्मदिवस संपूर्ण भारतात 'वाचन प्रेरणा दिन' म्हणून साजरा झाला. भारत सरकारने यापुढे दरवर्षी हा दिवस 'वाचन प्रेरणा दिन' म्हणून साजरा होईल असे जाहिर केले. यावेळी काही शाळांमध्ये 'विनादप्तर शाळा' उपक्रम राबविला. काही शाळांमध्ये ग्रंथप्रदर्शन मांडण्यात आले होते. या उपक्रमांतर्गत विद्यार्थ्यांना विविध पुस्तकांचे वाटप करून त्यांच्याकडून वाचन करून घेण्यात आले. यासारख्या उपक्रमांच्या माध्यमातून विद्यार्थ्यांच्या भाषा प्राविण्य विकासात नक्कीच भर पडली असेल यात शंका नाही.

२. **मूक वाचनाची संधी** - प्रकट वाचनाप्रमाणेच वाचनाचा आणखी एक महत्त्वाचा प्रकार म्हणजे मूकवाचन किंवा मनोगत वाचन होय. मूकवाचनामध्ये आशय घटकाचा सारांश, मध्यवर्ती कल्पना, प्रसंग, भावना, विचार समजावून घेणे हे अभिप्रेत असते. मूकवाचनामुळे एकाग्रतेची सवय लागते, वाचलेल्या भागातील महत्त्वाच्या गोष्टींची नोंद करणे, अनुमान काढणे या गोष्टींचा विकास होतो. म्हणून शालेय स्तरावर मूक वाचनाची संधी विषयक उपक्रम राबवून विद्यार्थ्यांचा भाषा विकास घडवून आणता येऊ शकतो.

३. **प्रगट वाचन** - प्रगट वाचनाला मुखवाचन असेही म्हणतात. चांगल्या प्रगट वाचनात उच्चार स्पष्ट असतात. वाचनात लेखनातील भाव प्रकट होतात. प्रगट वाचनामुळे जास्तीत जास्त शब्द दृष्टिक्षेपात घेऊन आशयानुरुप वाचणे, योग्य गतीने, चढ व उतारासह कथा, नाट्यसंवाद इत्यादींचा मतितार्थ घेऊन वाचणे, कवितांचा आस्वाद घेणे, संवादात्मक भागाचे पात्रानुसार वाचन करणे इत्यादी बाबींचा विकास प्रगट वाचनाच्या माध्यमातून विद्यार्थ्यांमध्ये वृद्धिगत होतात.

४. **शालेय ग्रंथालय** - 'ग्रंथालय हेच आजचे विश्वविद्यालय आहे' ही म्हण सार्थक आहे. ज्ञानाचे भांडार म्हणजेच ग्रंथालय होय. शालेय ग्रंथालयात शालेय व सहशालेय अभ्यासपूरक ग्रंथ / पुस्तक असतात. शाळेने आठवड्यातून एकदा विद्यार्थ्यांना ग्रंथालयाची भेट आवश्यक करणे प्रत्येक विद्यार्थ्यांसाठी बंधनकारक करणे महत्त्वाचे आहे. या उपक्रमाच्या माध्यमातून विद्यार्थ्यांना वेगवेगळी अभ्यासपूरक पुस्तकांची ओळख होईल व सहाजिकच त्याच्यात वाचना विषयी गोडी निर्माण होईल.

५. **पूरक वाचन व लेखन** - भाषेचे पाठ्यपुस्तक हे भाषा शिकविण्याचे साधन आहे. या पाठ्यपुस्तकात पूरक वाचनासाठी विविध कवितांचा, काव्यसंग्रहांचा, कथा, कादंबऱ्या, निबंध, आत्मचरीत्र, चरित्र व अन्य साहित्याचा उल्लेख केला आहे. विद्यार्थ्यांच्या भाषिक विकासासाठी अभ्यासक्रमात नमुद केलेले पूरक वाचन व त्यांच्या संपन्न व्यक्तिमत्त्वासाठी अन्य साहित्याचे पूरक वाचन सहाय्यक ठरते. शाळेत या विषयावर कार्यक्रम आयोजीत करून पूरक वाचनाचे महत्त्व विद्यार्थ्यांना पटवून सांगितले गेले पाहिजे.

६. **ललित कला मंडळ व साहित्य मंडळ** - मनुष्य हा समाजशील प्राणी आहे. तो समाजात राहून जीवन जगतो. समाजात राहून आपण आपल्या गरजा भागवितो. समाजाचा विकास व्हावा यादृष्टीने अनेक सामाजिक मंडळे आपापली भूमिका बजावत असतात. यामध्ये ललित कला मंडळ व साहित्य मंडळ यांचाही समावेश होतो. या मंडळाच्या वतीने नाट्यवाचन, कविता वाचन, साहित्यिकांचे प्रकट वाचन इत्यादी कार्यक्रम हाती घेतली जातात. या कार्यक्रमांच्या माध्यमातून विद्यार्थ्यांचा भाषा प्राविण्य विकासात मोलाची भर पडते.

ड) लेखन विषयक उपक्रम

श्रवण, भाषण व वाचन यापेक्षा भाषा अभ्यासात लेखन या कौशल्याचे वैशिष्ट्यपूर्ण असे स्थान आहे. लेखन म्हणजे लिहिता येणे. ज्याला अक्षरज्ञान, लिपीज्ञान आहे तो लिहू शकतो. आत्मप्रकटीकरण करण्याचा लेखन हा एक मार्ग 'आहे. लेखन ही तशी गुंतागुंतीची प्रक्रिया आहे. व्यक्तीच्या जीवनात बोलण्याच्या माध्यमातून आत्मप्रकटीकरणाची प्रक्रिया खूप लवकर सुरु होते. लेखन ही प्रक्रिया मात्र त्यामानाने उशीरा सुरु होते. लेखन क्षमतेचा विकास हळूहळू होत असतो. लेखन या प्रक्रियेत अनेक उपप्रक्रियांचा समावेश होतो. उदा. वाक्यरचना, शुद्ध लेखन, श्रुतलेखन, परीच्छेदलेखन, निबंधलेखन, पत्रलेखन, कल्पनाविस्तार, सारांश लेखन इत्यादी बाबींचा समावेश होतो. शालेय स्तरावर लेखन विषयक अनेक उपक्रमे राबविली जाऊ शकतात.

१. **शालेय नियतकालिक/हस्तलिखित** - अभ्यासक्रमात लेखन क्षमतेच्या विकासास महत्त्वाचे स्थान आहे. म्हणून शालेय जीवनातूनच विद्यार्थ्यांना लिखाणासाठी प्रेरीत केले जाते. विविध वर्गातील उत्कृष्ठ लेखन कार्यास हस्तलिखित व नियतकालिकात स्थान दयावे. चांगल्या लिखाणास पारीतोषिकही दिले जाते. विद्यार्थ्यांच्या लेखन क्षमतेचा विकास व्हावा, त्यांना लेखनाप्रती उत्तेजन मिळावे याच एकमेव हेतूने प्रत्येक शाळा व महाविद्यालय वर्षाकाठी आपले नियतकालिके प्रसिद्ध करत असते. या माध्यमातून विद्यार्थ्यांच्या लिखानाला चालना मिळून भाषा विषयक विकास साधला जातो.

२. **शालेय लेखन मंडळ** - शाळा आणि महाविद्यालय स्तरावर स्वतंत्र लेखनातत अभिरुची असलेल्या विद्यार्थ्यांचे एक मंडळ स्थापन करण्यात येते. या मंडळाच्या माध्यमातून चर्चा, विद्यार्थ्यांच्या लेखनाचे वाचन या व यासारखे उपक्रम हाती घेतले जाते. विद्यार्थ्यांमध्ये भाषा प्राविण्य मिळविण्यासाठी हा एक चांगला उपक्रम आहे.

३. **साहित्यकारांच्या भेटी** - शाळेने लेखक, कवी, साहित्यकारांच्या व विद्यार्थ्यांच्या भेटी आयोजित कराव्या. प्रश्नोत्तर व चर्चा असे कार्यक्रम आखावेत यामुळे विद्यार्थ्यांतील टिपणासंबंधीची आवड वृद्धिगत होईल. वर्षातून तीन ते चार वेळा वेगवेगळया प्रसंगी शाळेने याप्रकारचे उप्रकम राबावावेत.

४. **शाळाबाह्य नियतकालिके** - विद्यार्थ्यांसाठी असलेल्या शाळाबाह्य नियतकालिकात व वर्तमानपत्रातील राखून ठेवलेल्या पानावर विद्यार्थ्यांच्या उत्कृष्ठ रचना प्रसिद्ध करण्याबाबत मार्गदर्शन व योग्य कार्यवाही करावी. 'सकाळ' सारख्या दैनिकात असे पान राखून ठेवले असते. काही मासिके शालेय वयोगटातील विद्यार्थ्यांसाठीच असतात त्यामाध्यमातूनही विद्यार्थ्यांच्या लिखाणाला प्रसिद्धी मिळू शकते.

५. **शालेय स्पर्धांचे आयोजन** - आजचे युग हे स्पर्धेचे युग आहे. तशी ही स्पर्धा शाळेतही पहायला मिळते. शाळेमध्ये वेगवेगळ्या स्पर्धा घेतल्या जातात, त्यामध्ये प्रामुख्याने निबंध लेखन, शुद्धलेखन, गतीलेखन, सुवाच्य लेखन, अनुलेखन, सारांश लेखन, दृकलेखन, परीच्छेद लेखन, कल्पना विस्तार, अहवाल लेखन, आत्मवृत्त लेखन अशा विविध प्रकारच्या स्पर्धांचे आयोजन शालेय स्तरावर केले जाते. या प्रकारच्या लिखाणातून विद्यार्थ्यांच्या भाषा प्राविण्यात भर पडते.

३.३ - विद्यार्थी भाषा प्राविण्य सुधारण्यावर प्रसार माध्यमांचा प्रभाव

प्रसारमाध्यमे ही समाजाचा आरसा आहेत. समाजात घडलेली प्रत्येक घडामोडी टिपून तिला घरापर्यंत पोहचवण्याची महत्त्वपूर्ण भूमिका ही प्रसारमाध्यमे बजावत आहेत. दूरदर्शन, आकाशवाणी, चित्रपट, वृत्तपत्रे, इंटरनेट, फोन, नाटक आणि लेखनग्रंथ ही सारी प्रसारमाध्यमे आपल्या रोजच्या जीवनाशी प्रत्यक्ष संबंध प्रस्थापित करतात. आपल्या विचाराला आणि कृतीला ती जोड देतात. ही सारी प्रसारमाध्यमे भाषेच्या कौशल्यावर उभी आहेत. भाषा हेच या माध्यमांचे बलस्थान आहे. प्रसारमाध्यमे भाषेच्या सहाय्याने वाचकांशी श्रोत्यांशी, जनसामान्यांशी संवाद साधत असतात. भाषा हे संवादाचे साधन आहे.

प्रसारमाध्यमे माहितीच्या प्रसाराबरोबरच भाषेचाही प्रसार करीत असतात. अनेक नवे शब्द आणि संज्ञा तयार करून त्या रुढ करण्यात प्रसारमाध्यमांचा मोठा वाटा असतो. आकाशवाणी, दूरदर्शन या माध्यमातून भाषेचा प्रसार झपाट्याने होत आहे. आधुनिक युगातील आपण बहुसंख्य लोक बहुभाषिक आहोत. आपल्या बोलण्यात एकापेक्षा अधिक भाषांचा उपयोग होणे ही अपरीहार्य आहे. याचे श्रेय या प्रसारमाध्यमांना जाते. इतका मोठा प्रभाव या माध्यमातील कार्यक्रमांचा आजच्या तरुण पिढीवर आहे. या माध्यमातील भाषेचा,

भाषिक रचनांचा आणि उच्चारांचा मोठ्या प्रमाणावर परीणाम आजच्या तरुण पिढीवर होत आहे.

१. **दूरदर्शन** - भारतामध्ये सर्वप्रथम दूरदर्शनचा वापर १५ सप्टेंबर १९५९ साली दिल्ली येथे करण्यात आला. त्यावेळी दररोज अर्धा तास कार्यक्रम प्रक्षेपित होत असत. १९६१ सालापासून शाळेमध्ये दूरदर्शनचे कार्यक्रम सुरू झाले. भाषा विषयाचे एक अत्यंत प्रभावी साधन म्हणून दूरदर्शनवरील कार्यक्रमांचा उल्लेख करता येईल. दूरदर्शनचे जाळे आता संबंध देशभर व घराघरात दूरदर्शन संच पोहचला आहे. एकाचवेळी दृकश्राव्य या दोन्ही माध्यमातून ज्ञानप्राप्ती करण्याचे एकमेव साधन आहे. एकाचवेळी लाखो विद्यार्थ्यांना दूरदर्शनवरील कार्यक्रम दाखविता येतात.

दूरदर्शनचा वापर औपचारीक व अनौपचारीक अशा दोन्ही प्रकारच्या शिक्षणासाठी केला जाऊ शकतो. अमूर्त कल्पना मूर्त स्वरूपात पाहता येतात व यामुळे विद्यार्थ्यांची ग्रहणशक्ती वाढते. दूरदर्शनवरून अनेक मालिका दाखविल्या जातात. शैक्षणिक पाठांचे चित्रीकरण करून ते दूरदर्शन वरून दाखविले जाते. मुख्याध्यापक आणि शिक्षकांनी याची नोंद घेऊन ते पाठ विद्यार्थ्यांना दाखविले पाहिजेत. या खेरीज ऐतिहासिक मालिका उदा. रामायण, महाभारत, चाणक्य, द ग्रेट मराठा, द सोर्ड ऑफ टिपू सुलतान, डिस्कव्हरी ऑफ इंडिया इ. प्रसारीत केल्या जातात. या बरोबरच नाटक, काव्यगायन, काव्यस्पर्धा, अंताक्षरी, एकपात्री कार्यक्रम, मुलाखत, बातम्या, हास्य व विनोदी नाटके या कार्यक्रमातून विद्यार्थ्यांच्या श्रवण, भाषण, वाचन, लेखन या कौशल्यांचा विकास होतो. म्हणून दूरदर्शन हे विद्यार्थ्यांच्या भाषा प्राविण्य सुधारण्याचे एक अत्यंत प्रभावी प्रसार माध्यम/साधन आहे.

२. **वृत्तपत्रे** - विविध प्रकारच्या प्रसार माध्यमांमध्ये वृत्तपत्रांचे एक आगळे वेगळे महत्त्व आहे. गावापासून ते जगापर्यंत बातम्यांचा समाचार घेणे ही काळाची गरज आहे. त्यामुळे कानाकोपऱ्यातील बातम्या पोहचविण्याचे काम वृत्तपत्रे करतात. उद्योगव्यवसायापासून ललित साहित्यापर्यंत मनोरंजनापासून संस्कृती संवर्धनापर्यंत महत्त्वाची कामे वृत्तपत्रांनी प्रभावीपणे करतात. देशभरातील राजकीय, आर्थिक, सामाजिक, कौटुंबिक व शैक्षणिक प्रश्नांवर प्रकाश टाकणे, देशाच्या आर्थिक परीस्थितीचे यथार्थ दर्शन घडविणे,

सामान्यज्ञान व चौकसपणा वाढविणे, स्पर्धा परीक्षांचे मार्गदर्शन, जनमत घेणे यासारख्या अनेक गोष्टी वर्तमानपत्रांनी साध्य होतात. काही वर्तमानपत्रांमध्ये शालेय मुलांसाठी एक स्वतंत्र पान राखून ठेवले जातात. त्यामध्ये बोधकथा, सुविचार, बुद्धिला चालना देणारे कोडे, वैज्ञानिक शोध, कथा, स्वच्छतेविषयक माहिती, दिनविशेष, गुड मॅनर्स, शब्दकोडे यांचा समावेश असून त्याच्या विद्यार्थी भाषा प्राविण्य सुधारण्यावर महत्त्वपूर्ण प्रभाव पडतो.

३. **चित्रपट** - समाजजीवनावर सर्वाधिक प्रभाव चित्रपटांचा असतो. त्याद्वारे मनोरंजन, संस्कृतीसंवर्धन, जीवनाच्या संघर्षातून अध्यात्मवादी दृष्टीकोन तयार करता येतो. ऐतिहासिक, पौराणिक कालखंडातील घडामोडींचे दर्शन साकार स्वरूपात करता येते. मनोरंजनातून समाजप्रबोधन घडते. लघुपटांद्वारे देशाची विविध क्षेत्रातील प्रगती, पंचवार्षिक योजनांची उद्दिष्टपूर्ती, खनिज, जलसंपत्ती, प्रेक्षणीय स्थळ यांचे यथार्थ दर्शन घडते. शामची आई, जुरासिक पार्क, तारे जमिपे, मकडी यांसारख्या चित्रपटातून शैक्षणिक समस्येचा उजागर करता येतो. शैक्षणिक चित्रपटांचा विद्यार्थ्यांच्या मनावर सखोल परीणाम होत असतो.

४. **आकाशवाणी** - आपल्या सर्वांच्या परीचयाचे श्राव्य साधन म्हणजे रेडिओ. ऑल इंडिया रेडिओची सुरुवात १९२७ साली झाली. त्यावेळी त्याचे नाव इंडिया ब्रॉडकास्टींग कंपनी असे होते. परंतु काही कारणास्तव ही कंपनी बंद होऊन एप्रिल १९३० मध्ये ध्वनीनिक्षेपण सुरु झाले व दिल्ली, कलकत्ता, मद्रास इत्यादी केंद्रावरून ध्वनीनिक्षेपण सुरु झाले. १९३६ साली All India Radio भारतीय नभोवाणी अस्तित्वात आले. रेडिओवरून शालेय विद्यार्थ्यांसाठी कार्यक्रम सादर केले जातात. त्यामुळे जनसंपर्क चांगला साधला जातो. एखाद्या विषयातील अद्यावत माहिती इतरांपर्यंत पोहचविण्याचे काम आकाशवाणी करत असल्यामुळे शिक्षणक्षेत्रातील तज्ज्ञ व्यक्तींचे मार्गदर्शन, आदर्श पाठ, बालचित्रवाणीचे कार्यक्रम आकाशवाणीवरून प्रसारीत करून त्याचा लाभ सर्व विद्यार्थ्यांना घेता येतो. आकाशवाणी हे परीणामकारक प्रसार माध्यम आहे.

५. **इंटरनेट** - सध्याच्या संगणकाच्या युगात संगणकाद्वारे इंटरनेटवरून जगातील सर्व देशांशी संपर्क साधून घरबसल्या माहिती मिळविता येते. आज आपण पाहिले तर शिक्षण, कला, व्यापार, इतिहास, करमणूक, संगीत, आधुनिक तंत्रज्ञान इत्यादी विषयी माहिती

आपल्याला इंटरनेटवर उपलब्ध असते. 'हे विश्वची माझे घर' ही संकल्पना इंटरनेटने साकारुन दाखविली आहे. देशातील विद्यार्थी आज इंटरनेटचा वापर करू लागला आहे. मोबाईल इंटरनेटमुळे ते अजून सोपे झाले आहे. संशोधनाची आवश्यक माहिती मिळविणे, चर्चासत्रांचे आयोजन, आकाशातील व अवकाशातील छायाचित्रे पाहणे, पुस्तके वाचणे, संदेश पाठविणे, माहिती मिळविणे इत्यादी गोष्टी विद्यार्थी घरबसल्या आपल्या संगणकावर करू लागला आहे. इतकेच नव्हे तर आजचा विद्यार्थी इंटरनेटच्या माध्यमातून ऑनलाईन मुलाखती सुद्धा देऊ लागला आहे. त्यामुळे त्याच्या भाषा प्राविण्य सुधारण्यास नक्कीच मदत होत आहे.

६. **ध्वनी फितिका &) Earft funfach (C.D., D.V.D. & Memory Card)** - श्राव्य साधने शिक्षणात महत्त्वाची भूमिका बजावतात. ध्वनी फितिका हे देखील एक प्रभावी श्राव्य साधन आहे. शिक्षकांनी याचा वर्गात वापर केल्यास म्हणजे चांगली भाषणे, चांगली गाणी, कविता, शालेय कार्यक्रम इत्यादी विद्यार्थ्यांना ऐकविण्याची सोय केल्यास विद्यार्थ्यांच्या अध्ययनात गोडी निर्माण होईल. आधुनिक तंत्रज्ञानामुळे या साधनांचा खूप विकास झाला आहे. यामुळे घडणारे प्रसंग ताबडतोब विद्यार्थ्यांपर्यंत पोहचतात. उदा. राष्ट्रपती किंवा पंतप्रधान यांची भाषणे किंवा एखाद्या घटनेचे प्रत्यक्ष वर्णन इ.

७. **ई-मेल** - ई-मेल म्हणजे इलेक्ट्रॉनिक मेल. म्हणजेच संदेश देवाण घेवाणचे अतिशय जलद व स्वस्त असे साधन होय. ई-मेल मुळे आपण जगाच्या पाठीवर काही सेंकदातच संदेश कुठेही पाठवू शकतो. जगातील पहिला ई-मेल १९६९ साली प्रा. लिओनार्ड यांनी केला. विद्यार्थी आपापसात किंवा शिक्षकांशी विचारांची देवाणघेवाण करू शकतात. स्वतःचे विचार दुसऱ्यांना लिहून कळवू शकतात. दुसऱ्या देशातील शिक्षकांचे विचार मागवू शकतात. विविध प्रकारच्या भाषा शिकविण्यासाठी ई-मेलचा उपयोग चांगल्या प्रकारे होऊ शकतो. ई-मेल पालच्या सहाय्याने भाषेचे ज्ञान देणारे धडे, त्यावरील प्रश्न, चाचण्या इत्यादी सोडविता येतात व पाठविता येतात. याप्रमाणे देवाण - घेवाणाच्या सहाय्याने भाषा शिकता व शिकविता येते. आधुनिक युगातले हे सर्वांत वेगवान प्रसार माध्यम म्हणून ओळखले जाते.

८. **टेली कॉन्फरन्सिंग** - आधुनिक काळात वेळेला खूप महत्त्व आहे. कॉन्फरन्स म्हटली तर एखाद्या सभागृहात तज्ञ व्यक्तीं सोबत एखाद्या विषयावर चर्चा, विचारांचे आदान

प्रदान करायचे व अनेक व्यक्तींनी त्या चर्चेत सहभागी व्हावे. यासाठी दूरवरून सर्व व्यक्तींना एका ठिकाणी यावे लागते. आधुनिक युगात वेळेअभावी ते शक्य होत नाही. यामुळे जो जेथे आहे तेथेच त्याच्याशी संपर्क साधला जाऊ शकतो. या आधुनिक संप्रेषण पद्धतीलाच टेली कॉन्फरन्सिंग म्हणतात. हे तंत्र दुरस्थ शिक्षण घेणाऱ्या विद्यार्थ्यांना एक वरदानच ठरले आहे. शिक्षक व विद्यार्थी यांचा सहभाग असल्यामुळे शिक्षक विद्यार्थी भाषा विषयक आंतरक्रियेला वाव मिळतो.

९. **छापील साहित्य** - पुस्तकांचा समावेश छापील साहित्यात होतो. उत्तम व दर्जेदार साहित्याने बालकांवर व समाजावर चांगले संस्कार होतात. 'पुस्तक हा माणसाचा खरा मित्र आहे' पुस्तकाद्वारा विविध प्रकारचे ज्ञान माणसाला मिळते. भाषेतील बारकावे पुस्तकातून निदर्शनास येऊन विद्यार्थ्यांच्या भाषिक कौशल्यांचा विकास होण्यास मदत मिळते. विविध भाषिक व विविध देशातील लेखकांचा व साहित्याचा परीचय होतो. विविध लेखकांची लेखनशैली साहित्याद्वारे कळू शकते. नवरसांचा परीचय होऊन विविध काळातील साहित्य प्रकार व त्यांचे वैशिष्ट्ये कळते.

वरील प्रकारे विविध प्रसार माध्यमे असून त्यांचा विद्यार्थ्यांच्या भाषा प्राविण्य विकासावर निश्चितच चांगला परीणाम होऊन भाषा विकासात या प्रसार माध्यमाची मोलाची भूमिका असते.

३.४ - विद्यार्थ्यांच्या बहुभाषिक विकासावर शालेय वातावरणाचा प्रभाव

शालेय वातावरण हे शालेय परीसरावर अवलंबून असते. शाळा ही समाजाची प्रतिकृती आहे. विद्यार्थ्यांच्या बहुभाषिक विकासावर शालेय वातावरण खेळीमेळीचे, अल्हाददायक असेल तेवढा अधिक चांगला परीणाम विद्यार्थ्यांवर सकारात्मक व नकारात्मक परीणाम करत असते. शालेय वातावरण जेवढे होत असतो. यासाठी शालेय घटकात मोडणाऱ्या मानवी घटकांनी दूरदृष्टी ठेवून शालेय वातावरण समृद्ध करण्याचा सातत्याने प्रयत्न केला पाहिजे. कारण शाळेच्या वास्तूतच उदयाचे राष्ट्र निर्माण होत असते.

सध्याची शिक्षण पद्धती ही विद्यार्थी केंद्रित पद्धती आहे. त्यामुळे विद्यार्थ्यांच्या आवडी-निवडी, विद्यार्थ्यांच्या समस्या, गरजा तसेच विद्यार्थ्यांचा प्रत्यक्ष सहभाग या सर्वांना अतिशय

महत्त्वाचे स्थान आहे. त्यामुळे विद्यार्थ्यांच्या भाषिक, सामाजिक व शैक्षणिक गरजा, सहभाव व संपादणूक या दृष्टिकोनातून शाळेत पोषक वातावरणाची निर्मिती केली गेली पाहिजे. असे असले तरच विद्यार्थ्यांच्या बहुभाषिक विकासाला योग्य दिशा मिळेल.

मानसशास्त्रीय दृष्टीकोनातून विचार केल्यास विद्यार्थी ज्या परीसरात शिकतात अर्थात ज्या शाळेत शिकतात तेथील वातावरण हे स्नेहपूर्ण असणे गरजेचे आहे. तज्ञांना शाळेमध्ये आमंत्रित करून अभ्यासक्रम विषयक प्रक्रियांमध्ये सहभागी करून घेता येईल. पालक आणि स्थानिक लोक शाळेत येऊन वर्गात शिकविल्या जाणाऱ्या पाठांशी संबंधित तज्ज्ञांचे ज्ञान आणि अनुभवांची माहिती विद्यार्थ्यांना साधन व्यक्ती म्हणून देऊ शकतात. विद्यार्थ्यांना त्यांची घरची भाषा बोलतांना त्याचा वापर करून शाळेच्या भाषेकडे नेता येते. शिक्षक स्थानिक भाषा बोलणाऱ्यांची मातृभाषेत संवाद करण्यासाठी मदत घेऊ शकतात. तसेच भाषा शिकवतांना भाषा विषयक साहित्य तयार करतांनाही त्याची मदत घेतली जाऊ शकते.

भाषिक विकासाच्या दृष्टीने एका भाषेचा दुसऱ्या भाषेशी निरनिराळ्या कारणास्तव संपर्क येणे व एका भाषेतून दुसऱ्या भाषेत शब्दसंपत्ती वाढ या दृष्टीने व अनुवादरुपाने संबंध प्रस्थापित होणे ही बाब स्वाभाविक व अनिवार्य ठरत आहे. भारतात त्रिभाषा सूत्र अस्तित्वात आहे. त्यानुसार राज्यभाषा महाराष्ट्रासाठी मराठी तर गुजरात साठी गुजराती याप्रमाणे प्रत्येक राज्याची राजभाषा वेगवेगळी आहे. देशाची राष्ट्रीय भाषा म्हणून हिंदीला तो सन्मान मिळाला असून आंतरराष्ट्रीय भाषा म्हणून संपूर्ण जगाने इंग्रजी भाषेचा स्वीकार केलेला आहे. म्हणून शालेय जीवनातूनच या तिन्ही भाषांचे अध्यापन केले जाते. यातूनच विद्यार्थ्यांच्या बहुभाषिकतेचा विकास घडून येतो. असे असले तरी शाळेने जाणीवपूर्वक खालील घटकांच्या आधारे विद्यार्थ्यांचा बहुभाषेचा विकासास पोषक असे वातावरण निर्माण केले पाहिजे.

१. **भाषा कक्ष** - शिकण्याची क्रिया जितकी आनंद देणारी असेल तितकी शिक्षणाची गोडी अधिक वाढते. अध्ययनाच्या विविध घटकांवर तयार केलेले कार्यक्रम संगणकाच्या मदतीने वेगवेगळ्या भाषेतून शिकविता येतात. क्रमन्वियत अध्ययन पद्धतीत संगणकाचा वापर केला जातो. वकृत्व स्पर्धा किंवा गाण्याची स्पर्धा की अनेक भाषेतील भाषण किंवा गाणे संगणकाच्या माध्यमातून स्पिकरद्वारे ऐकता येतात. इंटरनेट मुळे तर अजून ही सुविधा

अधिक सोपी झाली आहे. शाळेत सुसज्ज असे इंटरनेट युक्त संगणक कक्ष असल्यास त्याचा विद्यार्थ्यांच्या बहुभाषिक विकासावर चांगला परीणाम होत असतो.

२. **शाळेतील स्पर्धात्मक वातावरण** - आजचे युग हे स्पर्धेचे युग आहे. या स्पर्धेत टिकायचे असेल तर विद्यार्थ्यांना अनेक भाषा अवगत असणे आवश्यक आहे. कारण स्पर्धा परीक्षा ह्या राज्यभाषा, राष्ट्रीय भाषा व आंतरराष्ट्रीय भाषणे घेतल्या जातात. शाळेतील वातावरण जर स्पर्धात्मक असेल तर अशा ठिकाणी विविध भाषेतून अभ्यास करण्याची संधी विद्यार्थ्यांना प्राप्त होत होते.

३. **बहुभाषिक व्याख्यान** - व्याख्यान ही शिक्षककेंद्रित पद्धत आहे. शाळा व महाविद्यालयात व्याख्याने आयोजित केली जातात. विद्यार्थ्यांचा विविध भाषांचा विकास व्हायचा असल्यास मराठी, हिंदी, इंग्रजी अशा विविध भाषेतील तज्ञांचे व्याख्यान आयोजित करावे. देश व विदेशातील तज्ज्ञांना आमंत्रित करून संबंधित मुद्यांवर व्याख्यान व सेमिनार या गोष्टींच्या माध्यमातून विद्यार्थ्यांना अनेक भाषांशी संपर्क प्रस्थापित होवून सकारात्मक परीणाम निदर्शनास येतात.

४. **परीसंवादाचे आयोजन** - आधुनिक शिक्षण प्रणाली ही विद्यार्थी केंद्रित आहे. या पद्धतीच्या शिक्षणात विद्यार्थी स्वतः अध्ययन करण्यास प्रवृत्त होतो. स्वतः बोलतो, आपले विचार प्रकट करतो. दुसऱ्यांचे विचार ऐकून घेतो. या शिक्षणपद्धतीत त्याला स्वतःला प्रकट होण्याची संधी मिळते. यातून बहुभाषिकतेचा विकास होतो. व्यक्तिमत्त्वाचा विकास होतो. भाषेच्या माध्यमातून विचारविनिमय होत असल्याने त्याची भाषिक प्रगती होतांना दिसते. परीसंवाद हा चर्चेचा एक चांगला प्रकार आहे. शाळेने वेगवेगळ्या परीसंवादाचे विषय ठरवून त्याचे आयोजन करावयास हवे. या प्रकारच्या शालेय वातावरणात विद्यार्थी बहुभाषिकतेकडे वळून विविध भाषांचे ज्ञान अवगत करण्याची संधी प्राप्त करतो.

५. **सुसज्ज ग्रंथालय (संगणकीकृत)** - एकंदरीत शैक्षणिक प्रक्रियेमध्ये ग्रंथालयास अनन्यसाधारण महत्त्व आहे. ग्रंथालय हेच आजचे विश्वविद्यालय आहे असे आपण जेव्हा म्हणतो त्यातूनच त्याचे महत्त्व सिद्ध होते. शाळेने आपले ग्रंथालय सुसज्ज ठेवावयास हवे. प्राचीन ते आधुनिक सर्व ग्रंथांचे संग्रह यात असावे. विविध भाषांची पुस्तके, ग्रंथ उपलब्ध

असावे. ग्रंथालय हे शालेय वातावरणातील सर्वात प्रभावी घटक म्हणून ओळखले जाते. त्याआधारे विद्यार्थ्यांना अवांतर वाचनाची गोडी निर्माण करता येते. या वातावरणाचा निश्तिच चांगला परीणाम विद्यार्थ्यांच्या बहुभाषिक विकासावर होतो.

६. **भाषा प्रयोग शाळा** - भाषा शिकण्यासाठी विशेषतः जलदगतीने भाषा प्रयोगशाळा (लॅग्वेज लॅब) उभ्या केल्या जातात. या लॅबमध्ये लिंग्वाफोन बसविलेले असतात. यात शुद्ध उच्चार ऐकणे, उच्चारांचे दृढीकरण, उच्चारांचे ध्वनीमुद्रण करून पुन्हा ऐकणे इत्यादी कार्य विशेषतः वेगवेगळया भाषेत करता येऊ शकते. आधुनिक शिक्षणातील ही एक महत्त्वपूर्ण बाब आहे. हे वातावरण शाळेने उपलब्ध करून द्यावे.

समारोप

व्यक्तीला आपले विचार चांगल्या भाषेत व्यक्त करता येणे म्हणजे याला भाषण असे म्हणतात. भाषण किंवा संभाषण ही कला आहे. चांगल्या वक्त्याचे भाषण कौशल्य श्रोत्यांना प्रभावित करते व त्यांचा प्रतिसाद मिळविते. त्यामुळे भाषण कौशल्य प्राप्त करणाऱ्यासमोर शब्दांच्या सुयोग्य वापरातून उत्कृष्ठ शब्द व उत्कृष्ठ विचार यांचा संयोग घडवून आणण्याच्या प्रयत्न असतो. भाषेच्या अभ्यासात प्रयत्नपूर्वक भाषणकौशल्य कसे प्राप्त करावे हा भाग समाविष्ट असल्यामुळे भाषण या प्रकाराला भाषा विषयात महत्त्वाचे स्थान आहे. श्रवणाची फलश्रुती भाषण असून याचा अभ्यास विद्यार्थ्यांच्या भाषा प्राविण्यात महत्त्वाचा ठरतो.

सरावासाठी प्रश्न

१. भाषा शिक्षकाच्या जबाबदाऱ्या आणि भूमिका उदाहरणासह स्पष्ट करा.

२. विद्यार्थी भाषा प्राविण्य सुधारण्यावर प्रसारमाध्यमांचा कसा प्रभाव पडतो ते लिहा.

३. विद्यार्थ्यांच्या बहुभाषिक विकासावर शालेय वातावरणाला कसा प्रभाव पडतो ते लिहा.

४. बहुभाषिक वर्गखोलीतील शिक्षकाची भूमिका स्पष्ट करा.

५. भाषावाद म्हणजे काय? थोडक्यात चर्चा करा.

प्रकरण - ४
शिक्षणातील भाषेचे महत्व

भाषा म्हणजे बोलणे बोलण्याची एक पद्धती. भाषा ही विचारांच्या देवाण घेवाणाची एक प्रकिया आहे. भाषेच्या माध्यमातून प्रत्येक व्यक्ती आपले विचार, भावना प्रकट करत असतो. थोडक्यात, माणूस जे बोलतो, ते सहजपणे व मुखातून निघणारे बोल असून त्यालाच ध्वनी असे म्हणतात. धनींना विशिष्ट प्रकारचा अर्थ असतो. त्या पद्धतीलाच भाषा असे म्हणतात. माणूस भाषेतूनच आपले खरे विचार, रूप प्रकट करत असतो. कारण मानवामध्ये असणाऱ्या सहजप्रवृत्ती उदा. राग, भीती, प्रेम, द्वेष, चीड इ. सर्व अंगांनी प्रगट झालेले आहे.

४.१ - लेखन आणि वाचनातील भाषेचे महत्त्व

४.१.१ - लेखनातील भाषेचे महत्त्व

श्रवण, वाचन भाषण आणि लेखन या चार मुलभूत भाषिक क्षमता आहेत. यात अवघड, उच्च दर्जाची व गुंतागुंतीची क्षमता म्हणजे लेखन क्षमता होय. प्राथमिक शिक्षणापासून तर उच्च शिक्षणापर्यंत संपूर्ण शिक्षणाचे अवलोकन केल्यास या चार क्षमतांमधून लेखन या क्षमतेचा सर्वांत कमी विकास विद्यार्थ्यांमध्ये केल्यास या चार क्षमतांमधून लेखन या क्षमतेचा सर्वांत कमी विकास विद्यार्थ्यांमध्ये झालेला दिसून येतो. विद्यार्थ्यांमध्ये या कौशल्याचा ज्या पद्धतीने विकास झाला. पाहिजे त्या पद्धतीने तो होत नाही. शिक्षकांनी या क्षमता त्यातील सूक्ष्मता व बारकावे विद्यार्थ्यांमध्ये जाणीवपूर्वक रुजविण्याचा प्रयत्न करावा.

'लिख' या संस्कृत भाषेतील धातूपासून लेखन हा शब्द निर्माण झाला. 'लिख' म्हणजे लिहिणे. लेखन हे धातुसाधित नाम आहे. लेखनक्षमता ही साधीसुधी क्षमता नाही. मानवी मनातील विचार, भावना, कल्पनांना अक्षर बनविण्याची, अमर बनविण्याची क्षमता लेखनात दडली आहे. बोलण्यातून माणूस जसा प्रकट होतो तसाच तो लेखनातून होतो. लेखनातून होणारी अभिव्यक्ती दिर्घकाळ टिकणारी असते.

श्रवण, भाषण, वाचन याच बरोबर लेखन कौशल्याचा विकासासाठी शालेय स्तरावरून विशेष प्रयत्न झाले पाहिजेत. लेखनाच्या बाबतीत विद्यार्थ्यांमध्ये चुरस निर्माण केली पाहिजे.

त्यासाठी विद्यार्थ्यांना उत्तेजन द्यावे, चांगले निबंध वाचून दाखवावेत. प्रदर्शिका लावावेत. या गोष्टी विद्यार्थ्यांना उत्तम लेखन करावयास प्रवृत्त करतात. लेखनविषयक उपक्रम राबविण्यात आले पाहिजेत. उदा. अनुलेखन, श्रुतलेखन, गतीलेखन, शुद्धलेखन आणि हस्ताक्षर इ. यामुळे विद्यार्थ्यांच्या व्यक्तिमत्त्व विकसित होण्यास मोठा हातभार लागेल.

भावना व्यक्त होण्यासाठी भाषेसारखे दुसरे माध्यम नाही. माणूस आपले प्रेम, वात्सल्य, दुःख, भाषेतून व्यक्त करीत असतो. भाषा नसती तर मानवाच्या भावजीवन घडणीचे कार्य घडले नसते. आपल्या मनातील विचार, भावना मते तो दुसऱ्यापर्यंत पोहचवू इच्छितो त्यासाठी तो भाषण-संभाषणाचा आश्रय घेतो. भाषण- संभाषणातून माणसाला आनंद मिळतो पण त्यापेक्षाही लेखनातून अधिक मिळतो. हा आनंद दिर्घकाळपर्यंत तो लेखनाच्या माध्यमातून दुसऱ्यांना देऊ शकतो. लेखनातून माणसाला मनशांती मिळते. लेखन ही माणसाची निर्मिती असते. लेखन करून नवनिर्मिती व सर्जनशीलतेचा आनंद प्राप्त करून घेता येतो.

१) **आत्मप्रकटीकरण** - लेखनातून आत्मप्रकटीकरण घडत असते. भाषा हे आत्मप्रकटीकरणाचे साधन आहे. आपल्या मनातील विचार, भावना, सुख-दुःख दुसऱ्यांशी भाषेतील लेखन कौशल्याच्या माध्यमातून व्यक्ती प्रकट करत असतो. दुसऱ्यांशी संवाद साधने, इतरांची सहानुभूती मिळविणे अशी मानवाची मनोमन इच्छा असते. म्हणून प्रभावी लेखनाच्या माध्यमातून हे घडत असते.

२) **विविध लेखनकौशल्याचा विकास** - लेखन साधारणपणे उच्चारानुसार असते. उच्चार शुद्ध असले व त्यानुसार लेखन केले असले की ते बरेच शुद्ध असते. त्यासाठी चांगले लेखन झाले पाहिजे. म्हणजेच सुवाच्च, प्रमाणबद्ध, वळणदार व आकर्षक या बाबी लेखनात समाविष्ट असल्या पाहिजे. अनुलेखन, सुलेखन, श्रुतलेखन व स्तंभलेखन ही कौशल्य विकसित झाल्यास लेखनात भाषिक सौदर्य निदर्शनात येते.

३) **व्यक्तित्व विकास** - भाषेमुळे व्यक्तिमत्त्वाचा विकास होतो. लहानपणापासूनच भाषेचा ठसा मुलांच्या मनावर उमटत असतो. भाषेचा अमूल्य ठेवा हा लिखित स्वरूपात बंदिस्त आहे. उदा. कथा, कादंबऱ्या, आत्मवृत्त, आत्मचरित्र, निबंध, लेख इ. चा

व्यक्तिमत्त्वाच्या विकासात महत्त्व आहे. या सर्वांचा मुलांच्या मनावर संस्कार होतात. प्रत्येक मुलाच्या अंगी सौदर्यदृष्टी, रसिकता, सद्सद्विवेकबुद्धी, संवेदनशीलता हे गुण यातून विकसित होतात. त्यामुळे व्यक्तिमत्त्वाचा विकास होण्यास मदत होते.

४) **भावना व विचारांना चालना देणे -** लेखनाचे व्यक्तिगत व सामाजिक जीवनात अतिशय महत्त्व आहे. लेखन व्यक्तीला जसे आनंद मिळवून देते तसेच इतरांनाही त्यापासून आनंदाचा लाभ होतो. माणसाला आपली सुखदुःखे, विचार व भावना तसेच अनुभव दुसऱ्याला सांगावेसे वाटतात. त्यांच्या डोक्यात येणाऱ्या कल्पना केवळ स्वतः जवळ ठेवणे त्याला आवडत नाही. म्हणून त्या विचार, भावना आणि कल्पनांचे लेखनात रुपांतर होते.

५) **नवकल्पनांचा विकास -** लेखन क्षमता ही श्रवण, वाचन, भाषण या क्षमतांप्रमाणे हळूहळू विकसित होणारी क्षमता आहे. लेखनातून नवा विचार मांडता येतो. लेखन कौशल्य विकसित झाल्यानेनवनवीन कल्पना शब्दबद्ध करता येतात. अर्थात यासाठी उच्च मानसिक क्षमतेची आवश्यकता असते. यात अलंकारीक भाषेचा वापर करण्याचे कौशल्य लेखनकर्त्याला अवगत असणे आवश्यक आहे.

४.१.२ - वाचनातील भाषेचे महत्व

वाचन हा शब्द संस्कृत भाषेतील 'वच्' या धातूपासून तयार झाला आहे. वाचन धातुसाधीत नाम आहे. ध्वनीच्या उच्चाराला आपण वाचन म्हणत नाही तर ध्वनीचे जेव्हा अर्थपूर्ण उच्चारण होते तेव्हा त्याला वाचन संज्ञा प्राप्त होते. ध्वनी आणि अक्षर यापासून तयार होणाऱ्या शब्दांपाठीमागे लिहिणाऱ्या व्यक्तीच्या मनातील अर्थ उभा असतो, तो लक्षात घेऊन आकलनासह ध्वनीउच्चारण करणे म्हणजे वाचन करणे होय.

'छापलेल्या किंवा लिहिलेल्या मजकुरातील अक्षर ओळखून त्याचे ध्वनीत रुपांतर करणे म्हणजे वाचन होय.'

दुसऱ्यांचे भाषण समजणे यासाठी ज्याप्रमाणे श्रवणाची आवश्यकता असते त्याप्रमाणे इतरांनी लिहून ठेवलेले समजून घेण्यासाठी वाचनाची आवश्यकता असते. जगातील पुष्कळसे ज्ञान साहित्यांमध्ये व ग्रंथामध्ये साठवून ठेवलेले आहे. ते ज्ञानभंडार समजून घेण्याचे प्रभावी साधन म्हणजे वाचन होय वाचनातून प्रामुख्याने ज्ञानाबरोबरच आनंद प्राप्तीही होत असते.

शाळेतून जाणीवपूर्वक विद्यार्थ्यांच्या वाचन कौशल्याचा विकास व्हावा म्हणून कथा वाचन, कविता वाचन, निबंध वाचन यांसारखे उपक्रम राबविण्यात यावे.

दुसऱ्याने बोललेले श्रवणाच्या माध्यमातून जसे समजते तसे दुसऱ्याने लिहिलेले वाचनाच्या माध्यमातून जाणून घेता येते. वाचनाने आनंद मिळतो व सौदर्य दिसते. दुसऱ्याने लिहून ठेवलेले विचार समजून घेण्याची पात्रता वाचनात सामावली आहे. सर्वज्ञान भंडार हस्तगत करण्याचा सोपा उपाय म्हणजे वाचन होय. बुद्धिचा विकास वाचनामुळे होतो. साहित्याचा रसस्वाद घेऊन आनंदप्राप्ती करून घेण्याचे वाचन हे साधन आहे. व्यक्तिमत्त्व विकास संपन्नतेसाठी वाचनाचे अनन्यसाधारण महत्त्व आहे.

१. जगात अनेक भाषा बोलल्या जातात. प्रत्येक भाषेत ज्ञानभंडार लिखित स्वरूपात अस्तित्वात आहे. त्यातून ज्ञानसंपादन करणे, निरनिराळ्या ग्रंथाचे वाचन ज्ञान मिळविण्यासाठी करणे तसेच निरनिराळ्या साहित्य प्रकारातील ग्रंथाच्या वाचनातून मनोरंजन करून घेता येते.

२. वाचन हे असे कौशल्य आहे की ज्याच्या माध्यमातून आकलन शक्तीचा विकास साधून घेता येतो. कारण लिखित साहित्य वाचतांना त्यातील नेमका अर्थ समजून घ्यावा लागतो. त्यातून आपोआपच विद्यार्थ्यांच्या आकलन क्षमता विकसित होत असते.

३. **बहुश्रुतपणा** - प्रामुख्याने वाचनातून निर्माण होतो. वाचनातून विविध विषयातील सखोल ज्ञान प्राप्त होते. वाचनातून मनाला आनंदाची अनुभूती लाभते.

४. **चांगल्या विचारांची संग्राहकता** - मानवी मन सुसंस्कारीत होऊन वाचनामुळे चांगल्या विचारांमुळे निर्मिती वाचकात होऊन विचारांची संग्राहकता प्राप्त होण्यास मदत होते.

५. **अभिवृत्तीचा विकास होतो** - वाचनामुळे व्यक्तिमत्त्वविकास होतो. विशिष्ट प्रकारच्या अभिवृत्तीचा विकास होत असतो. वाचनातून साहित्यिकांच्या भावना जाणून घेता येत असून चांगली पुस्तके, चांगली ग्रंथ वाचण्याची अभिरुची निर्माण होते.

६. **व्यक्तिमत्त्व विकास** - व्यक्ती आणि वस्तू यांच्याशी असलेले शब्दांचे साहचर्य समजण्यात बुद्धिचा सहभाग महत्त्वाचा असतो. आकलनक्षमता ही देखील बुद्धिशी निगडीत असते. एकंदरीत वाचनामुळे शरीर, मन आणि बुद्धि यांच्या समतोल विकासाने व्यक्तिमत्त्वाचा सर्वांगिण विकास होतो.

४.२ - वाचण्याची कार्यनिती/पद्धत

दुसऱ्याने लिहिलेले विचार त्याच्या आशय गोषवाऱ्यासह नीट समजून घेणे हे वाचनाचे प्रयोजन आहे. वाचन हे ज्ञानसंवर्धनाचे प्रभावी साधन आहे. ग्रंथ हे आपले गुरु आहेत. त्यांच्याद्वारेच आपल्याला विविध प्रकारचे ज्ञान प्राप्त होत असते. वाचनाची क्रिया ही प्रथम क्रिया असून त्यातूनच लेखन आणि भाषण या क्रियांची निर्मिती होते. वाचनकलेचा व्यक्तिमत्त्व विकासाशी जवळचा संबंध आहे. चांगल्या उच्चाराद्वारे वाचन होत असेल वाचनातून अभिनय प्रगट होत असेल तर वाचनाचा ऐकणाऱ्यावर योग्य परीणाम होणारच. म्हणून व्यक्तिमत्त्व विकासाच्या दृष्टीने वाचनाचे महत्त्व लक्षात येते. सुरुवातीस एक-एक अक्षर, शब्द व त्यानंतर वाक्य वाचता येणे याक्रमाने वाचन कौशल्य विकसित होते. लहान मुल एक-एक पाऊल पुढे टाकते व स्वतः आनंदाचा अनुभव घेऊन इतरांनाही प्रफुल्लित करते तसेच महत्त्व भाषेच्या अभ्यासात वाचनाचा एकेक टप्पा गाठणाऱ्यांचे होते.

वाचन ही ग्रहणात्मक क्षमता आहे. वाचनामुळे ज्ञानात भर पडते. विश्वातील एकूण माहिती, संशोधन हे वाचनाद्वारे आपल्याला ज्ञात होते. मानवाचा बौद्धिक, भावनिक, सांस्कृतिक, काल्पनिक, वैचारीक, आणि संवेदनात्मक विकास होता तो केवळ वाचनामुळेच हे महत्त्वाचे वैशिष्ट आपणास सांगता येते.

प्रक्रियेचे स्वरूप

१. अक्षर शब्द - वाक्य ओळख

२. शब्द व वाक्यातून अर्थबोध होणे

३. अर्थबोधाचा संबंध स्वानुभवाशी जोडणे

४. वाचनातून वर्तन परीवर्तन होणे

५. शब्दाबरोबरच चित्र, खुणा, तक्ते व नकाशे समजणे.

६. शब्द कोष व ज्ञानकोषाचा उपयोग करणे

७. योग्य गतीनुसार वाचन करणे

याप्रमाणे वाचनाची प्रक्रिया प्रत्येक बालकात सुरुवातीपासून सुरु होते. शब्दाची ओळख ते वाचनाची गती असा होतो.

वाचनापूर्वीची तयारी

१. **शारीरिक तयारी** - 'वाचनकौशल्य विकासनासाठी आवश्यक अशा ज्ञानेद्रियांची शरीरअवयवांची प्रगल्भता म्हणजे शारीरिक तयारी होय.' शारीरिक तयारी मध्ये पंचज्ञानेंद्रियांचे कार्य अतिशय महत्त्वाचे असते. उदा. कान, नाक, डोळा, जीभ यांच्याबरोबरच दात, ओठ, व कंठ यांचा विकास झाल्याशिवाय वाचन करता येत नाही.

२. **भावनिक तयारी** - 'मनुष्य जन्मतःच प्रेम, उत्साह, क्रोध, शोक, हास्य, विस्मय, भय व जिज्ञासा या भावना घेऊन जन्माला येतो.' या दृष्टीने मानवाची भावनिक तयारी ही महत्त्वाची असते. भावनिक दृष्ट्या परीपक्वता वाचनासाठी लाभदायक ठरते.

३. **मानसिक/बौद्धिक तयारी** - मानवाच्या पंच ज्ञानेंद्रियांना काम मिळाले तरच ज्ञानप्राप्ती होते. पंचेंद्रिय सक्रिय होऊन वाचन करता येते किंवा प्रकटीकरण करता येते. एकंदरीत बालकाच्या वाचनक्षमता विकसित होत असतांना बालकाचा शारीरिक, भावनिक व बौद्धिक / मानसिक विकास होणे आवश्यक आहे. हा वाचन कार्यनितीचा महत्त्वपूर्ण भाग असून त्यावर वाचन क्षमता अवलंबून असते.

वाचन कार्यनितीतील महत्त्वाचे टप्पे

१. **मुळाक्षर अध्ययन** - मुळाक्षर अध्ययनात वाचन व लेखन सोबत शिकविले जाते. प्रथम स्वर- व्यंजन- बाराखडी - अक्षर जोडाक्षर शब्द - वाक्य या पद्धतीने अध्ययन केले जाते. वाचन व लेखन एकाच वेळी केले जात असल्याने शुद्धलेखनात प्राविण्य प्राप्त करता येते.

२. **गट करणे / गट पाडणे** - या पद्धती मध्ये समान दिसणाऱ्या अक्षरांचे गट करून लेखन व उच्चारण केले जाते. उदा. ग-म-भ, व-ब, प-फ- ष, ख-थ-य इ. अशाच अक्षरांचा शब्द तयार करून त्याचे चित्रांशी साहयचर्य प्रस्थापित केले जाते. उदा. ग-गणपतीचा, भ

भटजीचा, म मगरीचा, प-पतंगाचा इ.

३. **शब्द अध्ययन** - मुळाक्षर अध्ययन व गट करणे या दोन्ही पद्धतीतील दोष लक्षात घेऊन शब्दच बालकांसमोर ठेवले जातात. उदा. वस्तू, व्यक्ती, प्राणी, पक्षी यांच्याशी निगडीत शब्द. यासाठी फ्लॅश कार्डचा वापर केला जातो. इथे शब्दातून वर्ण शिकवले जाते.

४. **वाक्यांभ्यास (वाक्य अभ्यास)** - या ठिकाणी संपूर्ण वाक्याला एक घटक मानले जाते. प्रथम वाक्य सांगून नंतर शब्द, नंतर अक्षर याक्रमाने अध्ययन केले जाते.

५. **प्रसंग पद्धत** - शब्द व वाक्य यांचे मिश्रण म्हणजे प्रसंग पद्धत होय. पहिल्यांदा बालकाच्या अनुभव विश्वाशी निगडीत प्रसंग निवडले जातात त्यासंदर्भात वाक्य शिकविली जातात. नंतर वाक्य-शब्द- अक्षर पद्धतीने अध्ययन होते.

६. **ध्वनी** - भाषेतील मूलध्वनींची निवड करून ध्वनी शिकविले जातात. नंतर त्या ध्वनींचे लिपिचिन्ह शिकवले जाते. यानंतर वाचन शिकवले जाते. म्हणजेच भाषा जशी अस्तित्वात आली त्याचाच अवलंब या पद्धतीत केला जातो अशातऱ्हेने वाचन क्षमता आत्मसात होत असते यालाच वाचनाची कार्यनिती म्हणून संबोधले जाते.

४.३ - लेखनाची कार्यनिती/पद्धती

लेखन ही मुलभूत भाषिक क्षमता आहे. तशीच ती एक कलाही आहे.लेखन ही प्रकटीकरणात्मक क्षमता असून ती अत्यंत विश्वसनीय आहे. 'आपली लिपी ज्या चिन्हांनी बनली, त्या चिन्हांचा वापर करून लिहिणे म्हणजे लेखन होय.' लेखनामुळे आणि मुद्रणामुळे आजपर्यंतच्या प्रगतीचा आढावा घेता येतो. तसेच समाजातील बहुतेक व्यवहार लेखी स्वरुपात केली जातात. लेखनामुळेच जगातील एकूण साहित्य विश्वसंपन्न झाले आहे. शिक्षणातही लेखीपरीक्षा प्रणालीमुळे लेखन कौशल्य अवगत होणे गरजेचे झाले आहे.

लेखन हा आत्मविष्कार आहे. आत्मप्रकटीकरणाचे ते एक प्रभावी साधन आहे. आपले मन आपण कोणाजवळ तरी मोकळे करावे अशी प्रत्येकाची प्रबळ इच्छा असते. भाषण आणि लेखन यातून ती प्रकट होत असते. आपल्या मनातील विचार व मते मांडण्याचे लेखन हे भाषणाप्रमाणेच प्रभावी साधन आहे. मनातील भावना आपण लेखनातून प्रकट करीत असतो. याबरोबरच सुसंस्कार घडविण्यासाठीही लेखनाचा उपयोग आपण करून घेत असतो.

लेखन समाजाला विचार प्रवृत्त करते, प्रेरणा देते. जीवनाला नवी दृष्टी प्राप्त करून देते. लेखन स्वत: चा आविष्कार करते. लेखन लेखनकर्त्याला आनंद मिळवून देते परंतू त्याचबरोबर ते लेखन वाचणाऱ्यालाही अप्रतिम आनंदाची अनुभूती करून देत असते. लेखनाच्या माध्यमातून आपण अनेक गरजा पूर्ण करत असतो म्हणूनच व्यक्तिगत पातळीवर जसे ते महत्त्वाचे आहे. लेखन ही कला असून ती सरावाने आत्मसात करता येते. लेखन कलाची विशिष्ट प्रकारची कार्यनिती असते. ती प्रामुख्याने तीन स्तरांवर अवलंबून असते ते स्तर पुढीलप्रमाणे

लेखनाचे स्तर

१) प्राथमिक स्तर - लेखनाच्या तांत्रिक स्तरावर/अंगावर प्रभुत्व प्राप्त करणे - यालाच आपण सुलेखन अवस्था असे म्हणतो. हा लेखनाचा प्रारंभ होय. यात विविध मुळाक्षरे सुयोग्य लेखन क्षमता प्राप्त केली जाते. प्रथम अक्षर, नंतर शब्द व शेवटी संपूर्ण वाक्यरचनाचे लेखन केले जाते. या पद्धतीने चढत्या क्रमाने प्राथमिक अवस्थेत कार्य करावे लागते. यानंतर अनुलेख, श्रुतीलेख, शुद्धलेखन यांची मदत घ्यावी लागते.

२) द्वितीय स्तर रचना कार्य - दुसऱ्या स्तरावर रचना कार्यास सुरुवात होते. या रचना कार्यात शिक्षकांच्या मार्गदर्शनाखाली प्रश्नांची उत्तरे देणे, परीच्छेद लेखन, सारांश लेखन, सार लेखन, कल्पना विस्तार, पत्रलेखन, निबंधलेखन, वर्णन इत्यादी रचना प्रकार केले जातात. यासाठी विद्यार्थ्यांना मुद्दे तसेच विशिष्ट शब्द मदत म्हणून पुरविली जातात.

३) तृतीय स्तर सृजनात्मक लेखन - या स्तरावर कोणत्याही मार्गदर्शनाशिवाय निबंध, लेख, वर्णन, कल्पना विस्तार इत्यादीविविध साहित्य प्रकारांचा समावेश असून विद्यार्थी या प्रकारचे लेखन करतो. म्हणजे या ठिकाणी स्वतंत्र सृजनात्मक लेखनाची क्रिया घडते.

अशारीतीने अक्षरे लिहिण्यापासून सुरु झालेला प्रवास स्वतंत्र सृजनात्मक वा सर्जनात्मक लेखनापर्यंत येऊन थांबतो.

लेखनाची पूर्वतयारी

१. **शारीरिक तयारी** - डोळे, कान यातील परीपक्वतेबरोबरच बोटे, मनगट, हात, दंड व स्नायू यात परीपक्वता आल्या शिवाय लेखन करू शकत नाही.

२. **मानसिक तयारी** - मेंदू हा संपूर्ण शरीरावर नियंत्रण ठेवणारा महत्त्वाचा घटक आहे. डोळे, बोटे यांचे संयोजन व नियंत्रण मेंदूद्वारेच केले जाते.

३. बौद्धिक तयारी - उच्चारण, अर्थग्रहण, सहचर्य यांचा बुद्धिशी संबंध येतो तसेच श्रवण, वाचन, भाषण यातही परीपूर्णता असावी लागते.

अक्षर लेखनाच्या विविध अध्ययन पद्धती -

१. **मॉंटेसरी पद्धत** - या पद्धतीत लाकूड किंवा प्लॅस्टिकच्या अक्षरांचा उपयोग केला जातो. या विशिष्ट आकारावरून विद्यार्थी हात फिरवितो. पेन, पेन्सिल इत्यादी लेखन साहित्य ही अक्षरांवरून फिरविण्याचा सराव दिला जातो.

२. **पेस्टॉलॉजी पद्धत** - वाचनातील गट पद्धतीत जसे समान दिसणाऱ्या मुळाक्षरांचे दृश्य साम्यतेनुसार गट तयार केले जातात तसेच येथे गट करून उदा. ग-म-न-भ इ. या गटानुसार लेखन सराव केला जातो.

३. **जेकाटाट पद्धत** - या पद्धतीत बालकाला एक वाक्य लिहून दिले जाते. बालक प्रथम हे वाक्य लिहितो व नंतर न पाहता लिहितो. नंतर दिलेल्या नमुन्याशी स्वतःच्या लेखनाची तुलना करून स्वतःच्या चुका शोधतो व त्या दुरुस्त करून परत लेखन करतो.

४. **चित्र पद्धत** - आपण सर्वजण मुळाक्षरे ज्या पद्धतीने शिकलो, ती पद्धती चित्र पद्धती होय. या पद्धतीत अक्षर व चित्र यांच्यात सहचर्य प्रस्थापित करून लेखन शिकविले जाते. उदा. अ-आगगाडी (चित्र), आ-आई (चित्र) इ.

५. **वाक्य पद्धत** - भाषा अभ्यासात वाक्यरचनांवर प्रभुत्व प्राप्त झाले की त्या भाषेत प्रभावी लिखित किंवा तोंडी अभिव्यक्ती करता येते. यासाठी कर्ता, कर्म, क्रियापद यांचा तक्ता तयार करून विविध वाक्य बनविली जातात.

४.४ - आशय सारांशात भाषेचे महत्त्व

सारांश लेखनाचा मुळ उद्देश विद्यार्थ्यांच्या आकलनशक्तीशी निगडीत तसेच मुद्देसुद शब्दात लेखी अभिव्यक्ती क्षमता विकसित करण्याच्या संदर्भात असतो.

सारांशलेखन किंवा सारलेखन म्हणजे मूळ उताऱ्याचे थोडक्यात रुपांतर करणे होय. सारांश लेखनात हे रुपांतर किती करावे हे निश्चित झाले पाहिजे. हे रुपांतर अर्धे किंवा एक तृतीयांश

होऊ शकते. सारांश लेखन करतांना मूळ कल्पना व विचार आवश्य झाले पाहिजे. स्वतःच्या भाषेचा विचार करणे हे यात गृहित धरता येते. शाळेतून सारांश लेखन करण्याची संधी विद्यार्थ्यांना उपलब्ध करून दिली पाहिजे. सारांश लेखनाचा सराव करून घेतल्यास शब्दांचा वापर कसा करावा व मूळ आशय त्यातून कसा अभिव्यक्त करावा याचे मार्गदर्शन शिक्षकांकडून होणे आवश्यक आहे.

दिवसेंदिवस मनुष्याचे जीवन इतके घाईचे व धांदलीचे होत चालले आहे, की त्याला निवांतपणा फारसा मिळत नाही त्यातून थोडा वेळ मिळतो तो वाचनात घालवायचा असे त्याने ठरविल्यास कमीत कमी शब्दांत कुठे काय सांगितले आहे तिकडे त्याचे लक्ष असते. भल्या मोठ्या कांदबरीऐवजी तो एखादी लघुकथा किंवा लघुतमकथा पसंत करतो. अगदी सर्व पाठ शिकवून झाल्यानंतर शिक्षकालाही अगदी थोडक्यात सांगावे लागते.

अगदी असेच काही वर्तमानपत्रात संपादक त्याचा गोषवारा देतो. ज्यामुळे वर्तमानपत्र वाचनीय होते. या सर्व गोष्टी आपणास समजून घेण्यासाठी एक गोष्ट येणे आवश्यक असते ते म्हणजे सारांशलेखन.

व्यवहारात उगीच पाल्हाळ न लावता, आवश्यक तेवढ्याच गोष्टींचा उल्लेख करून आपण आपले म्हणणे मांडतो. हा जो संक्षेप करावा लागतो यालाच 'सारांश' असे म्हणतात. आपले विचार संक्षेपाने कसे मांडावेत. व्यक्त करावेत याचे शिक्षण विद्यार्थ्यांना विद्यार्थी दशेत देणे उचित ठरते. यालाच 'सारांशलेखन' असे म्हणतात.

'सारांश' या शब्दाची फोड 'सार+अंश' अशी आहे. 'सार' म्हणजे त्या उताऱ्याचा गाभा, मुख्य विचार मध्यवर्ती असा विचार त्या उताऱ्यातील सार अंशरूपाने मांडणे, थोडक्यात मांडणे, मूळ उताऱ्यातील मुख्य विचार उपविचार, सारांशरूपात यावेत. मूळ विचाराचे स्पष्टीकरण दाखले व त्याचे स्पष्टीकरण अलंकरण वजा करून मुख्य विचार सांगता येणे ही कला आहे.

सारांश लेखनाचे महत्त्व व उपयोग

जगातील ज्ञान स्मरणात ठेवण्यासाठी आत्मसात करायला व आपले वेगळेपण स्पष्ट करायला सारांशाचे तत्त्व उपयोगी पडते.

माहितीचे संकलन, संवर्धन, सारांशामुळेच शक्य होते. आपल्या आकलनाचा पडताळा सारांशाहूनच घेता येतो.

स्वयं-अध्ययनाबरोबर भाषणाच्या टिप्पणी घेणे, बातमी, वृत्त यांचे पुनर्लेखन करणे, नोटा तयार करणे, यासाठी सारांशलेखन कौशल्याचा उपयोग होतो. त्यासाठी काही तंत्रे वापरली जातात.

सारांश करण्याची पद्धती

१. सारांशलेखनासाठी एखादा उतारा दिला जातो. या उताऱ्याच्या लांबीच्या एक तृतीयांश या प्रमाणात त्या लेखकाचे विचार विद्यार्थ्यांने आपल्या भाषेत सलग रीतीने लिहून दाखवावे ही अपेक्षा असते.

२. शब्द काटेकोरपणे मोजून लिहिण्याचे कारण नाही.

३. सारांश लिहिण्यापूर्वी विद्यार्थ्याने उतारा प्रथम वाचावा त्यात कोणकोणत्या मुद्यांवर विवेचन आहे ते मुद्दे क्रमाने कागदावर मांडावेत.

४. मूळ उताऱ्यातील भाषेत सारांश न सांगता स्वतःच्या भाषेत मांडावे.

५. लेखकाचा विचार पहिल्या वाचनाने कळला नसेल तर मूळ उतारा दोनदा तीनदा देखील वाचावा.

६. सारांशाचा विस्तार मूळ उताऱ्याच्या एक तृतीयांश इतपतच झाला आहे ना ते पाहावे. तसा नसल्यास काटछाट करून तो सुधारावा.

७. मूळ उताऱ्यात विवेचन करताना वापरलेले अलंकार विशेषणे, वर्णन इ. गोषवारा सांगताना अनावश्यक वाटत असतील तर ती काढून टाकावीत.

सारांश लेखन करतांना टाळावयाच्या भाषिक बाबी

सारांश लेखन करतांना भाषेला विशेष महत्त्व आहे. दिलेला आशय किंवा उतारा मूळ स्वरूपात कसा आहे. त्यात वापरलेली भाषा कशी आहे हे आधी समजून घ्यावे लागते इतर लेखन व सारांश लेखन यात जसा फरक आहे तसाच त्या भाषेच्या वापरासंदर्भातही अमुलाग्र असा बदल पहावयास मिळते. सारांश लेखन हे स्वतःच्या भाषेत करावयाचे असते. आशयाचा मूळ हेतू, मध्यवर्ती कल्पना, दिलेला विचार, यांना धक्का न लावता एक तृतीयांश

भागात लेखन करणे आणि त्यातही साधी सोपी व सरळ भाषेचा वापर करणे बंधनकारक आहे. असे असले तरच खऱ्या अर्थाने सारांश लेखन झाले असे म्हणता येईल. भाषेचे महत्त्व सारांश लेखनात अत्यंत महत्त्वाचे आहे. हे आपणास खालील प्रमाणे सांगता येतील.

१. **अलंकारीकता** - गदय परीच्छेद किंवा दिलेल्या आशयात वापरण्यात आलेली भाषा ही काही वेळेस अलंकारीक असते. लेखकाने मजकूर लिहितांना ते अधिक वाचणीय व्हावे आणि वाचणाऱ्याला त्यातून आत्मिक आनंद मिळावा हा त्यामागे मुख्य हेतू असतो. अशा अलंकारीक भाषेने युक्त परीच्छेदाचे सारांश लेखन करतांना लेखकाने वापरलेली आलंकारीकता टाळावी लागते.

२. **भाषेची सजावट** - सारांश लेखनाचा उद्देश विद्यार्थ्यांच्या आकलन व थोडक्यात मुद्देसुद शब्दात लेखी अभिव्यक्ती करण्याची क्षमता यांचा विकास करणे हा असतो. मूळ लेखकाने त्याच्या लेखनात भाषेची सजावट केलेली असण्याचा संभव असतो. स्वतःचे म्हणणे पटवून देण्यासाठी लेखकाने आशयातील भाषेची आपल्या सोईनुसार अलंकारांचा वापर करून रसरशीत करण्याचा प्रयत्न केलेला असतो. सारांश लेखन करतांना अशा प्रकारची भाषेतील सजावट टाळून सोप्या भाषेचा वापर करण्यात यावा.

३. **दाखले, दृष्टांत व उपमा** - सारांश लेखनाचा परीच्छेदातील मूळ भाव, मुख्य विचार व मुख्य संदेश जाणून घेतांना त्यात लेखकाने विविध दाखले, दृष्टांत आणि उपमा यांचा वापर केलेला असतो. सारांश लेखन करतांना मात्र या गोष्टी टाळता आल्या पाहिजे. त्यानंतर सारांश लेखनाची योजना पक्की करून सारांश लेखन करावे. एकूण शब्द मोजून सारांश लेखन १/३ इतके झाले आहे किंवा नाही, व ते योग्य झाले आहे किंवा नाही हे पाहण्यासाठी सारांश लेखनाचे पुर्नवाचन करावे व आवश्यक असल्यास किरकोळ बदल करून घ्यावेत.

४. **शाब्दिक खेळ** - बऱ्याच वेळेस मुळ लेखक आपल्या लिखाणात मध्यवर्ती कल्पना मांडतांना मर्मदृष्टी, स्वतःच्या कल्पनांबाबत सुस्पष्टता, अचूकशब्दांची निवड, एखादा सुविचार, दृष्टांत, कल्पना यासारख्या रसाळ भाषेचा प्रयोग केलेला असल्याने त्याचे सारांशात रुपांतर करतांना हे सर्व गाळून लेखकाला जे सांगावयाचे आहे ते सोप्या, स्पष्ट स्वतःच्या

भाषेत मूळ लेखनाच्या लांबीच्या एक तृतीयांश इतकी करून लेखन करावे.

४.५- ग्रंथालयातील संदर्भग्रंथ वाचन व विमर्षण

'संदर्भ' या शब्दाचा इंग्रजीत Reference असा समानार्थी शब्द आहे. संदर्भ किंवा Reference या शब्दाचा पुढीलप्रमाणे अनेक अर्थ आहेत.

i) एखाद्या गोष्टीचा किंवा व्यक्तीचा उल्लेख

(The act of mentioning something or someone)

- संस्थेच्या अहवालात त्याच्या कामाचा संदर्भ होता.
- आपल्या भाषणात त्याने अनेकांचा संदर्भ दिला.

ii) एखाद्या गोष्टीकडे माहिती मिळविण्याच्या दृष्टीने पाहाणे.

(The act of looking at something for information)

- आपल्या संदर्भासाठी हे २-३ महत्त्वाचे फोन नंबर लिहून दे..
- ऐतिहासिक संदर्भासाठी हे पुस्तक फारच उपयोगी दिसते.

iii) एखादी माहिती कुठे पाहता येईल किंवा कुठून मिळविता या संबंधीची टीप, संदर्भ टीप (a note that tells you where certain information can be found or came from)

- प्रत्येक प्रकरणाच्या शेवटी आवश्यक त्या संदर्भ टिपा दिल्या आहेत.
- हा संदर्भ नरहर कुरूंदकरांच्या 'जागर' या पुस्तकात पान १३५ वर पाहावा.

iv) औपचारिक पत्राचा जावक क्रमांक

(Coutward no. On formal letters)

- पत्रव्यवहार करताना कृपया संबंधित पत्राचा संदर्भ द्यावा.
- संदर्भ तुमचे जा. क्र. ५०७/१५.५.२०१८ चे पत्र.

v) व्यक्तीचे चारित्र्य व क्षमता याबद्दलचे प्रशस्तीपत्र

(a letter or a certificate describing a person's character and ability)

- आमच्या कंपनीच्या मॅनेजरनी मला चांगले संदर्भपत्र दिले.
- संदर्भासाठी मी सध्या जेथे नोकरी करतो तेथील पत्र.

vi) नोकरीसाठीच्या तुमच्या अर्जात तुम्हाला ओळखणाऱ्या व्यक्तीचा उल्लेख

(a person who allows you to mention their name in your application for job)

- मी एका कंपनीत नोकरीसाठी अर्ज करतोच. संदर्भ म्हणून तुमचे नाव देऊ का?
- संदर्भ : श्री. ज. म. शर्मा

उद्योगपती

संपर्क - 94723645289

vii) विशिष्ट गोष्टीची पार्श्वभूमी

(The context of something or somebody)

- संदर्भासहित स्पष्टीकरण करा.

"स्वराज्य हा माझा जन्मसिद्ध हक्क आहे आणि तो मी मिळविनच."

- पुढील ओळींचा संदर्भ स्पष्ट करा.

"कुणी घर देतं का घर..."

viii) एखाद्या विषयासंबंधीची विशिष्ट माहिती

(a specific piece of information related to something)

- 1962 च्या भारत-चीनी युद्धाचा संदर्भ मला कोठे मिळेल?
- परग्रहावर जीवसृष्टी आहे काय ? याबद्दलचे संशोधन जगात कुणी कुणी केले त्याचा संदर्भ मी शोधतोच.

संदर्भग्रंथ वाचनासंबंधीची चर्चा करण्यासाठी II, III, V, VII आणि VIII या अर्थांचा आपल्याला विचार करावा लागेल हे तुमच्या लक्षात आले असेलच.

क) संदर्भग्रंथ याचन

एखाद्या गोष्टीबद्दल अचूक, शाखशुद्ध, नेमकी व आवश्यक ती सर्व माहिती ज्या ग्रंथात दिलेली असते त्याला संदर्भग्रंथ म्हणता येईल.

उदाहरणार्थ, यशवंतराव चव्हाण महाराष्ट्र मुक्त विद्यापीठाबद्दलच्या एखाद्या ग्रंथात पुढीलप्रमाणे माहिती असू शकते.

- विद्यापीठाच्या नावाचा इतिहास
- विद्यापीठाची उद्दिष्टे, ध्येय-धोरणे
- विविध अभ्यासक्रम व अभ्यासक्रम पूरक कार्यक्रम
- देश व आंतरराष्ट्रीय पातळीवरील तज्ज्ञांच्या भेटी व त्यांचे मार्गदर्शन
- परंपरागत विद्यापीठांपेक्षा य.च.म. मुक्त विद्यापीठाचे वेगळेपण, खास वैशिष्ट्ये
- आत्तापर्यंत राबविलेले विशेष कार्यक्रम

असा माहितीपूर्ण ग्रंथ म्हणजे आपल्या विद्यापीठाचा संदर्भग्रंथच म्हणता येईल. कारण विद्यापीठाची अशी एकत्रित सर्व माहिती अन्यत्र मिळणे कठीण.

आपल्या विद्यापीठासंबंधी कुठलीही माहिती कुणालाही हवी असेल तर ती या स्वरूपाच्या संदर्भ ग्रंथात उपलब्ध होईल. कुठल्याही संस्थेबद्दल किंवा व्यक्तीबद्दल विस्तृत आणि व्यापक माहिती देणाऱ्या ग्रंथाला त्या संस्थेचा किंवा व्यक्तीचा संदर्भग्रंथ म्हणता येईल.

अर्थात 'संदर्भग्रंथ' या संकल्पनेची व्याप्ती याहून खूप मोठी आहे.

जगातील अनेक विषयांची माहिती देणाऱ्या ग्रंथास इंग्रजीत encyclopedia (एनसायक्लोपीडीया) म्हणतात. मराठीत त्याला आपण विश्वकोश किंवा ज्ञानकोश म्हणतो. विश्वकोशाचे अनेक खंड ही असू शकतात. त्यातील विषयांची मांडणी वर्णक्रमाने असते. उदाहरणार्थ, इंग्रजीत A ते Z तर मराठीत अ ते ह प्रमाणे.

महाराष्ट्र राज्य मराठी विश्वकोश निर्मिती मंडळाने २० खंड असलेला मराठी विश्वकोश केला आहे. हा विश्वकोश म्हणजे ज्ञानाचा महासागर आहे. त्यातील नोंदी विषयानुसार तसेच आद्याक्षरानुसार केलेल्या आहेत. हा विश्वकोश सर्व ज्ञानशाखांना स्पर्श करणारा आहे. त्याच्या निर्मितीमुळे मराठी माणसांना ज्ञानाचे एक प्रचंड दालन खुले झाले आहे. हा विश्वकोश ऑनलाईन देखील उपलब्ध आहे. मराठी विश्वकोशाप्रमाणेच 'हिंदुधर्म विश्वकोश', 'भारतीय संविधान विश्वकोश', 'समाजशास्त्र विश्वकोश' असे अनेक ज्ञानभंडार असलेले संदर्भकोश उपलब्ध आहेत. विविध शब्दकोश (dictionaries) हे एक प्रकारचे संदर्भग्रंथ आहेत.

या ठिकाणी तुमच्या लक्षात आले असेल की, संदर्भग्रंथ हे काही पहिल्या पानापासून

शेवटच्या पानापर्यंत सलग वाचण्यासाठीचे पुस्तक नाही. तो विविध माहितीचा खजिना आहे आणि जेव्हा आपल्याला जी माहिती हवी असते त्यावेळेला आपल्याला ती मिळू शकते. समजा तुम्हाला 'सिंहस्थ' या संबंधी माहिती हवी किंवा 'मंगळ' या ग्रहाची माहिती हवी तर तुम्ही 'स' आणि 'म' मध्ये जाऊन ती माहिती शोधू शकता. विश्वकोशाच्या शेवटी 'सिंहस्थ' किंवा 'मंगळ' कुठल्या पानावर असेल याची माहिती 'इंडेक्स' च्या रूपाने सहज उपलब्ध असते.

'संदर्भग्रंथ वाचन' या संकल्पनेचा विचार करण्यापूर्वी 'संदर्भ' आणि 'संदर्भग्रंथ' म्हणजे काय हे समजावून घेणे आवश्यक होते म्हणून ही चर्चा.

संदर्भग्रंथातून, उदा. विश्वकोशातून आपल्याला हवा तो संदर्भ मिळू शकतो. हे खरे असले तरी ज्या पुस्तकातून आपण संदर्भ घेतो ते पुस्तक संदर्भग्रंथच असेल असे नाही. संस्थांचे वार्षिक अहवाल, व्यक्तींचे जीवनवृत्तांत, सरकारी गॅझेट, मनोखा इयर बुक, इंडियाज् हुज् हू इत्यादी अनेक ठिकाणाहून आपल्याला संदर्भ मिळू शकतात.

संदर्भग्रंथा व्यतिरिक्त ज्या पुस्तकातून, माहिती पत्रकातून किंवा वृत्तपत्रातून आपल्याला संदर्भ मिळू शकतो किंवा आपल्या संदर्भासाठी त्यांचा आपण वापर करू शकतो त्यांना 'संदर्भस्रोत' म्हणता येईल. संदर्भग्रंथ किंवा ज्ञानकोश हा ग्रंथाचा प्रकार असून त्याची काही खास वैशिष्ट्ये असतात. ती पुढीलप्रमाणे सांगता येतील. संदर्भग्रंथाची वैशिष्ट्ये असेल.

- संदर्भग्रंथामध्ये विविध विषयावर माहिती दिलेली असते.
- एखाद्याच विषयाला वाहिलेला विश्वकोश असेल, उदाहरण 'हिंदूधर्म विश्वकोश' तर त्या विषयाच्या
- विविध पैलूंवरची आवश्यक ती सर्व माहिती दिलेली असते.
- संदर्भग्रंथात दिलेली माहिती आवश्यक तेवढी पण सर्व स्पर्शी व अचूक असावी असे गृहीत धरलेले असते.
- संदर्भग्रंथातील माहिती खरी (genuine), विश्वसनीय (reliable) आणि अधिक प्रमाणित किंवा
- अस्सल (authentic) असते असे मानले जाते.

- संदर्भग्रंथातील ज्ञानसामग्रीचा भर माहिती (Information) आणि सत्यता (Facts) यावर असतो.
- दिलेली माहिती तटस्थ किंवा त्रयस्थपणे (impartial) आणि वस्तुनिष्ठ दृष्टिकोनातून (objectively) दिलेली असते. त्यामुळे वैयक्तिक भाव-भावना, व्यक्तिगत मते किंवा समजुती यांना संदर्भग्रंथात थारा नसतो.
- संदर्भग्रंथ हा माहितीचा महासागर असल्याने कथा, कादंबरी किंवा सर्वसाधारण पुस्तकासारखे सलग वाचनाची गरज नसते. आपल्याला हवी तेवढी माहिती शोधण्यापुरताच संदर्भग्रंथाचा उपयोग केला जातो.
- संदर्भग्रंथाची रचना किंवा मांडणी विशिष्ट प्रकारची असते. माहिती विषयानुसार आणि आद्याक्षरानुसार दिलेली असते. शेवटी विषयसुची (कुठला विषय कोणत्या पानावर आहे.) असते. त्यामुळे हवी असलेली माहिती फारसा विलंब न लावता मिळू शकते.
- प्रचंड माहितीची खाण असल्यामुळे संदर्भग्रंथाचे एकापेक्षा जास्त खंडही असू शकतात.
- ग्रंथालयामध्ये संदर्भग्रंथांचा एक खास विभाग असतो.
- संदर्भग्रंथांच्या ज्ञानमूल्यामुळे तसेच आर्थिक मूल्यामुळे आणि काही ग्रंथ दुर्मीळ असल्यामुळे ग्रंथालयाबाहेर नेऊ दिले जात नाहीत. संदर्भग्रंथ ग्रंथालयातच पाहायचे असतात. ते हाताळताना खराब होणार नाहीत याचीही विशेष काळजी घ्यावी लागते.
- संशोधन करण्यासाठी, शोधनिबंध लिहिण्यासाठी, अभ्यासपूर्ण लेखन करण्यासाठी किंवा भाषण अथवा सादरीकरणासाठी संदर्भग्रंथाचा विशेष उपयोग होतो.
- संदर्भग्रंथातील माहिती निर्विवाद (unquestionable) असल्यामुळे तिच्या आधारामुळे (support) आपल्या बोलण्या-लिहिण्याला, विचार करण्याला, मत किंवा दृष्टिकोन मांडण्याला पुष्टी मिळते.

संदर्भग्रंथासंबंधी ही सर्व माहिती घेतल्यानंतर संदर्भग्रंथाचे वाचन कसे करावे याची

कल्पना तुम्हाला आली संदर्भग्रंथ वाचनाबद्दल तुम्ही काही गोष्टी लक्षात घेणे गरजेचे आहे. त्याअगोदर संदर्भग्रंथवाचन व इतर (कथा-कादंबऱ्या, प्रवासवर्णने, आत्मचरित्रे, पत्रव्यवहार, रिपोर्टस इत्यादी) वाचन यातील फरक लक्षात घ्यावा लागेल.

४.५.१ - विमर्षण : अर्थ व प्रक्रिया

'विमर्षण' म्हणजे एखाद्या गोष्टीचा खोलवर, सांगोपांग, सर्व स्पर्शी विचार करणे.

विमर्षण ही वाचनातून निर्माण होणारी अपरिहार्य गोष्ट आहे. वाचन आणि विमर्षण या एकाच नाण्याच्या दोन बाजू आहेत. त्या वेगळया करता येणे कठीण आहे. वाचन आणि विमर्षण एकमेकांना पूरक आणि एकमेकांवर अवलंबून आहेत. विमर्षणा अभावी वाचन असू शकत नाही आणि वाचन म्हटले की, विमर्षण आलेच. वाचनाने विमर्षणाची प्रक्रिया सुरू होते आणि विमर्षणामुळे वाचन समृद्ध होते, वाचन मजकूराच्या आशयाबद्दलची आपली समज वाढीस लागते.

एखाद्या संदर्भाचे वाचन करताना आणि लेखकाच्या प्रतिभेतून निर्माण झालेले लेखन वाचताना विमर्षण होतेच. हे विमर्षण या दोन्ही वाचनात पूर्णपणे वेगळे असते असे नाही पण त्यांचे स्वरूप नीट समजाऊन घ्यायला हवे.

संदर्भ मजकूरात माहितीकेंद्रित गोष्टी असतात. त्यात भावभावना किंवा विचार, अनुभव, संवेदना यांना फारशी जागा नसते. उदाहरण आपण एखाद्या संस्थेचा, व्यक्तीचा किंवा संकल्पनेचा संदर्भ शोधला तर आपले विमर्षण त्याभोवतीच फिरत राहील. नाजमहाल कुणी बांधला? मुंबईचे 'मुंबई' हे नाव कसे पडले ? या विचाचा विस्तार किती आहे? अलबर्ट आईन्स्टाईनसारखा महान शास्त्रज्ञ शाळेत पहिला आला होता का? इत्यादी स्वरूपाच्या संदर्भ शोधनानिमित्त निर्माण होणारे विमर्षण त्या त्या संदर्भाशी संबंधित राहील. म्हणजे आपला विचार त्या संदर्भापुरता राहील. पण श्यामच्या आईने श्यामवर कसे संस्कार केले किंवा जिजामातेने शिवाजी महाराजांचे व्यक्तिमत्त्व कसे घडविले याचे वाचन करताना लेखकाने मांडलेला कलात्मक अनुभव आपल्या मनाचे आकाशं व्यापून टाकतो आणि त्या निमित्त होणारे विमर्षण बराच काळ सक्रिय असते.

आता विमर्षण आणि विमर्षण प्रक्रियेच्या विविध अंगांचा आपण विचार करू

४.५.२ - विमर्षण म्हणजे काय?

विमर्षण म्हणजे एखाद्या गोष्टीचा सखोल व सर्वांगीण विचार.

कुठलीही आनंददायी गोष्ट माणूस मनापासून करतो आणि कुठलीही मनापासून केलेली गोष्ट माणसाला समृद्ध करते. शिकण्या-शिकविण्याची प्रक्रिया अर्थपूर्ण होते आणि जगण्यालाही त्यामुळे अर्थ निर्माण होतो, विचारांना, कृतीला दिशा मिळते आणि जगणे एक आनंदोत्सव होऊन जातो.

पाण्याचा प्रवाह आणि समपातळीचा शास्त्रसिद्ध नियम यामुळे 'ज्ञानाचे प्रवाहित होणे' शिक्षक आणि विद्यार्थी यांचे 'समपातळीवर असणे' यावर अवलंबून असते हे आपल्याला पटते. विषमता असेल तेथे ज्ञानवहनाच्या प्रक्रियेला सारखे अडथळे निर्माण होत राहतील आणि ज्ञानाचा साठा प्रवाहित नसेल तर त्याचा काही उपयोग नाही. तो तसाच राहिला तर काही दिवसांनी त्याचा वास येणार.

ज्ञान प्रवाहित राहण्यासाठी, खेळते, वाहते राहण्यासाठी समानपातळीची आवश्यकता आहे. समान- पातळीमुळे ज्ञानप्रवाह ताजा, स्वच्छ व समृद्ध करणारा राहतो. ही समानपातळी निर्माण करायची असेल तर शिकवणारा व शिकणारा यांच्यातील समानतेला तडा देणारे सर्व घटक निर्दयपणे बाजूला सारायला हवेत.

विमर्षण प्रक्रियेत बऱ्याचदा वाचक सर्वसाधारण विचार-भावनेनंतर स्वतःकडेही बघू लागतो. उदाहरण मला गणित विषय कधीच सोपा वाटला नाही. अरेच्या ! कशामुळे? कारण गणिताचे शिक्षक मला कधीच आवडले नाही. समान जागा कधीच निर्माण झाली नाही. ते काय सांगायचे ते मला कधी समजले नाही आणि मी त्यांना काय विचारायचो ते त्यांना कधी कळले नाही. लेखक म्हणतो ते बरोबरच आहे. शिक्षक-विद्यार्थी एका समानपातळीवर आल्याशिवाय ज्ञानाची, विचारांची देवाण-घेवाण शक्यच नाही.

अबब! किती विमर्षण: किती विचार?

अर्थात, प्रत्येक वाचक असाच विचार करेल असे नव्हे किंवा इतका लांबवर खोलवर विचार करेलच असे नाही. पण वाचक कसा विचार करू शकेल याचा हा एक नमुना तुमच्यापुढे ठेवला आहे. या उदाहरणामुळे विमर्षण प्रक्रियेची तुम्हाला कल्पना आली

असेल.

विमर्षण आणि वाचन यांचा संबंध

विमर्षणाचा प्रारंभ वाचनाने होतो व विमर्पणामुळे वाचन समृद्ध होते. म्हणजे वाचनमजकूराचा आपण जेवढा खोलवर व सर्वबाजूंनी विचार करू तेवढा वाचन मजकूराच्या आशयाबद्दलचा आपला समज (Understanding) वाढतो. या अर्थाने वाचन व विमर्षण एकमेकांना पूरक आहेत.

वाचन आणि विमर्षण या दोन्ही प्रक्रिया एकमेकांमध्ये एवढ्या मिसळून गेलेल्या असतात की, त्यांना वेगळ करणे जवळजवळ अशक्य असते.

४.५.३ – विमर्षणाची प्रक्रिया कधी व कशी सुरू होते?

वाचन सुरू होताच विमर्षण प्रक्रिया सुरू होते. वाचन करीत असताना विमर्षण सुरूच असते. बऱ्याच वेळा वाचन संपल्यानंतरही विमर्षण प्रक्रिया कार्यरत असू शकते.

विमर्षण प्रक्रिया कशी सुरू होते हे अनुभवण्यासाठी पुढील मजकूर वाचा.

शिक्षकाकडून विद्यार्थ्यांकडे ज्ञान जायचे असेल तर दोघेही समान पातळीवर असणे आवश्यक असते. शिकवणारा आणि शिकणारा यांच्यातील वहनमार्ग वरखाली असेल तर ज्ञानाचे वहन होऊ शकणार नाही. ज्ञान प्रवाहित होण्यासाठी समान पातळी ही पूर्वसह असते."

या संदर्भात विमर्षणप्रक्रिया कशी होते याचे निरीक्षण करूया.

१. पहिल्या शब्दाच्या वाचनापासून आपली विचारप्रक्रिया सुरू होते.

२. मजकूराचा विषय शिक्षक व विद्यार्थी यासंबंधी आहे हे आपल्या लक्षात येते.

३. शिक्षक आणि विद्यार्थी यांच्यातील नाते अध्यापन आणि अध्ययन यांच्याशी संबंधित आहे हेही आपल्याला समजते.

४. आपण जसे पुढे वाचत जातो तेव्हा अधिक विचार करू लागतो. शिकण्या-शिकविण्याच्या प्रक्रियेशी समानतेचे तत्त्व निगडित प्रक्रिया समानतेच्या भावनेशिवाय अध्ययन-अध्यापनाची प्रक्रिया होऊ शकत नाही.

५. आपला विचार अधिक खोलवर जाऊ शकतो. शिक्षक व विद्यार्थी यांच्यातील

अध्ययन- अध्यापनासाठी आवश्यक असलेले समानतेचे नाते म्हणजे काय?

६. या नात्यात भीती (fear) कणभरही नसते. भयावह वाटावे असे काहीही असू शकत नाही.
७. एकमेकांबदद्ल कुठलीही शंका (suspicion) नसते.
८. एकमेकांच्या आस्तित्त्वामुळे अवघडल्यासारखे (awkwardness) होत नाही किंवा मानसिक ताण (mental strain) नसतो.
९. या गोष्टीमुळे दोघांच्या नात्यात एक मोकळेपणा असतो.
१०. मोकळेपणामुळे शिकणारी व्यक्ती आपल्या मनातील प्रश्न निर्भयपणे विचारू शकते.
११. या सर्वामुळे अध्ययन-अध्यापन प्रक्रिया आनंददायी होते.

४.५.४ - विमर्षण प्रक्रियेचे घटक कोणते?

ताजमहाल या जगातील सात आश्चर्यापैकी एक असलेले संदर्भ तुम्ही विश्वकोशात वाचता आहात असे गृहीत धरा.

'शहाजहान (1628-1653) या मोगल सम्राटाने आपली प्रिय पत्नी मुमताज महल हीच्या स्मरणार्थ तिच्या मृत्युनंतर (मृत्यू 1631) 1632 मध्ये ताजमहालाचे बांध काम सुरू केले. ताजमहाल आग्रा या शहराच्या दक्षिणेकडून वाहणाऱ्या यमुनेच्या तिरावर असून तो पूर्णपणे संगमरवरही आहे. त्याची उंची 240 फूट असून 20,000 कारागिर अथकपणे 12 ते 15 वर्षे काम करत होते. चंद्रप्रकाशात तर ताजमहालाचे सौंदर्य अद्भुत वाटते. त्याचे मनोरे, घुमट, समोरची प्रचंड बाग, रंगसंगती, कोरीव कामाची नजाकत, सारे काही मोगल वास्तुकलेचा अप्रतिम नमुना म्हणावा लागेल. ताजमहाल जगातील सात आश्चर्यापैकी एक मानला जातो.'

ही माहिती वाचल्यानंतर तुमच्या मनात काय विचारप्रवाह सुरू झाले? सुरुवात कशी झाली? तुमच्या मनात कोणत्या गोष्टी आल्या? आपण कसा विचार करतो किंवा वाचन करताना/ केल्यावर विमर्षण कसे होते याच्या नोंदी (in general) सर्वसाधारणपणे करू यात.

१. पहिल्या वाक्यापासून विचारचक्र सुरू पत्नीच्या स्मरणार्थ ताजमहाल बांधला, व्या! काय प्रेम
२. आश्चर्य: 20,000 कारागीर! 12 ते 15 वर्षे? सुरुवातीला आपले विचारचक्र

मजकुरातील माहितीभोवतीच फिरत असते.

३. ताजमहालाच्या इतर माहितीतून ताजमहालाचे चित्र डोळ्यासमोर उसे राहिले,

४. मनाचा प्रवास मनाने आपण 17 व्या शतकात जातो आणि आणखी विचार मनात येऊ लागनान, कल्पनाशक्ती अधिक सृजनशील होते.

५. शहाजहानने या बांधकामाचे व्यवस्थापन कसे केले असेल. शिवाय विटावर विटा रचण्याचे काम नव्हते. कलात्मक, जबाबदारीचे काम होते.

६. संपूर्ण ताजमहालाच्या रचनेत, कोरीव कामात, रंग देण्यात 1 लक्षांश मिलिमीटरची चूक न करना काम करणारे कारागीर कोण असतील आणि ते मुद्धा बिस हजार.

७. या 20,000 कारागिरांची राहण्या-खाण्याची, औषध-पाण्याची, मुलाबाळांची सोय कोटे, कशी केली असेल.

८. या बांधकामाचे डिझाईन कुणी कसे केले असेल?

९. या 20,000 कारागीरांचे रोजचे कामाचे नियोजन कोण, कसे करीत असेल?

१०. कुठे गेले हे सर्व कारागीर?

११. अशा स्वरूपाचे बांधकाम देशात, जगात कोठे असेल का याचाही आपण विचार करतो, आपण जे वाचले त्यासारखे काही असेल ते शोधण्याचा आपण प्रयत्न करतो. म्हणजेच बाजूच्या परिसराचा विचार करतो.

१२. या निमित्त वाचक स्वतः मध्येही डोकावून पाहतो. शहाजहानने आपल्या पत्नीसाठी ताजमहाल बांधला. मी माझ्या पत्नीसाठी काय करतो?

१३. या सगळ्यांचा एकत्रित परिणाम म्हणजे आशयाचे आकलन होणे.

प्रत्येक वाचकाचे संबंधित वाचन मजकुराविषयीचे विमर्षण वरील क्रमानुसारच होईल असे नाही. किया वरील सगळ्याच घटकांचे प्रतिबिंब संबंधित विमर्षण प्रक्रियेत पडेल असेही नाही. कारण विमर्षण प्रक्रिया मानसिक व बौद्धिक क्षमतांशी (cognitive abilities) संबंधित असते. त्यामुळे व्यक्तिनुरूप ती वेगळी असू शकते. याशिवाय विमर्षणाचे मोजमाप किंवा मूल्यमापन करण्याचे निकष ठरविणेही कठीण आहे.

विमर्षण ही विचारप्रक्रिया असली तरी बऱ्याचदा विचार भरकटत जाऊ शकतात किंवा

वाचक कल्पनेच्या जगात रममाणदेखील होऊ शकतो. तथापि विमर्षणामुळे आपली विचारशक्ती वाढते यात शंका नाही शिवाय आपण जे वाचतो त्यासंबंधीची आपली आकलनशक्तीदेखील वाढते. विमर्षण प्रक्रियेत अनेकदा भावनांचाही सहभाग असतो हे आपण लक्षात घेतले पाहिजे. वाचनामुळे विचार निर्माण होतात त्याचप्रमाणे भावनांच्या लहरी किंवा भावनांचा कल्लोळ अथवा भावनांचे वादळही निर्माण होऊ शकते.

हा प्रतिसाद वाचनमजकूराच्या संदर्भात असतो हे लक्षात घेतले पाहिजे. विमर्षण प्रक्रियेत प्रतिसाद मूळ आशय (content) किंवा माहिती (information) यापासून दूर जाऊ शकतो, कल्पनेच्या अथवा प्रतिभेच्या जगात जाऊ शकतो हे आपण यापूर्वी पाहिले आहे. अवास्तवतेच्या स्वप्ननगरीतही वाचक रममाण होऊ शकतो. या अर्थाने विमर्षणाची मर्यादा आखणे कठीण आहे. त्याचप्रमाणे विमर्पणाच्या गुणवत्तेचे मोजमाप ठरविणेही कठीण आहे. कुठले विमर्षण योग्य, अयोग्य, चांगले, वाईट ठरविणे सोपे नाही.

तरीदेखील सकारात्मक (positive) विशिष्ट उद्देश (aim) असलेले, तर्कसंगत (logical), शास्त्रशुद्ध (scientific) आणि शिस्तबद्ध (disciplined), विमर्षण हे विषय आकलन (content comphrehension) आणि आपली समज (understanding) वाढण्यासाठी पूरक असते यात शंका नाही. या उलट नकारात्मक (negative), हेतूरहीत (aimless) तर्कविसंगत (illogical), अशास्त्रीय (unscientific) आणि बेशिस्त (indisciplined) विमर्षणातून फारसे काही निर्माण होत नाही. (without any outcome) वाचनातून निर्माण होणारे विमर्षण म्हणजे विचाराने, मनाने, भावनेने कुठेही वाहवत जायचे, काहीही तर्क करायचा किंवा भावनेने भिजून जायचे असे नाही. विमर्षण आपली आकलन शक्ती वाढविणारे असले पाहिजे, आपली बुद्धी समृद्ध करणारे पाहिजे, तेजस्वी करणारे पाहिजे, आपल्या मनाची ताकद वाढविणारे व आपले व्यक्तिमत्त्व आपले जीवन आनंददायी करणारे पाहिजे. विमर्षणामुळे आपला आत्मविश्वास सदैव वाढत राहिला पाहिजे. असे विमर्षण होण्यासाठी वाचनाचा छंद जोपासायला हवा.

४.५.५ - विमर्षणाची गुणवत्ता कशावर अवलंबून असते?

वाचनातून होणारे विमर्षण किंवा वाचनामुळे होणारे विमर्षण वाचकाला किती फायद्याचे

असू शकते किंवा नाही हे अनेक गोष्टींवर अवलंबून असते.

१. आशय प्रकार/किंवा विषय: विषय सोपा, कठीण, आवडता, नावडता, दैनंदिन जीवनात उपयोगी पडणारा याचा विमर्षणावर प्रभाव पडणारच. एखादा विनोदसुद्धा किती समजला यावर आपला हसण्याचा प्रतिसाद अवलंबून असतो.

२. भाषिक काठिण्य: मोठमोठे शब्द, लांबलचक वाक्ये, न समजणाऱ्या संकल्पना विमर्षणातील अडथळे ठरतात. भाषेचा अडसर वाटू लागला तर वाचक वाचनाला रामराम करतो. सोपे, सुटसुटीत, सहज कळणारे लेखन वाचकाचा हुरूप वाढविते.

३. वाचकाला मिळणारा वेळ व त्याची मानसिकता: वाचनमजुकराचा एखादा भाग किंवा तुकडा परिपूर्ण वाचण्यासाठी, समजून घेण्यासाठी आवश्यक तेवढा वेळ लागतो. तो नसेल तर वाचन अर्धवट होते. कारण वाचन ही एक घटना नाही ती एक प्रक्रिया असते. शिवाय वाचन समयी वाचकाची मानसिक किंवा भावनिक स्थिती कशी असेल यावरही विमर्षणाचे बरेच काही अवलंबून असते. कोंदट आणि अंधारलेल्या मनात कुठलेही बी उगवत नाही. त्यासाठी प्रकाश व हवेची गरज असते. विमर्षणासाठी मानसिक आरोग्य महत्त्वाचे असते.

४. वाचकाची पार्श्वभूमी, पालनपोषण व जडणघडण: वाचकाचे बालपण, शाळा, महाविद्यालय, घरची स्थिती, सामाजिक व सांस्कृतिक पार्श्वभूमी, विचारांची जडणघडण, भावनिक जग, आयुष्यात आलेले अनुभव, भोगलेली सुख-दुःख, भेटलेली माणसे, मिळालेले मार्गदर्शन या सर्वांवर त्याची जीवनाबद्दलची समज (maturity) अवलंबून असते. वाचक किती परिपक्व आहे, प्रगल्भ आहे. वैचारिक दृष्ट्या, भावनिक दृष्ट्या किती विकसित आहे यावर विमर्षणाची गुणवत्ता अवलंबून असते. वाचकाची जीवनदृष्टी विमर्षणाला दिशा देत असते.

४.६ - विविध संदर्भात नवीन शब्दांचा वापर आणि त्याचा अर्थ

वेगवेगळ्या संदर्भांमध्ये नवीन शब्दांचा वापर आणि अर्थ हे भाषा संपादन आणि शब्दसंग्रह विकासाचे महत्त्वपूर्ण पैलू आहेत जे व्यक्तींच्या संभाषण कौशल्य आणि भाषिक सक्षमतेमध्ये महत्त्वपूर्ण योगदान देतात. जेव्हा व्यक्तींना अपरिचित शब्दांचा सामना करावा

लागतो, मग ते लिखित किंवा उच्चारित स्वरूपात असले तरी, ते त्यांचे अर्थ उलगडण्यासाठी, त्यांचा वापर समजून घेण्यासाठी आणि त्यांना त्यांच्या शब्दसंग्रहात समाकलित करण्यासाठी विविध संज्ञानात्मक प्रक्रियांमध्ये समाविष्ट होतात. नवीन शब्द शिकण्याची ही प्रक्रिया गतिमान आणि बहुआयामी आहे, ज्यामध्ये संदर्भातील शब्दांचे प्रदर्शन, त्यांच्या अर्थांशी सक्रिय सहभाग आणि विविध भाषिक आणि परिस्थितीजन्य संदर्भांमध्ये त्यांचा योग्य वापर करण्याचा सराव समाविष्ट आहे. नवीन शब्द आत्मसात करण्याचा एक प्राथमिक मार्ग म्हणजे संदर्भातील भाषेच्या संपर्कात येणे. आजूबाजूचे शब्द, वाक्प्रचार किंवा वाक्ये यांसारखे संदर्भीय संकेत महत्वपूर्ण माहिती देतात जे अपरिचित शब्दांचा अर्थ समजण्यास मदत करतात. अर्थपूर्ण आणि संबंधित संदर्भांमध्ये नवीन शब्दांचा सामना करून व्यक्ती मजकूर किंवा संभाषणातील इतर शब्दांशी शब्दांच्या वाक्यरचनात्मक, अर्थपूर्ण आणि व्यावहारिक संबंधांवर आधारित त्यांचे अर्थ काढू शकतात. उदाहरणार्थ, "वैज्ञानिकाने प्रयोगशाळेत प्रयोग केले" सारखे वाक्य वाचताना वाचक "प्रयोगशाळा" या शब्दाचा अर्थ शोधून काढू शकतात ज्या ठिकाणी वैज्ञानिक प्रयोग केले जातात.

व्यक्ती त्यांची समज आणि धारणा वाढवण्यासाठी विविध संज्ञानात्मक धोरणे वापरून नवीन शब्दांमध्ये सक्रियपणे व्यस्त असतात. या धोरणांमध्ये संदर्भीय संकेत वापरणे, शब्द भागांचे विश्लेषण करणे (जसे की उपसर्ग आणि प्रत्यय), शब्दकोष किंवा संदर्भ सामग्रीचा सल्ला घेणे आणि समवयस्क किंवा शिक्षकांकडून स्पष्टीकरण मागणे यांचा समावेश असू शकतो. भाषिक आदान-प्रदान आणि संप्रेषण यातून व्यक्ती त्यांचे शब्दसंग्रह वाढवतात आणि शब्दांच्या अर्थांचे अधिक मजबूत मानसिक प्रतिनिधित्व विकसित करतात, ज्यामुळे त्यांची एकूण भाषा प्रवीणता आणि संवाद कौशल्ये मजबूत होतात. याव्यतिरिक्त, नवीन शब्द शिकण्याची प्रक्रिया केवळ त्यांचे अर्थ ओळखण्यापलीकडे विस्तारित आहे आणि भिन्न भाषिक आणि परिस्थितीजन्य संदर्भांमध्ये त्यांचा योग्य वापर करण्याचा सराव समाविष्ट करते. भाषा शिकणारे संभाषण, लेखन आणि शैक्षणिक आंतरक्रिया यांसारख्या विविध संदर्भांमध्ये नवीन शब्दांचा प्रयोग करून त्यांची समज वाढवतात. वारंवार सराव केल्याने व्यक्ती त्यांच्या अभिव्यक्त भांडारात नवीन शब्द समाविष्ट करण्यात आणि त्यांचे विचार, कल्पना आणि हेतू

इतरांपर्यंत पोहोचवण्यासाठी त्यांचा प्रभावीपणे वापर करण्यात पारंगत होतात. नवीन शब्दांचा अर्थ विशिष्ट भाषिक, सामाजिक आणि सांस्कृतिक संदर्भांवर अवलंबून असतो ज्यामध्ये ते वापरले जातात. शब्दांचे अनेक अर्थ किंवा संदर्भ असू शकतात आणि त्यांचा अर्थ आवाजाचा स्वर, गैर-मौखिक संकेत आणि सांस्कृतिक मानदंड यासारख्या घटकांवर प्रभाव टाकू शकतो. उदाहरणार्थ, "कूल" हा शब्द ज्या संदर्भात वापरला जातो त्यानुसार तापमान, वागणूक किंवा सामाजिक स्थितीचा संदर्भ घेऊ शकतो. व्यक्तींना वेगवेगळ्या संदर्भांमध्ये नवीन शब्दांचा सामना करताना, त्यांना त्यांच्या अर्थ आणि वापराबद्दल अधिक सूक्ष्म समज विकसित होते, ज्यामुळे त्यांना अधिक प्रभावीपणे संवाद साधता येतो आणि विविध सामाजिक आणि संप्रेषणात्मक परिस्थितींमध्ये त्यांची भाषा जुळवून घेता येते.

वेगवेगळ्या संदर्भात नवीन शब्दांचा वापर आणि अर्थ हे भाषा संपादन, शब्दसंग्रह विकास आणि संवाद कौशल्यांचे अविभाज्य घटक आहेत. अर्थपूर्ण संदर्भांमध्ये नवीन शब्दांचा सामना करून त्यांच्या अर्थांशी सक्रियपणे व्यस्त राहून आणि विविध भाषिक आणि परिस्थितीजन्य संदर्भांमध्ये त्यांचा वापर करण्याचा सराव करून व्यक्ती त्यांचा शब्दसंग्रह वाढवतात, त्यांची भाषा प्रवीणता वाढवतात आणि अधिक प्रभावी संवादक बनतात. जसजसे व्यक्ती विविध संदर्भांमध्ये नवीन शब्द शिकत आणि वापरत राहतात तसतसे ते भाषेची त्यांची समज वाढवतात आणि स्पष्टता, अचूकता आणि सूक्ष्मतेने व्यक्त करण्याची त्यांची क्षमता समृद्ध करतात. संदर्भातील नवीन शब्दांचे प्रदर्शन त्यांचे अर्थ आणि वापर समजून घेण्यासाठी आवश्यक आहे. संदर्भ महत्त्वपूर्ण संकेत प्रदान करतो जे लोकांना आसपासचे शब्द, वाक्ये आणि वाक्यांबद्दल माहिती देऊन अपरिचित शब्दांचा अर्थ काढण्यात मदत करतात. समृद्ध आणि वैविध्यपूर्ण भाषिक संदर्भांच्या प्रदर्शनाद्वारे व्यक्ती संदर्भ ओळखण्याची, अर्थ काढण्याची आणि नवीन शब्द आणि त्यांचे संदर्भ यांच्यात संबंध बनवण्याची क्षमता विकसित करतात तसेच शब्दसंग्रह संपादन आणि धारणा सुलभ करतात. नवीन शब्दांसह सक्रिय सहभागामध्ये अर्थपूर्ण मार्गांनी अपरिचित शब्दसंग्रहांशी सामना करण्यासाठी आणि व्यस्त राहण्याच्या संधींचा सक्रियपणे शोध घेणे समाविष्ट आहे. यामध्ये विविध शैली आणि विषयांवर व्यापकपणे वाचन करणे, समवयस्क आणि शिक्षकांशी चर्चा

आणि संभाषणांमध्ये गुंतणे आणि विविध डोमेनमधील नवीन संकल्पना आणि कल्पनांचा शोध घेणे समाविष्ट असू शकते. संदर्भातील नवीन शब्दांशी सक्रियपणे गुंतून राहून, व्यक्ती त्यांचे अर्थ, वापर आणि अर्थ यांची समज वाढवतात ज्यामुळे त्यांची शब्दसंग्रह आणि भाषा प्रवीणता वाढते.

वेगवेगळ्या भाषिक आणि परिस्थितीजन्य संदर्भांमध्ये नवीन शब्दांचा योग्य वापर करण्याचा सराव त्यांच्या वापरावर प्रभुत्व मिळविण्यासाठी आणि एखाद्याच्या अर्थपूर्ण भांडारात समाकलित करण्यासाठी आवश्यक आहे. यामध्ये बोलल्या जाणाऱ्या आणि लिखित संप्रेषणामध्ये नवीन शब्दांचा प्रयोग करणे, त्यांना वाक्ये आणि संप्रेषणामध्ये समाविष्ट करणे आणि त्यांच्या वापराबद्दल समवयस्क आणि शिक्षकांकडून अभिप्राय घेणे यांचा समावेश असू शकतो. सराव आणि अभिप्रायाद्वारे व्यक्ती भाषेच्या वापराच्या बारकाव्यांबद्दल अधिक जागरूकता विकसित करतात, त्यांची संभाषण कौशल्ये परिष्कृत करतात आणि वेगवेगळ्या संदर्भांमध्ये स्वतःला प्रभावीपणे व्यक्त करण्यात अधिक आत्मविश्वासी आणि कुशल बनतात. याव्यतिरिक्त, नवीन शब्दांचा अर्थ समजून घेण्यात केवळ त्यांचे निदर्शक अर्थच नाही तर त्यांचे अर्थपूर्ण संबंध देखील समाविष्ट आहेत. भावार्थ म्हणजे भावनिक, सांस्कृतिक आणि सामाजिक संबंधांचा संदर्भ असतो ज्यात शब्द असतात, जे संदर्भ, टोन आणि संवादकाचा हेतू यासारख्या घटकांवर अवलंबून बदलू शकतात. वेगवेगळ्या संदर्भात नवीन शब्दांचे अर्थ शोधून व्यक्ती त्यांच्या सूक्ष्म बारकावे आणि अर्थाच्या छटा समजून घेतात ज्यामुळे त्यांना संवादात अचूक आणि संवेदनशीलतेने शब्द वापरता येतात. शिवाय नवीन शब्दांचा अर्थ ज्या संदर्भात वापरला जातो त्यानुसार बदलू शकतो, कारण वेगवेगळ्या भाषिक, सांस्कृतिक आणि परिस्थितीजन्य संदर्भात शब्दांचे वेगवेगळे अर्थ आणि अर्थाच्या छटा असू शकतात. उदाहरणार्थ, "बँक" हा शब्द आर्थिक संस्था, नदीकाठ किंवा टेकडीच्या बाजूचा संदर्भ असू शकतो, ज्याचा वापर केला जातो त्यानुसार. वेगवेगळ्या संदर्भांमध्ये नवीन शब्दांचे अनेक अर्थ आणि वापर शोधून व्यक्ती भाषा आणि संप्रेषणाची अधिक सूक्ष्म समज विकसित करतात, विविध संदर्भांमध्ये प्रभावीपणे अर्थ लावण्याची आणि अर्थ काढण्याची त्यांची क्षमता वाढवतात. वेगवेगळ्या संदर्भांमध्ये नवीन शब्दांचा वापर आणि अर्थ हे भाषा

संपादन, शब्दसंग्रह विकास आणि संवाद कौशल्याचे आवश्यक घटक आहेत. संदर्भातील शब्दांचे प्रदर्शन, त्यांच्या अर्थांशी सक्रिय सहभाग आणि वेगवेगळ्या भाषिक आणि परिस्थितीजन्य संदर्भांमध्ये त्यांचा योग्य वापर करण्याचा सराव करून व्यक्ती भाषेबद्दलची त्यांची समज अधिक खोलवर जाते आणि त्यांच्या अभिव्यक्तींचा विस्तार करतात. नवीन शब्दांचा वापर आणि अर्थ यांवर प्रभुत्व मिळवून व्यक्ती त्यांचे संभाषण कौशल्य वाढवतात, अधिक भाषा प्रवीणता विकसित करतात आणि विविध संदर्भांमध्ये अधिक प्रभावी आणि आत्मविश्वासपूर्ण संवादक बनतात.

४.७ - वाचन आणि लेखन: संकल्पना, गरज, महत्त्व आणि सहसंबंध

वाचन आणि लेखन ही मूलभूत कौशल्ये आहेत जी शिक्षण आणि आजीवन शिक्षणासाठी आधारस्तंभ म्हणून काम करतात. वाचनाच्या संकल्पनेमध्ये लिखित मजकूर डीकोड करण्याची, त्यांचा अर्थ समजून घेण्याची आणि त्यातून माहिती काढण्याची क्षमता समाविष्ट आहे, तर लेखनामध्ये विचार, कल्पना आणि माहिती व्यक्त करण्यासाठी लिखित मजकूर तयार करणे समाविष्ट आहे. वाचन आणि लेखन या दोन्ही परस्परसंबंधित प्रक्रिया आहेत ज्या संप्रेषण आणि ज्ञान संपादन सुलभ करण्यासाठी भाषिक प्रवीणता, संज्ञानात्मक कौशल्ये आणि सामाजिक-सांस्कृतिक घटकांवर अवलंबून असतात. निपुण वाचन आणि लेखन कौशल्याची गरज विविध क्षेत्रातील माहितीमध्ये प्रवेश करण्याच्या आणि त्यात भाग घेण्याच्या त्यांच्या मध्यवर्ती भूमिकेतून उद्भवते. आजच्या माहिती-समृद्ध समाजात पारंपारिक मुद्रित सामग्रीपासून डिजिटल संसाधने आणि मल्टीमीडिया प्लॅटफॉर्मपर्यंत विविध स्वरूपांमध्ये आणि माध्यमांमध्ये व्यक्तींना लिखित मजकूर आढळतो. माहितीच्या या विशाल श्रेणीमध्ये मार्गक्रमण करण्यासाठी लोकांना शिकवण्यायोग्य सामग्री समजून घेण्यासाठी, जटिल मजकूराचा अर्थ लावण्यासाठी आणि माहितीच्या स्त्रोतांचे गंभीरपणे मूल्यांकन करण्यासाठी कुशल वाचन कौशल्ये आवश्यक आहेत. त्याचप्रमाणे प्रवीण लेखन कौशल्ये व्यक्तींना त्यांचे विचार व्यक्त करण्यास, त्यांचे विचार दृढपणे व्यक्त करण्यास आणि शैक्षणिक आणि व्यावसायिक दोन्ही प्रणालीत इतरांशी प्रभावीपणे संवाद साधण्यास सक्षम करतात. शिवाय, वैयक्तिक आणि व्यावसायिक विकासाच्या व्यापक पैलूंचा समावेश करण्यासाठी

वाचन आणि लेखनाचे महत्त्व शैक्षणिक यशापलीकडे विस्तारित आहे. वाचन व्यक्तींना वैविध्यपूर्ण दृष्टीकोन, संस्कृती आणि कल्पनांशी परिचित करते, सहानुभूती, चिकित्सक विचार आणि सांस्कृतिक जागरूकता वाढवते. मजकुराच्या विस्तृत श्रेणीशी संलग्न होऊन व्यक्ती त्यांचे शब्दसंग्रह विकसित करतात, त्यांचा ज्ञानाचा आधार वाढवतात आणि त्यांच्या संज्ञानात्मक क्षमता वाढवतात, ज्यामुळे आजीवन शिक्षण आणि बौद्धिक विकासाचा पाया रचला जातो. त्याचप्रमाणे, लेखन व्यक्तींना स्वतःला सर्जनशीलपणे व्यक्त करण्यास, तर्कशुद्धपणे युक्तिवाद करण्यास आणि स्पष्टता आणि अचूकतेसह संवाद साधण्यास सक्षम करते.

वाचन आणि लेखन यांच्यातील परस्परसंबंध क्लिष्ट आणि बहुआयामी आहेत. प्रत्येक कौशल्य परस्पर संबंधात एकमेकांना पूरक आणि मजबूत करते. वाचन हे लेखनासाठी एक मॉडेल म्हणून काम करते. विविध लेखन शैली लोकांच्या स्वतःच्या लेखन पद्धतींवर प्रभाव टाकतात. वाचनाद्वारे व्यक्ती भाषेचे नमुने, व्याकरणाची रचना आणि वक्तृत्वात्मक धोरणे अंतर्भूत करतात जी त्यांच्या लेखन प्रक्रियेची माहिती देतात आणि त्यांची लेखन प्रवीणता वाढवतात. याउलट, लेखनामुळे मजकुरांसोबत सखोल सहभाग सुलभ होतो, कारण व्यक्ती सक्रियपणे अर्थ तयार करतात, त्यांचे विचार व्यवस्थित करतात आणि लिखित अभिव्यक्तीद्वारे त्यांची मते व्यक्त करतात. याव्यतिरिक्त, वाचन आणि लेखन यांच्यातील परस्परसंबंध त्यांच्या संज्ञानात्मक आणि सामाजिक-सांस्कृतिक परिमाणांपर्यंत विस्तारित आहेत. दोन्ही कौशल्ये लक्ष, स्मरणशक्ती आणि समस्या सोडवणे यासारख्या संज्ञानात्मक प्रक्रियांवर आधारित असतात, कारण व्यक्ती लिखित मजकूर डीकोड करतात, कल्पनांमध्ये संबंध निर्माण करतात आणि लिखित प्रतिसाद तयार करतात. शिवाय, वाचन आणि लेखन हे मूलतः सामाजिक क्रियाकलाप आहेत ज्यात इतरांशी परस्परसंवाद समाविष्ट आहे, मग ते सहयोगी लेखन प्रकल्प, समवयस्क अभिप्राय किंवा ऑनलाइन समुदायांमध्ये सहभाग असो. या सामाजिक संवादांद्वारे व्यक्ती अभिप्राय प्राप्त करतात, कल्पना सामायिक करतात आणि अर्थ समजून घेतात. या प्रक्रिया सक्षम वाचक आणि लेखक म्हणून त्यांच्या विकासात योगदान देतात. वाचन आणि लेखन ही मूलभूत कौशल्ये आहेत जी आधुनिक जगात

शैक्षणिक यश, प्रभावी संवाद आणि गंभीर विचारांसाठी आवश्यक आहेत. वाचन आणि लेखन या संकल्पनांमध्ये लिखित मजकूर डीकोड आणि समजून घेण्याची क्षमता तसेच विचार आणि कल्पना व्यक्त करण्यासाठी लिखित मजकूर तयार करण्याचे कौशल्य समाविष्ट आहे. निपुण वाचन आणि लेखन कौशल्याची गरज त्यांच्या माहितीमध्ये प्रवेश करणे, प्रभावीपणे संवाद साधणे आणि वैविध्यपूर्ण मजकूर आणि कल्पनांशी संलग्न करणे या त्यांच्या मध्यवर्ती भूमिकेतून उद्भवते. शिवाय, वैयक्तिक आणि व्यावसायिक विकासाच्या व्यापक पैलूंचा समावेश करण्यासाठी वाचन आणि लेखनाचे महत्त्व शैक्षणिक यशापलीकडे विस्तारित आहे. भाषिक, संज्ञानात्मक आणि सामाजिक-सांस्कृतिक घटकांच्या बाबतीत प्रत्येक कौशल्य दुसऱ्याला माहिती देणारे आणि बळकट करणारे वाचन आणि लेखन यांच्यातील परस्परसंबंध गुंतागुंतीचे आणि परस्परसंबंध आहेत. वाचन आणि लेखन यांचा परस्परसंबंध ओळखून आणि दोन्ही कौशल्यांच्या विकासाला चालना देऊन, शिक्षक व्यक्तींना गंभीर विचारवंत, प्रभावी संवादक आणि वाढत्या गुंतागुंतीच्या आणि एकमेकांशी जोडलेल्या जगात आजीवन शिकणारे बनण्यास सक्षम करू शकतात.

वाचन आणि लेखन या संकल्पना मानवी संप्रेषण आणि अभिव्यक्तीसाठी मूलभूत आहेत, आवश्यक कौशल्ये म्हणून काम करतात जे कल्पना, माहिती आणि भावनांची देवाणघेवाण सुलभ करतात. वाचनामध्ये अर्थ काढण्यासाठी चिन्हे डीकोड करण्याची प्रक्रिया समाविष्ट असते, विशेषत: मुद्रित किंवा लिखित भाषा. यात शब्द ओळखण्याची, वाक्ये समजून घेण्याची आणि अर्थ काढण्यासाठी आणि तयार करण्यासाठी मजकूराचा एकूण संदर्भ समजून घेण्याची क्षमता समाविष्ट आहे. साक्षरता विकासाच्या सुरुवातीच्या टप्प्यापासून, जसे की फोनेमिक जागरूकता, प्रगत आकलन कौशल्यांपर्यंत, वाचन ही एक जटिल संज्ञानात्मक प्रक्रिया आहे जी कालांतराने विकसित होते आणि क्षमतांच्या विस्तृत श्रेणीचा समावेश करते. त्याच्या मुळाशी वाचन व्यक्तींना माहितीमध्ये प्रवेश करण्यास, नवीन कल्पनांचा शोध घेण्यास आणि विविध दृष्टीकोनांसह व्यस्त ठेवण्यास सक्षम करते, ज्यामुळे ते शैक्षणिक यश, वैयक्तिक समृद्धी आणि आजीवन शिक्षणासाठी एक अपरिहार्य कौशल्य बनते. याउलट, लेखन ही विचार, कल्पना आणि माहिती चिन्हांमध्ये एन्कोड करण्याची प्रक्रिया आहे, विशेषत: भाषा-

आधारित मजकूर. यात विचारांचे संघटन, कल्पना व्यक्त करण्यासाठी भाषेचा प्रभावी वापर आणि हस्तलेखन किंवा टायपिंगची यांत्रिक कौशल्ये यांचा समावेश होतो. लेखन हे संप्रेषणाचे साधन म्हणून काम करते ज्यामुळे व्यक्तींना त्यांचे विचार आणि भावना इतरांपर्यंत पोहोचवता येतात तसेच वैयक्तिक अभिव्यक्ती आणि सर्जनशील शोधाचे साधन असते.

केवळ संवादाच्या पलीकडे लेखन लेखकांना त्यांचे विचार स्फटिक बनविण्यास, जटिल संकल्पनांची त्यांची समज स्पष्ट करण्यास आणि व्यापक सांस्कृतिक आणि बौद्धिक चर्चांमध्ये भाग घेण्यास सक्षम करते. लेखनाच्या कृतीद्वारे व्यक्तींमध्ये कथांना आकार देण्याची, मते प्रभावित करण्याची आणि ज्ञानाच्या क्षेत्रात योगदान देण्याची शक्ती असते. वाचन आणि लेखन हे दोन्ही साक्षरतेचे आवश्यक घटक आहेत, ज्यात लिखित भाषेचे आकलन, विश्लेषण आणि निर्मिती करण्याची क्षमता समाविष्ट आहे. साक्षरता कौशल्ये शैक्षणिक यशासाठी मूलभूत आहेत आणि शैक्षणिक साहित्य नेव्हिगेट करण्यापासून ते ऑनलाइन माहिती मिळवण्यापर्यंत आणि नागरी आणि सांस्कृतिक क्रियाकलापांमध्ये भाग घेण्यापर्यंत आधुनिक जीवनाच्या जवळजवळ प्रत्येक पैलूमध्ये महत्त्वपूर्ण भूमिका बजावतात. वाचन आणि लेखनातील प्रवीणता व्यक्तींना ग्रंथांसह गंभीरपणे व्यस्त ठेवण्यास, माहितीच्या स्त्रोतांचे मूल्यांकन करण्यास आणि विविध संदर्भांमध्ये प्रभावीपणे संवाद साधण्यास सक्षम करते. शिवाय, साक्षरता कौशल्ये संज्ञानात्मक विकासाशी जवळून जोडलेली आहेत कारण लिखित भाषेशी संलग्न केल्याने बौद्धिक वाढ होते, विश्लेषणात्मक विचार वाढतात आणि समस्या सोडवण्याच्या क्षमतेला चालना मिळते. वाचन आणि लेखनाचे महत्त्व व्यापक सामाजिक, आर्थिक आणि सांस्कृतिक परिमाणांचा समावेश करण्यासाठी शिक्षणाच्या क्षेत्राच्या पलीकडे विस्तारित आहे. आजच्या डिजिटल युगात जिथे माहिती मुबलक आहे, आधुनिक जगाच्या गुंतागुंतीकडे दर्शित करण्यासाठी साक्षरता कौशल्ये पूर्वीपेक्षा अधिक महत्त्वपूर्ण आहेत. जे लोक कुशल वाचक आणि लेखक आहेत ते शैक्षणिक आणि व्यावसायिक प्रणालीत यशस्वी होण्यासाठी विविध संस्कृती आणि संदर्भांमध्ये इतरांशी संवाद साधण्यासाठी आणि नागरी जीवनात अर्थपूर्णपणे सहभागी होण्यासाठी अधिक सुसज्ज आहेत. याव्यतिरिक्त, साक्षरता कौशल्ये सामाजिक-आर्थिक परिणामांशी जवळून जोडलेली आहेत, उच्च पातळीची

साक्षरता रोजगार, आर्थिक गतिशीलता आणि सामाजिक प्रगतीच्या मोठ्या संधींशी संबंधित आहे. शिवाय, वाचन आणि लेखन हे अंतर्निहितपणे एकमेकांशी जोडलेले आहेत, प्रत्येक कौशल्याने परस्पर संबंधात एकमेकांवर प्रभाव पाडतो आणि मजबूत करतो. प्रवीण वाचक हे प्रवीण लेखक असण्याची अधिक शक्यता असते, कारण त्यांच्याकडे लिखित मजकुराच्या प्रदर्शनाद्वारे भाषेचे स्वरूप, व्याकरणाची रचना आणि वक्तृत्वविषयक धोरणे असतात. याउलट, लेखन क्रियाकलापांमध्ये गुंतल्याने वाचन आकलन कौशल्ये वाढतात, कारण लेखक वाचकांच्या गरजांचा अंदाज घेण्यास शिकतात, त्यांचे युक्तिवाद सुसंगतपणे मांडतात आणि त्यांच्या कल्पना प्रभावीपणे व्यक्त करतात. वाचन आणि लेखन सूचना एकत्रित करून, शिक्षक विद्यार्थ्यांना साक्षरता कौशल्यांचा एक सर्वसमावेशक संच विकसित करण्यात मदत करू शकतात जे त्यांना शैक्षणिकदृष्ट्या यशस्वी होण्यासाठी, आत्मविश्वासाने संवाद साधण्यासाठी आणि वाढत्या गुंतागुंतीच्या आणि एकमेकांशी जोडलेल्या जगात भरभराट करण्यास सक्षम करतात.

वाचन आणि लेखन या संकल्पना मानवी संवाद, संज्ञानात्मक विकास आणि सामाजिक परस्परसंवादासाठी मूलभूत आहेत. वाचनामध्ये अर्थ प्राप्त करण्यासाठी चिन्हे डीकोड करण्याची प्रक्रिया समाविष्ट असते, तर लेखनात कल्पना व्यक्त करण्यासाठी प्रतीकांमध्ये विचार एन्कोड करणे आवश्यक असते. दोन्ही कौशल्ये साक्षरतेचे आवश्यक घटक आहेत आणि शैक्षणिक यश, वैयक्तिक समृद्धी आणि आजीवन शिक्षणामध्ये महत्त्वपूर्ण भूमिका बजावतात. वाचन आणि लेखनातील प्रवीणता व्यक्तींना माहितीमध्ये प्रवेश करण्यास, प्रभावीपणे संवाद साधण्यास आणि समाजात अर्थपूर्णपणे भाग घेण्यास सक्षम करते ज्यामुळे त्यांना आधुनिक जगाच्या जटिलतेमध्ये नेव्हिगेट करण्यासाठी अपरिहार्य कौशल्य बनते. वाचन आणि लेखन कौशल्यांच्या विकासाला चालना देऊन शिक्षक विद्यार्थ्यांना गंभीर विचारवंत, प्रभावी संवादक आणि आजीवन शिकणारे बनण्यास सक्षम बनवू शकतात जे सतत बदलत्या जागतिक परिदृश्यात यशस्वी होण्यासाठी तयार असतात. वाचन आणि लेखनाची गरज वर्गाच्या सीमा ओलांडून जीवनाच्या अक्षरशः प्रत्येक पैलूमध्ये विस्तारते. ही अत्यावश्यक जीवन कौशल्ये, ज्यांना एकत्रितपणे साक्षरता म्हणून ओळखले जाते, आधुनिक

जगाच्या गुंतागुंतीकडे नेव्हिगेट करण्यासाठी, व्यक्तींच्या रोजगाराच्या संधी, सामाजिक संवाद आणि वैयक्तिक विकासासाठी अपरिहार्य आहेत. आजच्या माहिती-आधारित समाजात, साक्षरता आर्थिक समृद्धी, सामाजिक गतिशीलता आणि बौद्धिक समृद्धीचे प्रवेशद्वार म्हणून काम करते, ज्यामुळे ते 21 व्या शतकातील यशाचा पाया बनते. शैक्षणिक संदर्भात, वाचन सर्व विषय आणि विषयांमध्ये शिक्षण सुलभ करण्यासाठी महत्त्वपूर्ण भूमिका बजावते. हे प्राथमिक माध्यम म्हणून काम करते ज्याद्वारे विद्यार्थी साहित्य, विज्ञान, गणित किंवा इतिहासातील सामग्रीसह व्यस्त राहतात. निपुण वाचन कौशल्य विद्यार्थ्यांना शिक्षणविषयक साहित्य समजून घेण्यास, ग्रंथांमधून मुख्य माहिती काढण्यास आणि जटिल कल्पनांचे संश्लेषण करण्यास सक्षम करते, ज्यामुळे शैक्षणिक यश आणि बौद्धिक वाढीचा पाया घातला जातो. शिवाय, वाचन गंभीर विचार, विश्लेषणात्मक तर्क आणि माहिती साक्षरता कौशल्ये, विद्यार्थ्यांना माहितीच्या स्त्रोतांचे मूल्यमापन करण्यास, काल्पनिक कथांमधून तथ्य ओळखण्यासाठी आणि वाढत्या गुंतागुंतीच्या आणि एकमेकांशी जोडलेल्या जगात माहितीपूर्ण निर्णय घेण्यास सक्षम करते. त्याचप्रमाणे, लेखन हे एक गंभीर कौशल्य आहे जे केवळ संवादाच्या पलीकडे जाते; हे शिकण्याचे आणि आत्म-अभिव्यक्तीचे साधन देखील आहे. लेखनाद्वारे विद्यार्थ्यांना त्यांचे शिक्षण एकत्रित करण्याची, सामग्रीशी गंभीरपणे व्यस्त राहण्याची आणि विविध विषयांवर आणि समस्यांवर त्यांचे स्वतःचे दृष्टीकोन व्यक्त करण्याची संधी असते. लेखन स्वाध्याय जसे की निबंध, शोधनिबंध आणि सर्जनशील प्रकल्प विद्यार्थ्यांना त्यांचे विचार स्पष्ट करण्यासाठी, पुराव्याचे विश्लेषण करण्यासाठी आणि सुसंगत युक्तिवाद तयार करण्यास प्रोत्साहित करतात, ज्यामुळे त्यांची अभ्यासक्रम सामग्रीची समज अधिक वाढते आणि त्यांच्या संभाषण कौशल्यांचा सन्मान होतो.

लेखन सर्जनशीलता, आत्म-प्रतिबिंब आणि मेटाकॉग्निशन वाढवते कारण विद्यार्थी जटिल कल्पनांशी झुंजतात, अनेक दृष्टीकोन शोधतात आणि कालांतराने त्यांची लेखन प्रक्रिया सुधारतात. शिवाय, दैनंदिन जीवनातील आणि समाजातील सहभागाच्या विविध पैलूंचा समावेश करण्यासाठी औपचारिक शिक्षणाच्या मर्यादेपलीकडे वाचन आणि लेखनाची आवश्यकता आहे. कामाच्या ठिकाणी तांत्रिक मॅन्युअल वाचण्यापासून आणि डेटा

अहवालांचे विश्लेषण करण्यापासून ईमेल, मेमो आणि प्रकल्प प्रस्ताव लिहिण्यापर्यंत अक्षरशः प्रत्येक व्यवसाय आणि उद्योगात यश मिळविण्यासाठी लेखन कौशल्ये आवश्यक आहेत. वाचन आकलन, लेखन प्रवीणता आणि शाब्दिक अभिव्यक्ती यासह मजबूत संभाषण कौशल्ये असणाऱ्या कर्मचाऱ्यांना नियोक्ते अधिक महत्त्व देतात, कारण ही कौशल्ये कामाच्या ठिकाणी सहकार्य, समस्या सोडवणे आणि नवकल्पना यांचा अविभाज्य घटक आहेत. शिवाय, नागरी जीवनात आणि लोकशाही समाजात अर्थपूर्ण सहभागासाठी लेखन कौशल्ये महत्त्वपूर्ण आहेत. वेगवान जागतिकीकरण आणि डिजिटल कनेक्टिव्हिटीच्या युगात, व्यक्तींनी मजकूर आणि माध्यम स्त्रोतांच्या विस्तृत श्रेणीवर नेव्हिगेट करणे, माहितीचे गंभीरपणे मूल्यांकन करणे आणि सार्वजनिक चिंतेच्या मुद्द्यांवर माहितीपूर्ण संप्रेषण करण्यास सक्षम असणे आवश्यक आहे.

साक्षरता व्यक्तींना नागरिक म्हणून त्यांचे हक्क आणि जबाबदाऱ्यांचा वापर करण्यास, लोकशाही प्रक्रियेत सहभागी होण्यासाठी आणि त्यांच्या समुदायांमध्ये सामाजिक बदलासाठी समर्थन करण्यास सक्षम करते. याव्यतिरिक्त, वाचन आणि लेखन हे वैयक्तिक विकास आणि आजीवन शिक्षणासाठी आवश्यक साधने आहेत. शैक्षणिक आणि व्यावसायिक संदर्भांमध्ये त्यांच्या महत्त्वाच्या महत्त्वाच्या पलीकडे, साक्षरता कौशल्ये विविध दृष्टीकोनातून आणि ऐतिहासिक कालखंडातील ज्ञान, संस्कृती आणि कल्पनांच्या संपत्तीमध्ये प्रवेश प्रदान करून व्यक्तींचे जीवन समृद्ध करतात. वाचनाद्वारे व्यक्ती नवीन जग शोधू शकतात, त्यांची क्षितिजे विस्तृत करू शकतात आणि इतरांबद्दल सहानुभूती आणि समज विकसित करू शकतात. त्याचप्रमाणे, लेखन हे आत्म-अभिव्यक्तीचे, सर्जनशीलतेचे आणि आत्म-शोधाचे साधन देते, ज्यामुळे व्यक्तींना त्यांच्या अनुभवांवर प्रतिबिंबित करता येते, त्यांची ध्येये आणि आकांक्षा स्पष्ट होतात आणि इतरांशी सखोल पातळीवर संपर्क साधता येतो. वाचन आणि लेखनाची गरज वर्गाच्या पलीकडे पसरलेली आहे, ज्यामध्ये वैयक्तिक, सामाजिक आणि व्यावसायिक संदर्भांची विस्तृत श्रेणी समाविष्ट आहे. साक्षरता केवळ शैक्षणिक यशासाठीच आवश्यक नाही तर समाजातील अर्थपूर्ण सहभाग, आर्थिक प्रगती आणि वैयक्तिक पूर्तता यासाठी देखील आवश्यक आहे. निपुण वाचन आणि लेखन कौशल्ये व्यक्तींना माहितीमध्ये प्रवेश

करण्यास, प्रभावीपणे संवाद साधण्यास आणि त्यांच्या सभोवतालच्या जगाशी समीक्षकाने गुंतवून ठेवण्यास सक्षम बनवतात, 21 व्या शतकातील यशासाठी त्यांना अपरिहार्य साधने बनवतात.

शिक्षक, धोरणकर्ते आणि समुदाय नेत्यांनी साक्षरता शिक्षणाला प्राधान्य देणे आणि वय, पार्श्वभूमी किंवा क्षमता याची पर्वा न करता सर्व व्यक्तींसाठी वाचन आणि लेखन प्रवीणता वाढविणाऱ्या उपक्रमांना समर्थन देणे सुरू ठेवले पाहिजे. आजच्या जगात वाचन आणि लेखनाचे महत्त्व जास्त सांगता येत नाही, कारण साक्षरता हे मूलभूत कौशल्य संच आहे जे मानवी प्रयत्नांच्या अक्षरशः प्रत्येक पैलूला आधार देते. केवळ कार्यक्षमतेच्या पलीकडे साक्षरता हे समाजाच्या आरोग्याचे प्रमुख सूचक मानले जाते, जे त्याचे बौद्धिक चैतन्य, सांस्कृतिक समृद्धी आणि आर्थिक समृद्धी दर्शवते. आर्थिकदृष्ट्या उच्च शिक्षणात प्रवेश मिळवण्यासाठी, रोजगार मिळवण्यासाठी आणि जागतिक बाजारपेठेत सहभागी होण्यासाठी वैयक्तिक आणि सामाजिक दोन्ही स्तरांवर वैयक्तिक यश आणि आर्थिक स्थिरतेसाठी योगदान देण्यासाठी कुशलतेने वाचन आणि लिहिण्याची क्षमता आवश्यक आहे. सांस्कृतिकदृष्ट्या वाचन आणि लेखन हे ज्ञान, परंपरा आणि मूल्यांचे पिढ्यानपिढ्या जतन आणि प्रसारासाठी अविभाज्य घटक आहेत. साहित्य, त्याच्या विविध स्वरूपात, मानवी अनुभव, अंतर्दृष्टी आणि कल्पनाशक्तीचे भांडार म्हणून काम करते. वाचनाद्वारे व्यक्तींना मानवी स्थितीची गुंतागुंत स्पष्ट करण्याची, इतरांबद्दल सहानुभूती आणि समज मिळवण्याची आणि सांस्कृतिक सीमा ओलांडणारे एक व्यापक जागतिक दृष्टिकोन विकसित करण्याची संधी असते. त्याचप्रमाणे, लेखन व्यक्तींना त्यांच्या स्वतःच्या कथा, कल्पना आणि दृष्टीकोन सामायिक करून ज्ञानाच्या सामूहिक क्षेत्राला समृद्ध करून आणि समुदाय आणि निरंतरतेची भावना वाढवून या सांस्कृतिक परिक्षेत्रात योगदान देऊ देते.

संज्ञानात्मक विकास, सामाजिक प्रभाव आणि वैयक्तिक वाढीच्या व्यापक आयामांचा समावेश करण्यासाठी वाचन आणि लेखनाचे महत्त्व त्यांच्या साधन मूल्याच्या पलीकडे विस्तारते. प्रथम, स्मरणशक्ती, एकाग्रता आणि गंभीर विचार यासारखी संज्ञानात्मक कौशल्ये वाढविण्यात वाचन महत्त्वपूर्ण भूमिका बजावते. संशोधनात असे दिसून आले आहे की

नियमित वाचन मेंदूतील न्यूरल कनेक्टिव्हिटी उत्तेजित करते, ज्यामुळे संज्ञानात्मक कार्य सुधारते आणि समस्या सोडवण्याची क्षमता सुधारते. शिवाय, वाचन व्यक्तींना वैविध्यपूर्ण भाषा संरचना, शब्दसंग्रह आणि वक्तृत्व उपकरणे दाखवते, ज्यामुळे त्यांच्या भाषिक भांडाराचा विस्तार होतो आणि सर्जनशीलता आणि कल्पनाशक्तीला चालना मिळते. त्याचप्रमाणे, लेखकांनी त्यांचे विचार सुसंगतपणे आयोजित करणे, गंभीर विचार कौशल्ये वापरणे आणि तपशीलांकडे लक्ष देणे आवश्यक करून लेखन संज्ञानात्मक विकासास समर्थन देते ज्यामुळे त्यांची प्रभावीपणे संवाद साधण्याची क्षमता वाढते.

अभ्यासांनी साक्षरता पातळी आणि समुदायाच्या सहभागामध्ये सातत्याने मजबूत संबंध दर्शविला आहे, ज्या व्यक्ती प्रभावीपणे वाचतात आणि लिहितात त्यांना मतदान करण्याची, स्वयंसेवकाची आणि सामाजिक नियम आणि धोरणांवर प्रभाव पाडणाऱ्या संवादात सहभागी होण्याची अधिक शक्यता असते. शिवाय, साक्षरता व्यक्तींना स्वत:साठी आणि इतरांसाठी प्रतिनिधित्व करण्याचे, अन्यायाला आव्हान देण्याचे आणि सकारात्मक सामाजिक बदलांवर परिणाम करण्याचे सामर्थ्य देते, ज्यामुळे लोकशाही आदर्श आणि सामाजिक न्यायाच्या प्रगतीमध्ये योगदान होते. साक्षर नागरिकांचे पालनपोषण करून समाज सामाजिक एकसंधता, लोकशाही शासन आणि शाश्वत विकासाला चालना देऊ शकतात, ज्यामुळे शेवटी समाजातील सर्व सदस्यांसाठी अधिक समानता आणि सर्वसमावेशकता निर्माण होते. शिवाय वाचन आणि लेखन ही वैयक्तिक वाढ आणि आत्म- अभिव्यक्तीसाठी आवश्यक साधने आहेत, ज्यामुळे व्यक्तींना त्यांच्या आवडी शोधता येतात, त्यांची प्रतिभा विकसित करता येते आणि त्यांची क्षमता पूर्ण होते. वाचन व्यक्तींसाठी नवीन जग आणि कल्पना उघडते, त्यांना ज्ञान, संस्कृती आणि शहाणपणाच्या मौलिकतेमध्ये प्रवेश प्रदान करते जे त्यांचे जीवन समृद्ध करू शकते आणि त्यांची क्षितिजे विस्तृत करू शकते. शिवाय, वाचन वाचकांना विविध दृष्टीकोन आणि मानवी अनुभवांबद्दल उघड करून सहानुभूती आणि भावनिक बुद्धिमत्ता वाढवते, त्यांना स्वतःबद्दल आणि इतरांबद्दल सखोल समजून घेण्यास मदत करते.

लेखन वैयक्तिक अभिव्यक्ती आणि प्रतिबिंबांना अनुमती देते, व्यक्तींना त्यांचे विचार, भावना आणि अनुभवांवर प्रक्रिया करण्यासाठी एक सर्जनशील मार्ग प्रदान करते. जर्नलिंग,

सर्जनशील लेखन किंवा वैयक्तिक निबंध यासारख्या लेखन क्रियाकलापांमध्ये गुंतून व्यक्ती स्वतःची ओळख, मूल्ये आणि आकांक्षा जाणून घेऊ शकतात, ज्यामुळे अधिक आत्म-जागरूकता आणि वैयक्तिक पूर्तता होते. साक्षरता हे मूलभूत कौशल्य संच म्हणून काम करते जे व्यक्तींना शैक्षणिकदृष्ट्या यशस्वी होण्यासाठी, समाजात सक्रियपणे सहभागी होण्यासाठी आणि माणूस म्हणून त्यांची पूर्ण क्षमता ओळखण्यास सक्षम करते. त्यांच्या वाद्य मूल्याच्या पलीकडे, वाचन आणि लेखन संज्ञानात्मक विकास, सामाजिक प्रतिबद्धता आणि वैयक्तिक वाढ, व्यक्तींचे जीवन समृद्ध करते आणि समाजाचे फॅब्रिक मजबूत करते. अशा प्रकारे, साक्षरता शिक्षणाला प्रोत्साहन देण्यासाठी आणि वाचन आणि लेखनाची संस्कृती जोपासण्याचे प्रयत्न भविष्यातील पिढ्यांसाठी अधिक न्याय्य आणि सर्वसमावेशक जग निर्माण करण्यासाठी आवश्यक आहेत.

वाचन आणि लेखन यांच्यातील परस्परसंबंध एक सहजीवन संबंध तयार करतो ज्यामुळे व्यक्तीचे भाषा प्राविण्य, संज्ञानात्मक कौशल्ये आणि शैक्षणिक यश समृद्ध होते. एका कौशल्यामध्ये गुंतल्याने अनेकदा दुसऱ्या कौशल्यामध्ये प्रवीणता वाढते, कारण वाचन आणि लेखन या दोन्हीसाठी भाषा, रचना आणि सामग्रीचे सखोल आकलन आवश्यक असते, ज्यामुळे विविध मार्गांनी एकमेकांना मजबुत आणि पूरक बनते. प्रथम, लेखन शैली, शब्दसंग्रह, रचना आणि कल्पनांच्या विविध श्रेणींशी व्यक्तींना उघड करून लेखन कौशल्ये सुधारण्यासाठी वाचन एक शक्तिशाली उत्प्रेरक म्हणून काम करते. व्यक्ती विविध ग्रंथांमध्ये सामील होत असताना, ते केवळ त्यांच्या ज्ञानाचा आधारच वाढवत नाहीत तर व्याकरण, वाक्यरचना आणि विरामचिन्हे यांसारख्या लिखित भाषेच्या नियमांना आंतरिक बनवतात. चांगल्या प्रकारे रचलेल्या गद्याच्या प्रदर्शनाद्वारे व्यक्ती प्रभावी लेखन तंत्र विकसित करतात, ज्यामध्ये वर्णनात्मक भाषा, वर्णनात्मक चाप आणि वक्तृत्व उपकरणे यांचा समावेश होतो, ज्यानंतर ते त्यांच्या स्वतःच्या लेखनात समाविष्ट करू शकतात. शिवाय, वाचनामुळे व्यक्तींना वेगवेगळ्या शैली आणि लेखन प्रकार, काल्पनिक कथा आणि कवितेपासून ते गैर-काल्पनिक आणि शैक्षणिक संवादापर्यंत, अभिव्यक्तीच्या विविध पद्धतींचा प्रयोग करण्यास आणि लेखक म्हणून त्यांचा स्वतःचा वेगळा आवाज विकसित करण्यास अनुमती देते. याउलट,

लेखन, वाचन, आकलन कौशल्ये अधिक मजबूत करते ज्यामुळे व्यक्तींनी ग्रंथांशी चिकित्सक, विश्लेषणात्मक आणि सर्जनशीलपणे व्यस्त रहावे. लेखनाच्या कृतीमध्ये मजकूराचे पुनर्वापर, सारांश आणि विश्लेषण यांचा समावेश होतो, हे सर्व प्रभावी वाचन आकलनाचे आवश्यक घटक आहेत. जेव्हा व्यक्ती लिहितात तेव्हा त्यांनी क्लिष्ट कल्पना सोडल्या पाहिजेत, माहितीचे संश्लेषण केले पाहिजे आणि मजकूर आणि त्याच्या अंतर्निहित संकल्पनांचे सखोल आकलन आवश्यक असलेली कार्ये सुसंगतपणे आणि दृढतेने व्यक्त केली पाहिजेत. लेखनाद्वारे व्यक्ती मजकूरांचे सक्रिय अर्थ लावणे आणि विश्लेषण करणे, कल्पना, थीम आणि युक्तिवाद अशा प्रकारे गुंतवून ठेवतात ज्यामुळे त्यांचे आकलन आणि सामग्रीची धारणा वाढते. याव्यतिरिक्त, लेखन आत्म-निरीक्षण, स्वयं-नियमन आणि प्रतिबिंब यासारख्या मेटाकॉग्निटिव्ह कौशल्यांना प्रोत्साहन देते, कारण व्यक्ती त्यांच्या स्वतःच्या लेखन प्रक्रियेचे मूल्यांकन करतात, सुधारणेसाठी क्षेत्रे ओळखतात आणि त्यांच्या कल्पना स्पष्ट करण्यासाठी आणि त्यांच्या संवादाची प्रभावीता वाढविण्यासाठी पुनरावृत्ती करतात.

वाचन आणि लेखन यांच्यातील परस्परसंबंध व्यावसायिक आणि आजीवन फायद्यांचा समावेश करण्यासाठी शैक्षणिक संदर्भांच्या पलीकडे विस्तारित आहे. वाचन आणि लेखन या दोन्हीमधील प्राविण्य हे शैक्षणिक यशाशी जोरदारपणे संबंधित आहे, जसे की साक्षरता कौशल्ये सर्व विषयांमधील एकूण शैक्षणिक यशाशी जोडणाऱ्या असंख्य अभ्यासांद्वारे शक्य आहे. जे विद्यार्थी निपुण वाचक आहेत ते चांगले लिहितात आणि त्याउलट भाषा कौशल्यावर प्रभुत्व हा अक्षरशः प्रत्येक शैक्षणिक विषयात यशाचा पाया आहे. ज्या व्यक्ती वाचन आणि लेखनात उत्कृष्ट आहेत ते आधुनिक कार्यस्थळाच्या मागण्यांवर नेव्हिगेट करण्यासाठी अधिक सुसज्ज आहेत, जिथे यशासाठी प्रभावी संवाद आवश्यक आहे. व्यावसायिक व्यवस्थापनात वाचनाद्वारे माहिती पटकन आत्मसात करण्याची आणि लेखनाद्वारे कल्पना प्रभावीपणे संप्रेषण करण्याची क्षमता अमूल्य आहे, ज्यामुळे व्यक्तींना सहकाऱ्यांसोबत सहयोग करता येते, कल्पना दृढपणे मांडता येते आणि संस्थात्मक उद्दिष्टांमध्ये अर्थपूर्ण योगदान देता येते. संपूर्ण कारकीर्दीत वाचन आणि लेखनाचा सतत सराव आजीवन शिकण्यात आणि अनुकूलतेमध्ये योगदान देते, सतत बदलत असलेल्या नोकरीच्या

बाजारपेठेतील प्रमुख गुणधर्म जिथे व्यक्तींनी स्पर्धात्मक राहण्यासाठी सतत नवीन ज्ञान आणि कौशल्ये आत्मसात केली पाहिजेत. वाचन आणि लेखन यांच्यातील परस्परसंबंध सहजीवन आहे, एका कौशल्यात व्यस्त राहिल्याने दुसऱ्या कौशल्यात प्रवीणता वाढते. वाचन आणि लेखन हे दोन्ही साक्षरता विकास, संज्ञानात्मक वाढ आणि शैक्षणिक यशाचे आवश्यक घटक आहेत, कारण ते व्यक्तींना ग्रंथांशी चिकित्सकपणे व्यस्त राहण्यास, स्वतःला सुसंगतपणे व्यक्त करण्यास आणि विविध संदर्भांमध्ये प्रभावीपणे संवाद साधण्यास सक्षम करतात. शिवाय, वाचन आणि लेखनातील प्राविण्य शैक्षणिक प्रणालीच्या पलीकडे दूरगामी फायदे आहेत, व्यावसायिक यश, आजीवन शिक्षण आणि वैयक्तिक पूर्ततेसाठी योगदान देतात. अशा प्रकारे साक्षरता शिक्षणाला प्रोत्साहन देण्यासाठी आणि वाचन आणि लेखन संस्कृती जोपासण्याचे प्रयत्न अधिक साक्षर, माहितीपूर्ण आणि सशक्त समाज निर्माण करण्यासाठी आवश्यक आहेत. थोडक्यात, वाचन आणि लेखन हे केवळ शैक्षणिक विषय नाहीत तर मूलभूत कौशल्ये आहेत जी व्यक्तींच्या बौद्धिक, सामाजिक आणि आर्थिक जीवनावर परिणाम करतात. साक्षरता वाढवणे केवळ व्यक्तीलाच लाभत नाही तर संपूर्ण समाजाला समृद्ध करते, अधिक माहितीपूर्ण, व्यस्त आणि विचारशील लोकसंख्येला प्रोत्साहन देते. वाचन आणि लेखन यांच्यातील परस्परसंबंध हे दाखवून देतात की एकामध्ये प्रवीणता वाढवणे नेहमीच दुसऱ्यामध्ये प्रवीणतेचे समर्थन करते आणि वाढवते, शिक्षणामध्ये एकात्मिक दृष्टिकोनाची आवश्यकता अधोरेखित करते जे लहानपणापासून वाचन आणि लेखन दोन्ही कौशल्यांना प्रोत्साहन देते.

४.८ - वाचन आणि लेखन विकसित करण्याचे तंत्र - साहित्य

वाचन आणि लेखन कौशल्ये विकसित करण्यासाठी साहित्य हे एक शक्तिशाली साधन आहे. त्याच्या वैविध्यपूर्ण सामग्रीद्वारे साहित्य केवळ भाषिक क्षमताच समृद्ध करत नाही तर टीकात्मक विचार, सर्जनशीलता आणि भावनिक बुद्धिमत्ता देखील विकसित करते. हे विस्तृत अन्वेषण विविध तंत्रांचा शोध घेते जे वाचन आणि लेखन प्रवीणता वाढविण्यासाठी साहित्याचा फायदा घेतात, त्यांचे उपयोग, फायदे आणि व्यावहारिक परिणामांवर चर्चा करतात. विद्यार्थ्यांना साहित्यिक शैलीच्या विस्तृत श्रेणीशी ओळख करून देणे ही त्यांच्या

वाचन आणि लेखन कौशल्याच्या विकासाला चालना देण्यासाठी आणि वाचन आणि लेखनाची आवड निर्माण करण्यासाठी एक मूलभूत धोरण आहे. विद्यार्थ्यांना वैविध्यपूर्ण ग्रंथांबद्दल माहिती देऊन शिक्षक त्यांना समृद्ध आणि वैविध्यपूर्ण भाषिक अनुभव प्रदान करू शकतात जे त्यांच्या कल्पनाशक्तीला चालना देतात, त्यांचे जागतिक दृष्टिकोन विस्तृत करतात आणि मानवी स्थितीबद्दल त्यांची समज अधिक खोल करतात. या तंत्रामध्ये शास्त्रीय आणि समकालीन कादंबऱ्या, कविता, नाटक आणि विविध संस्कृतींमधील लघुकथा यांचा अभ्यासक्रमात समावेश करून अनेक दृष्टिकोनांचा समावेश आहे. या तंत्राचा एक प्राथमिक उपयोग म्हणजे वाचन याद्या तयार करणे ज्यामध्ये साहित्यिक शैली, लेखक आणि घटनेचा विस्तृत वर्णक्रम समाविष्ट आहे. शिक्षक वाचन साहित्य काळजीपूर्वक व्यक्त करू शकतात जे आवाज, दृष्टीकोन आणि जिवंत अनुभवांच्या विविध श्रेणीचे प्रतिनिधित्व करतात, याची खात्री करून विद्यार्थ्यांना त्यांच्या सभोवतालच्या जगाची जटिलता आणि विविधता प्रतिबिंबित करणारे मजकूर आढळतात. विविध कालखंड, सांस्कृतिक संदर्भ आणि साहित्यिक परंपरांमधून मजकूर निवडून शिक्षक विद्यार्थ्यांना मानवी अभिव्यक्ती आणि सर्जनशीलतेच्या समृद्ध परंपरेबद्दल विविध घटना स्पष्ट करू शकतात तसेच शैली आणि शैलींमधील साहित्याची समृद्धता आणि खोली याबद्दल ज्ञानाच्या कक्षा रुंदाउ शकतात.

उत्कृष्ट कार्यांचा समावेश जगभरातील विविध लेखकांच्या समकालीन कार्यांसोबत करणे शिक्षक निवडू शकतात. वेगवेगळ्या ऐतिहासिक कालखंडातील आणि सांस्कृतिक पार्श्वभूमीतील आशय एकत्र करून शिक्षक विद्यार्थ्यांना भाषा, वर्णनात्मक तंत्रे आणि थीमॅटिक समस्या कालांतराने विकसित होणाऱ्या आणि सांस्कृतिक संदर्भांमध्ये बदलणारे मार्ग शोधण्यासाठी प्रोत्साहित करू शकतात. या व्यतिरिक्त शिक्षक उपेक्षित किंवा अधोरेखित आवाजांचे प्रतिनिधित्व करणारे मजकूर समाविष्ट करू शकतात, विद्यार्थ्यांना सामाजिक न्याय, समानता आणि समावेशाच्या मुद्द्यांवर गंभीरपणे व्यस्त राहण्याची संधी प्रदान करतात. विद्यार्थ्यांना वैविध्यपूर्ण ग्रंथांचे दर्शन घडविण्याचे फायदे अनेक पटींनी आहेत. प्रथम, साहित्यिक शैली आणि शैलींच्या विस्तृत श्रेणीशी संपर्क साधणे विद्यार्थ्यांना विविध लेखन तंत्रे आणि कथा रचनांची सखोल माहिती विकसित करण्यास मदत करते. प्रतीकात्मकता,

पूर्वचित्रण आणि दृष्टिकोन यासारख्या विविध साहित्यिक उपकरणांचा वापर करणारे मजकूर समोर आल्याने विद्यार्थी त्यांची विश्लेषणात्मक कौशल्ये आणि साहित्यिक अभिरुची वाढवू शकतात, ज्यामुळे ते अधिक समीक्षक आणि विवेकपूर्णपणे वाचू शकतात. शिवाय, वैविध्यपूर्ण मजकुराच्या प्रदर्शनामुळे विद्यार्थ्यांची शब्दसंग्रह आणि भाषा प्रवीणता वाढते, त्यांना नवीन शब्द, वाक्प्रचार आणि भाषिक संमेलने समोर येतात ज्यामुळे त्यांचे स्वतःचे लेखन प्रयत्न समृद्ध होतात.

विविध ग्रंथांच्या प्रदर्शनामध्ये विद्यार्थ्यांमध्ये सहानुभूती आणि सांस्कृतिक क्षमता वाढवण्याची क्षमता असते ज्यामुळे त्यांना विविध पार्श्वभूमीतील व्यक्तींचे अनुभव, दृष्टीकोन आणि संघर्षांची अंतर्दृष्टी मिळते. ओळख, आपलेपणा आणि सामाजिक न्याय यांसारख्या गोष्टींचा शोध घेणारे साहित्य वाचून विद्यार्थी मानवी अनुभवांच्या विविधतेबद्दल आणि जागतिक समस्यांच्या परस्परसंबंधाबद्दल अधिक चिंतनशीलता विकसित करू शकतात. याव्यतिरिक्त, विविध ग्रंथांचे प्रदर्शन विद्यार्थ्यांच्या पूर्वकल्पित कल्पना आणि रूढींना आव्हान देऊ शकते, त्यांना गृहितकांवर प्रश्न विचारण्यास, पूर्वाग्रहांचा सामना करण्यास आणि त्यांच्या स्वत: च्या विश्वास आणि मूल्यांबद्दल गंभीर प्रतिबिंबित करण्यास प्रोत्साहित करते. साक्षरता विकास, टीकात्मक विचार आणि विद्यार्थ्यांमधील सांस्कृतिक समज वाढवण्यासाठी विविध ग्रंथांचे प्रदर्शन हे एक शक्तिशाली तंत्र आहे. अभ्यासक्रमात साहित्यिक शैली आणि शैलींची विस्तृत श्रेणी समाविष्ट करून शिक्षक कुतूहल, सर्जनशीलता आणि वाचन आणि लेखनासाठी आजीवन शिक्षणास प्रेरणा देणारे समृद्ध शिक्षण अनुभव तयार करू शकतात. विविध ग्रंथांच्या प्रदर्शनामुळे सहानुभूती वाढते, विद्यार्थ्यांच्या भाषिक आणि सांस्कृतिक क्षमतांचा विस्तार होतो आणि वाढत्या गुंतागुंतीच्या आणि एकमेकांशी जोडलेल्या जगाकडे नेव्हिगेट करण्यासाठी आवश्यक कौशल्ये आणि ज्ञान त्यांना सुसज्ज करते. अशा प्रकारे समाजात सकारात्मक योगदान देण्यास सक्षम असलेल्या माहितीपूर्ण सहानुभूतीशील आणि सामाजिकदृष्ट्या जबाबदार नागरिकांचे संगोपन करण्यासाठी साहित्य शिक्षणातील विविधता आणि सर्वसमावेशकतेला प्रोत्साहन देण्यासाठी प्रयत्न आवश्यक आहेत.

लेखन आणि वाचन कौशल्याला चालना देण्यासाठी आणि विद्यार्थ्यांमध्ये सखोल

आकलन कौशल्ये वाढवण्यासाठी मार्गदर्शक वाचन सत्रे राबवितात. या सत्रांद्वारे विद्यार्थ्यांना एका शिक्षकाच्या मार्गदर्शनाखाली चर्चा करण्याची संधी मिळते, आकलन समस्यांचे निराकरण करते आणि जटिल साहित्यिक क्षेत्रात नेव्हिगेट करण्यात विद्यार्थ्यांना मदत करते. या तंत्रामध्ये वाचन सूचनांबाबत संरचित दृष्टिकोन समाविष्ट आहे ज्यामध्ये शिक्षक विद्यार्थ्यांना मजकुराच्या केंद्रित अन्वेषणाद्वारे मार्गदर्शन करतात, विषयासंबंधी अन्वेषण, संरचनात्मक विश्लेषण आणि साहित्यिक उपकरणांची ओळख यावर लक्ष केंद्रित करतात. मार्गदर्शित वाचन सत्रांच्या अनुप्रयोगामध्ये विद्यार्थ्यांच्या वाचनाच्या पातळीसाठी आणि शिकवण्याच्या उद्दिष्टांसाठी योग्य असलेले मजकूर काळजीपूर्वक निवडणे आणि क्रियाकलाप आणि चर्चेची रचना करणे समाविष्ट आहे ज्यामुळे विद्यार्थ्यांना मजकूर समजण्यास मदत होते. वाचन साहित्य आकर्षक, संबंधित आणि सर्व विद्यार्थ्यांसाठी प्रवेशयोग्य असल्याची खात्री करून शिक्षक अभ्यासक्रमाची उद्दिष्टे, थीमॅटिक युनिट्स किंवा विद्यार्थ्यांच्या आवडी आणि पार्श्वभूमी यांच्याशी जुळणारे मजकूर निवडू शकतात.

मार्गदर्शित वाचन सत्रादरम्यान शिक्षक विद्यार्थ्यांना मजकूराद्वारे मार्गदर्शन करतात, प्रभावी वाचन रणनीती तयार करतात, विद्यार्थ्यांना अंदाज बांधण्यासाठी, प्रश्न विचारण्यास आणि संपर्क बनविण्यास प्रवृत्त करतात आणि गैरसमज स्पष्ट करण्यासाठी आणि आकलन आव्हाने दूर करण्यासाठी आवश्यकतेनुसार सहकार्य आन मार्गदर्शन करतात. मार्गदर्शक वाचन सत्रांचा एक महत्त्वाचा फायदा म्हणजे विद्यार्थ्यांमधील आकलन कौशल्ये वाढवणे. लक्ष केंद्रित चर्चा आणि शिक्षकांनी मार्गदर्शन केलेल्या क्रियाकलापांमध्ये गुंतून, विद्यार्थी मजकूर, त्यातील थीम, वर्ण आणि कथानकाची गतिशीलता यांचे सखोल आकलन विकसित करतात. मार्गदर्शित वाचनाद्वारे विद्यार्थी साहित्याचे मुख्य घटक ओळखणे आणि त्यांचे विश्लेषण करणे, जसे की सेटिंग, संघर्ष आणि व्यक्तिचित्रण करणे आणि निष्कर्ष काढणे आणि मजकूरातील पुराव्यासह त्यांच्या व्याख्यांचे समर्थन करणे शिकतात. शिवाय मार्गदर्शक वाचन सत्रे विद्यार्थ्यांना गंभीर विचार कौशल्ये विकसित करण्याची संधी देतात कारण ते लेखकाचा उद्देश, दृष्टीकोन आणि तंत्रांचे मूल्यमापन करण्यास शिकतात आणि मजकूराच्या वैकल्पिक व्याख्यांचा विचार करतात. मार्गदर्शक वाचन सत्रे विद्यार्थ्यांना मजकूराच्या संरचनात्मक

आणि शैलीत्मक घटकांचे परीक्षण करण्यास प्रोत्साहित करून विश्लेषणात्मक कौशल्यांना प्रोत्साहन देतात. शिक्षक विद्यार्थ्यांना उताऱ्यांचे बारकाईने वाचन करून मार्गदर्शन करू शकतात, साहित्यिक उपकरणे जसे की प्रतीकात्मकता, प्रतिमा आणि अलंकारिक भाषा हायलाइट करून, आणि ही उपकरणे मजकूराचा एकंदर अर्थ आणि प्रभावामध्ये कसा योगदान देतात याचे विश्लेषण करण्यास विद्यार्थ्यांना प्रवृत्त करू शकतात.

आशय विश्लेषणावर लक्ष केंद्रित करणाऱ्या संरचित चर्चा आणि क्रियाकलापांमध्ये गुंतून विद्यार्थी अधिक गंभीरपणे आणि लक्षपूर्वक वाचण्यास शिकतात आणि साहित्यिक कृतींची जटिलता आणि रचनेचे कौतुक करण्यास शिकतात. विद्यार्थ्यांमध्ये वाचन आणि लेखन कौशल्ये विकास, आकलन कौशल्ये आणि गंभीर विचारांना चालना देण्यासाठी मार्गदर्शक वाचन सत्रे हे एक मौल्यवान तंत्र आहे. शिक्षकाच्या मार्गदर्शनाखाली केंद्रित चर्चा आणि क्रियाकलापांमध्ये गुंतून, विद्यार्थी जटिल मजकूर नेव्हिगेट करणे, साहित्यिक घटकांचे विश्लेषण करणे आणि अर्थ प्रभावीपणे स्पष्ट करणे शिकतात. शिवाय, मार्गदर्शक वाचन सत्र विद्यार्थ्यांना विश्लेषणात्मक कौशल्ये विकसित करण्याची संधी देतात, कारण ते मजकूराच्या संरचनात्मक आणि शैलीत्मक घटकांचे मूल्यमापन करण्यास आणि लेखकाचा उद्देश आणि तंत्रे विचारात घेण्यास शिकतात. अशा प्रकारे मार्गदर्शक वाचन सत्रे प्रभावी साक्षरता निर्देशांचा एक आवश्यक घटक आहे, जे विद्यार्थ्यांना गंभीर वाचक आणि साहित्याचे विचारशील दुभाषी बनण्यासाठी आवश्यक कौशल्ये आणि ज्ञान प्रदान करतात.

साहित्यिक विश्लेषण निबंध नियुक्त करणे हे विद्यार्थ्यांचे साहित्याचे आकलन वाढविण्यासाठी, त्यांच्या गंभीर विचार कौशल्याचा विकास करण्यासाठी आणि लेखनात जटिल कल्पना प्रभावीपणे मांडण्याची त्यांची क्षमता वाढविण्यासाठी एक शक्तिशाली तंत्र आहे. साहित्यिक ग्रंथांचे विश्लेषण आणि विचारशील निबंध तयार करण्याच्या प्रक्रियेद्वारे विद्यार्थी कठोर बौद्धिक चौकशीमध्ये गुंततात जे त्यांना अभ्यास करत असलेल्या कामांचे सखोल अर्थ, थीम आणि शैलीत्मक घटक तपासण्यासाठी प्रोत्साहित करतात. या तंत्राच्या वापरामध्ये निबंध तयार करणे समाविष्ट आहे जे विद्यार्थ्यांना साहित्यिक ग्रंथांचे विविध पैलू सखोलपणे विस्तारित करण्यास प्रोत्साहित करतात. शिक्षक विद्यार्थ्यांना मजकूराच्या विशिष्ट

घटकांचे विश्लेषण करण्यास सांगू शकतात, जसे की वर्ण विकास, कथानक रचना किंवा प्रतीकात्मकता आणि मजकूरातील पुराव्यासह त्यांच्या व्याख्यांचे समर्थन करण्यास सांगू शकतात. याव्यतिरिक्त, विद्यार्थ्यांना विविध ग्रंथांमधील थीम, वर्ण किंवा वर्णनात्मक तंत्रांची तुलना आणि विरोधाभास करण्याचे काम सोपवले जाऊ शकते ज्यामुळे त्यांना सामान्य साहित्यिक हेतू आणि तंत्रांचे सखोल ज्ञान विकसित करता येते. विद्यार्थ्यांना लेखकाच्या वर्णनात्मक तंत्रावर, विषयासंबंधीच्या निवडींवर किंवा व्यक्तिचित्रणावर टीका करण्याचे आव्हान दिले जाऊ शकते, त्यांना मजकुराशी गंभीरपणे गुंतवून ठेवण्यास आणि पर्यायी व्याख्यांचा विचार करण्यास प्रोत्साहित केले जाऊ शकते. साहित्यिक विश्लेषण निबंध नियुक्त करण्याचा एक महत्त्वाचा फायदा म्हणजे विद्यार्थ्यांचे गंभीर विचार आणि युक्तिवाद कौशल्य सुधारणे आहे. साहित्यिक ग्रंथांचे विश्लेषण करण्याच्या प्रक्रियेद्वारे विद्यार्थी पुराव्याचे मूल्यांकन करणे, नमुने आणि थीम ओळखणे आणि मजकूर पुराव्यांद्वारे समर्थित प्रेरक युक्तिवाद तयार करणे शिकतात. साहित्यिक विश्लेषण निबंध लिहिण्यासाठी विद्यार्थ्यांनी मजकूराचे बारकाईने वाचन करणे, लेखकाच्या निवडींचे समीक्षक मूल्यमापन करणे आणि स्पष्ट, सुसंगत आणि विश्वासार्ह पद्धतीने त्यांचे स्पष्टीकरण करणे आवश्यक आहे. शिवाय, बौद्धिक लवचिकता आणि मोकळेपणा वाढवून विद्यार्थी अनेक दृष्टीकोन आणि व्याख्यांचा विचार करायला शिकतात.

साहित्यिक विश्लेषण निबंध लिहिण्यामुळे विद्यार्थ्यांचे विचार सुसंगतपणे आणि लिखित स्वरूपात मांडण्याची क्षमता वाढते. त्यांच्या कल्पना सु-संरचित निबंध स्वरूपामध्ये आयोजित करून, विद्यार्थी स्पष्ट प्रबंध विधान विकसित करण्यास, तार्किक युक्तिवाद तयार करण्यास आणि त्यांच्या दाव्यांचे समर्थन करण्यासाठी संबंधित पुरावे प्रदान करण्यास शिकतात. याव्यतिरिक्त, विद्यार्थी त्यांच्या कल्पना व्यक्त करण्यासाठी भाषा प्रभावीपणे वापरण्यास शिकतात, वक्तृत्व उपकरणे, अलंकारिक भाषा आणि त्यांच्या वाचकांना गुंतवून ठेवण्यासाठी आणि मन वळवण्यासाठी प्रेरक तंत्रे वापरतात. साहित्यिक विश्लेषण निबंध लिहिण्याच्या प्रक्रियेद्वारे विद्यार्थी त्यांची लेखन कौशल्ये सुधारतात आणि एक अत्याधुनिक लेखन शैली विकसित करतात जी साहित्यिक ग्रंथांबद्दलची त्यांची समज आणि टीकात्मक

चिंतनशीलतेत व्यस्त राहण्याची त्यांची क्षमता दर्शवते. साहित्यिक विश्लेषण निबंध नियुक्त करणे हे विद्यार्थ्यांमध्ये गंभीर विचार, युक्तिवाद कौशल्ये आणि लेखन प्रवीणता वाढविण्यासाठी एक मौल्यवान तंत्र आहे. साहित्यिक ग्रंथांचे विश्लेषण करण्याच्या प्रक्रियेत गुंतून आणि विचारशील निबंध तयार करून विद्यार्थी साहित्याची त्यांची समज वाढवतात, त्यांची विश्लेषणात्मक कौशल्ये वाढवतात आणि लेखनात त्यांच्या कल्पना प्रभावीपणे व्यक्त करण्यास शिकतात. साहित्यिक विश्लेषण निबंध लिहिण्यामुळे बौद्धिक कुतूहल, सर्जनशीलता आणि जटिल कल्पनांशी संलग्नता वाढते. विद्यार्थ्यांना शैक्षणिक आणि व्यावसायिक दोन्ही संदर्भांमध्ये विचारशील वाचक, समीक्षक विचारक आणि स्पष्ट संवादक बनण्यासाठी तयार करते हे तंत्र तयार करते. साहित्यिक विश्लेषण निबंध हे साहित्य शिक्षणाचा एक आवश्यक घटक आहेत जे विद्यार्थ्यांना साहित्यिक ग्रंथांशी अर्थपूर्णपणे गुंतण्यासाठी आवश्यक कौशल्ये आणि ज्ञान प्रदान करतात आणि साहित्यात दर्शविल्याप्रमाणे मानवी अनुभवाची समृद्धता आणि जटिलतेचे समर्थन करतात.

विद्यार्थ्यांना साहित्याद्वारे प्रेरित सर्जनशील लेखनात गुंतण्यासाठी प्रोत्साहित करणे हे एक गतिमान तंत्र आहे जे कल्पनाशक्ती, भावनिक व्यस्तता आणि वर्णनात्मक प्रवीणता वाढवते. विद्यार्थ्यांना त्यांनी वाचलेल्या मजकूरांना सर्जनशील प्रतिसाद देण्यासाठी आमंत्रित करून, शिक्षक त्यांना पात्र, थीम आणि प्रणाली सखोलपणे स्पष्ट करण्याची संधी देतात तसेच त्यांच्या लेखन कौशल्याचा सन्मान करतात आणि साहित्याबद्दल सखोल प्रशंसा करतात. या तंत्राच्या वापरामध्ये स्वाध्यायाची रचना करणे समाविष्ट आहे जे विद्यार्थ्यांना काल्पनिक कथा, कविता किंवा नाटकाची मूळ कामे तयार करण्यास प्रवृत्त करतात जे त्यांनी अभ्यासलेल्या साहित्यापासून प्रेरणा घेतात. या असाइनमेंटचे विविध प्रकार असू शकतात, जसे की एखाद्या किरकोळ पात्राच्या दृष्टीकोनातून कथा लिहिणे, कादंबरीचा मूड किंवा थीम कॅप्चर करणारी कविता तयार करणे किंवा साहित्यिक कार्यातील दृश्यावर आधारित एक लहान नाटक तयार करणे. विद्यार्थ्यांना साहित्यात सर्जनशीलतेने गुंतण्यासाठी प्रोत्साहित करून, शिक्षक त्यांना साहित्यिक प्रक्रियेत सक्रिय सहभागी होण्यासाठी सक्षम करतात, तसेच त्यांची कल्पनाशक्ती आणि कथा कथन क्षमता वाढवतात. साहित्याद्वारे प्रेरित सर्जनशील

लेखनाचा एक महत्त्वाचा फायदा म्हणजे विद्यार्थ्यांची कल्पनाशक्ती आणि सर्जनशीलता उत्तेजित करण्याची क्षमता. विद्यार्थ्यांना त्यांच्या स्वतःच्या सर्जनशीलतेच्या दृष्टीकोनातून परिचित मजकूराची पुनर्कल्पना करण्यासाठी आमंत्रित करून, शिक्षक त्यांना वैकल्पिक दृष्टीकोन, कथा आणि शक्यतांचा शोध घेण्यास प्रोत्साहित करतात. सर्जनशील लेखन सराव विद्यार्थ्यांना विविध कथन तंत्रे, पात्रांचे आवाज आणि साहित्यिक शैलींचा प्रयोग करण्यासाठी संधी देतात ज्यामुळे त्यांना लेखक आणि कथाकार म्हणून त्यांचा स्वतःचा वेगळा आवाज विकसित करता येतो.

साहित्य शिक्षणामध्ये संशोधन प्रकल्पांचा समावेश करण्याचे फायदे अनेक पटींनी आहेत. सर्वप्रथम, संशोधन प्रकल्प विद्यार्थ्यांना विविध स्त्रोतांकडून माहिती कशी शोधायची, त्याचे मूल्यमापन आणि संश्लेषण कसे करायचे हे शिकवून स्त्रोत उपलब्ध करण्याचे तंत्र कौशल्य वाढवतात. स्वतंत्र संशोधनात गुंतून विद्यार्थी माहिती साक्षरता, गंभीर वाचन आणि शैक्षणिक लेखन यातील कौशल्ये विकसित करतात जे उच्च शिक्षण आणि त्यापुढील यशासाठी आवश्यक आहेत. शिवाय, संशोधन प्रकल्प विद्यार्थ्यांना संदर्भ, पार्श्वभूमी आणि त्यांचा वाचनाचा अनुभव समृद्ध करणारे गंभीर अर्थ शोधण्याची संधी देऊन ग्रंथांचे सखोल आकलन वाढवतात. संशोधन करून विद्यार्थ्यांना साहित्याच्या ऐतिहासिक, सांस्कृतिक आणि चरित्रात्मक परिमाणांमध्ये अंतर्दृष्टी प्राप्त होते ज्यामुळे त्यांना मजकूर आणि त्याच्या व्यापक बौद्धिक आणि सांस्कृतिक संदर्भांमध्ये संबंध जोडता येतो. याव्यतिरिक्त, संशोधन प्रकल्प विद्यार्थ्यांची जटिल माहिती स्पष्ट, संघटित आणि सुसंगत पद्धतीने संश्लेषित करण्याची आणि सादर करण्याची क्षमता विकसित करतात. साहित्याविषयी संशोधन, विश्लेषण आणि लेखन या प्रक्रियेद्वारे विद्यार्थी संशोधनाचे प्रश्न कसे तयार करायचे, पुरावे गोळा करायचे आणि मजकूर पुराव्यांद्वारे समर्थित युक्तिवाद कसे तयार करायचे हे शिकतात. तोंडी सादरीकरणे, लेखी अहवाल किंवा मल्टीमीडिया सादरीकरणांद्वारे त्यांचे निष्कर्ष त्यांच्या समवयस्क आणि शिक्षकांसमोर प्रभावीपणे कसे मांडायचे हे ते शिकतात म्हणून ते त्यांचे संवाद कौशल्य देखील विकसित करतात. संशोधन प्रकल्प हे साहित्य शिक्षणातील एक मौल्यवान तंत्र आहे जे विद्यार्थ्यांना आशय समजून घेण्यास, त्यांचे संशोधन आणि विश्लेषणात्मक कौशल्ये

विकसित करण्यासाठी आणि अभ्यासपूर्ण चौकशीत गुंतण्यासाठी संधी प्रदान करतात. विद्यार्थ्यांना ऐतिहासिक संदर्भ, लेखक चरित्रे किंवा ते अभ्यासत असलेल्या साहित्याशी संबंधित गंभीर विश्लेषणे यांची चौकशी करणे आवश्यक असलेले संशोधन प्रकल्प नियुक्त करून शिक्षक विद्यार्थ्यांना संशोधन प्रक्रियेत सक्रिय सहभागी होण्यासाठी सक्षम बनवतात, साहित्याबद्दल आणि जगात त्याचे महत्त्व याविषयी सखोल कौतुक वाढवतात. संशोधन प्रकल्पांद्वारे विद्यार्थी शैक्षणिकदृष्ट्या यशस्वी होण्यासाठी आवश्यक कौशल्ये, ज्ञान आणि गंभीर विचार क्षमता विकसित करतात आणि आयुष्यभर साहित्यात अर्थपूर्णपणे गुंतलेले असतात. या तंत्रांद्वारे वाचन आणि लेखन कौशल्ये विकसित करण्यासाठी साहित्य हे गतिशील साधन बनते. अनेक मार्गांनी मजकुरात गुंतून राहून विद्यार्थी केवळ चांगले वाचक आणि लेखक बनत नाहीत तर साहित्यिक कलेची आणि त्याच्या व्यापक जगाशी जोडलेली अधिक प्रशंसा देखील मिळवतात.

४.९ - विवरणात्मक घटक वाचन- प्रयुक्त्या, आकलन, वाचनपूर्व आणि वाचनोत्तर उपक्रम

शैक्षणिक प्रणालीत वाचन आकलन आवश्यक आहे कारण ते मजकूर विश्लेषित करण्याची आणि त्याचा अंतर्निहित अर्थ समजून घेण्याच्या विद्यार्थ्यांच्या क्षमतांना जोडते ज्यामुळे सखोल शिक्षण आणि सामग्रीशी संलग्नता सुलभ होते. या सर्वसमावेशक चर्चेमध्ये वाचन आकलनासाठी व्यावहारिक धोरणे समाविष्ट केली जातील, वर्णनात्मक घटक वाचनावर लक्ष केंद्रित केले जाईल ज्यामध्ये पूर्व-वाचन, वाचन दरम्यान आणि वाचनोत्तर क्रियाकलाप समाविष्ट आहेत. हे संरचित टप्पे विद्यार्थ्यांना ग्रंथांशी अर्थपूर्ण संवाद साधण्यास मदत करतात, त्यांचे आकलन आणि विश्लेषणात्मक कौशल्ये सुधारतात. वाचनपूर्व क्रियाकलाप प्रभावी साक्षरतेच्या सूचनांचा एक आवश्यक घटक म्हणून काम करतात, विद्यार्थ्यांच्या वाचन प्रक्रियेत गुंतण्यासाठी पाया घालतात आणि सखोल आकलन आणि विश्लेषण सुलभ करतात. या उपक्रमांची रचना विद्यार्थ्यांना पूर्वज्ञान सक्रिय करून वाचनासाठी उद्दिष्टे ठरवून आणि सामग्री आणि शब्दसंग्रहाचा अंदाज घेऊन मजकुराशी संवाद साधण्यासाठी तयार करण्यात आली आहे. विद्यार्थ्यांना पूर्व-वाचन क्रियाकलापांमध्ये गुंतवून

शिक्षक विद्यार्थ्यांची प्रेरणा, आकलन आणि गंभीर विचार कौशल्ये वाढवू शकतात, मजकूराचे अर्थपूर्ण अन्वेषण आणि अर्थ लावण्यासाठी व्यवस्था निर्माण करू शकतात. पूर्व-वाचन क्रियाकलापांच्या प्राथमिक उद्देशांपैकी एक म्हणजे पार्श्वभूमी ज्ञान सक्रिय करणे, ज्यामुळे विद्यार्थ्यांना त्यांचे पूर्वीचे अनुभव, ज्ञान आणि मजकूरातील सामग्री यांच्यातील संबंध जोडता येतात. हे विविध तंत्रांद्वारे साध्य केले जाऊ शकते, जसे की विषयाबद्दल चर्चा सुरू करणे, विद्यार्थ्यांच्या पूर्वीच्या अनुभवांशी संबंधित प्रश्न विचारणे किंवा संबंधित मीडिया क्लिप दाखवणे. विद्यार्थ्यांच्या विद्यमान ज्ञानाचा आणि अनुभवांचा वापर करून शिक्षक मजकूरासाठी एक अर्थपूर्ण संदर्भ तयार करू शकतात, ते अधिक प्रवेशयोग्य आणि विद्यार्थ्यांच्या जीवनाशी संबंधित बनवू शकतात. यामुळे, वाचन प्रक्रियेवर प्रतिबद्धता आणि मालकीची भावना वाढीस लागते, विद्यार्थ्यांना मजकूराचा सखोल अभ्यास करण्यास आणि त्यातील थीम आणि कल्पना विस्तारित करण्यास प्रवृत्त करते.

पार्श्वभूमीचे ज्ञान सक्रिय करण्याव्यतिरिक्त, पूर्व-वाचन क्रियाकलाप विद्यार्थ्यांना मजकूरात येऊ शकणाऱ्या मुख्य शब्दसंग्रहाची ओळख करून देतात. वाचनापूर्वी शब्दसंग्रह सादर केल्याने संभाव्य आकलन अडथळे दूर करण्यात मदत होते जे वाचताना अपरिचित शब्दांचा सामना करताना उद्भवू शकतात. शब्दसंग्रह सादर करण्यासाठी शिक्षक विविध तंत्रांचा वापर करू शकतात, जसे की सोप्या व्याख्या प्रदान करणे, संदर्भातील शब्द वापरणे किंवा समजण्यास मदत करण्यासाठी दृश्य प्रतिनिधित्व वापरणे. विद्यार्थ्यांना मुख्य शब्दसंग्रह संज्ञांशी परिचित करून शिक्षक विद्यार्थ्यांना मजकुराकडे आत्मविश्वासाने संपर्क साधण्यास सक्षम करतात, त्यांना अपरिचित शब्दावलीशी संघर्ष करण्याऐवजी आकलन आणि विश्लेषणावर लक्ष केंद्रित करण्यास सक्षम करतात. वाचनासाठी उद्देश निश्चित करणे हा वाचनपूर्व क्रियाकलापांचा आणखी एक महत्त्वाचा पैलू आहे, कारण यामुळे विद्यार्थ्यांना त्यांचे लक्ष केंद्रित करण्यात आणि त्यांच्या वाचन आकलनाचे मार्गदर्शन करण्यात मदत होते. वाचनासाठी स्पष्ट उद्देश स्थापित केल्याने विद्यार्थ्यांना मजकूर समजून घेण्यासाठी एक फ्रेमवर्क मिळते आणि त्यांचे लक्ष त्यांच्या शिकण्याच्या उद्दिष्टांशी संबंधित असलेल्या विशिष्ट पैलू किंवा थीमकडे निर्देशित करते. यामध्ये विशिष्ट वाचन कार्ये किंवा प्रश्न सेट करणे

समाविष्ट असू शकते ज्यांचे उत्तर वाचताना विद्यार्थ्यांनी देणे अपेक्षित आहे किंवा यात मजकूराच्या मुख्य कल्पना किंवा थीम समजून घेण्याशी संबंधित व्यापक उद्दिष्टे समाविष्ट असू शकतात. वाचनासाठी एक उद्देश ठरवून शिक्षक विद्यार्थ्यांना सक्रिय वाचन धोरण विकसित करण्यास मदत करतात, त्यांना गंभीर नजरेने मजकूराकडे जाण्यास आणि त्याच्याशी अधिक सखोलपणे व्यस्त राहण्यास प्रोत्साहित करतात. शेवटी, पूर्व-वाचन क्रियाकलापांमध्ये अनेकदा मजकूराबद्दल अंदाज बांधणे, विद्यार्थ्यांना त्यांचे पूर्वीचे ज्ञान काढण्यासाठी प्रोत्साहित करणे आणि त्यांना मजकूरात काय आढळेल याबद्दल शिक्षित अंदाज लावणे समाविष्ट असते. भविष्यवाण्या आशयाच्या विविध पैलूंशी संबंधित असू शकतात, ज्यात कथानक, पात्रे किंवा गैर-काल्पनिक मजकूरातील माहिती समाविष्ट आहे. अंदाज बांधून विद्यार्थी वाचण्याआधी मजकूरात सक्रियपणे गुंतून राहतात, अपेक्षा निश्चित करतात आणि काय समोर येईल याबद्दल उत्सुकता निर्माण करतात. ही आगाऊ प्रतिबद्धता विद्यार्थ्यांना केवळ मजकूराच्या सामग्रीसाठी प्राधान्य देत नाही तर गंभीर विचार कौशल्ये देखील वाढवते कारण विद्यार्थी त्यांचे अंदाज वास्तविक मजकुराशी जुळतात आणि नवीन माहितीच्या आधारे त्यांची समज सुधारतात. पूर्व-वाचन क्रियाकलाप विद्यार्थ्यांना त्यांच्या मजकुराशी परस्परसंवादासाठी तयार करण्यात, पूर्व ज्ञान सक्रिय करण्यासाठी, वाचनासाठी उद्देश निश्चित करण्यासाठी आणि सामग्री आणि शब्दसंग्रहाचा अंदाज लावण्यासाठी महत्त्वपूर्ण भूमिका बजावतात. विद्यार्थ्यांना वाचनपूर्व क्रियाकलापांमध्ये गुंतवून शिक्षक सखोल आकलन आणि विश्लेषण, प्रेरणा वाढवणे, टीकात्मक विचार करणे आणि मजकूराशी संलग्नतेचा पाया घालतात. विचारपूर्वक वाचनपूर्व सूचनांद्वारे शिक्षक विद्यार्थ्यांना आत्मविश्वास, कुतूहल आणि नवीन कल्पना आणि दृष्टीकोन विस्तारित करण्याच्या तयारीसह आशय समृद्धतेकडे जाण्यास सक्षम करतात.

वाचन दरम्यान क्रियाकलाप विद्यार्थ्यांची व्यस्तता राखण्यासाठी, आकलनाचे निरीक्षण करण्यासाठी आणि आवश्यकतेनुसार वाचन धोरण समायोजित करण्यासाठी आवश्यक आहेत. जेव्हा विद्यार्थी सक्रियपणे मजकूर वाचण्यात गुंतलेले असतात आणि सामग्रीचे आकलन, धारणा आणि गंभीर विश्लेषणास समर्थन देण्यासाठी संरचित केलेले असतात तेव्हा

हे क्रियाकलाप होतात. वाचनादरम्यान विविध धोरणे अंमलात आणून शिक्षक विद्यार्थ्यांचे वाचन अनुभव वाढवू शकतात, सखोल आकलनास प्रोत्साहन देऊ शकतात आणि अधिक परस्परसंवादी आणि गतिमान शिक्षण वातावरण वाढवू शकतात. वाचनादरम्यानच्या प्राथमिक क्रियाकलापांपैकी एक म्हणजे मार्गदर्शित वाचन, जिथे शिक्षक वाचन प्रक्रियेचे नेतृत्व करतात आणि विद्यार्थ्यांना चर्चेत गुंतवून घेतात आणि उद्भवू शकणारा कोणताही गोंधळ समजून घेण्यासाठी आणि स्पष्ट करण्यासाठी त्यांना चर्चेत गुंतवून ठेवतात. मार्गदर्शित वाचन सत्रे शिक्षकांना रिअल-टाइममध्ये विद्यार्थ्यांच्या आकलनावर लक्ष ठेवण्यास, विद्यार्थी जिथे संघर्ष करत असतील ते क्षेत्र ओळखू शकतात आणि त्यांची समज वाढवण्यासाठी त्वरित समर्थन आणि अभिप्राय प्रदान करतात. याव्यतिरिक्त, मार्गदर्शक वाचन सत्रांदरम्यान मोठ्याने वाचन विद्यार्थ्यांसाठी अस्खलित आणि भावपूर्ण वाचन मॉडेल करू शकते, त्यांना त्यांचे मौखिक वाचन कौशल्य विकसित करण्यात मदत करते आणि मजकूराची लय आणि स्वर बळकट करते. मजकूरावर भाष्य करणे ही वाचनादरम्यानची आणखी एक मौल्यवान क्रिया आहे जी विद्यार्थ्यांना नोट्स बनवून, महत्त्वाचे तपशील हायलाइट करून, संकल्पना प्रश्न विचारून आणि वाचताना त्यांचे प्रतिसाद रेकॉर्ड करून सामग्रीशी सक्रियपणे गुंतण्यासाठी प्रोत्साहित करते. भाष्य विद्यार्थ्यांना फोकस टिकवून ठेवण्यास, मजकूराच्या त्यांच्या आकलनाचा मागोवा घेण्यास आणि सामग्रीशी संवाद साधताना गंभीर विचार कौशल्य विकसित करण्यात मदत करते.

मजकूरावर भाष्य करून विद्यार्थी मुख्य कल्पना ओळखू शकतात, मजकूराच्या वेगवेगळ्या भागांमध्ये कनेक्शन बनवू शकतात आणि प्रश्न किंवा अंतर्दृष्टी निर्माण करू शकतात जे सामग्रीबद्दल त्यांची समज वाढवतात. 'विचार करा' ही मोठ्याने वाचनादरम्यान एक शक्तिशाली रणनीती आहे जिथे शिक्षक किंवा विद्यार्थी मजकूर समोर आल्यावर त्यांच्या प्रतिक्रिया, प्रश्न आणि अंदाज वाचताना, त्यांच्या विचार प्रक्रियेला शब्दबद्ध करतात. विचार करा- वाचन आकलनामध्ये गुंतलेल्या संज्ञानात्मक प्रक्रियांचे मोठ्याने आदर्श तयार करणे, जसे की लेखकाच्या उद्देशावर प्रश्नचिन्ह निर्माण करणे, मुख्य कल्पनांचा सारांश देणे, पुढे काय होईल याबद्दल अंदाज बांधणे, आणि आकलनाचे निरीक्षण करणे समाहित असते. त्यांचे

विचार शब्दबद्ध करून, विद्यार्थी प्रभावी वाचन रणनीतींमध्ये अंतर्दृष्टी प्राप्त करतात आणि गंभीर आणि विश्लेषणात्मक मानसिकतेसह मजकूराकडे जाण्यास शिकतात. व्हिज्युअलायझिंग हे वाचन-दरम्यानचे तंत्र आहे ज्यामध्ये विद्यार्थ्यांना मजकूर वाचताना मानसिक प्रतिमा तयार करण्यास सांगणे, वर्णनात वर्णित वर्ण, प्रक्रिया आणि घटनांचे दृश्यमान करणे समाविष्ट आहे. ही रणनीती विशेषत: साहित्य आणि जटिल वर्णनात्मक परिच्छेदांमध्ये उपयुक्त आहे, जेथे दृश्य प्रतिमा मजकूरासह आकलन आणि प्रतिबद्धता वाढवू शकते. व्हिज्युअलायझिंग विद्यार्थ्यांना कथेमध्ये मग्न होण्यास, कथेबद्दलची त्यांची समज वाढवण्यास आणि पात्रांच्या रुपात स्वतःची कल्पना करून किंवा त्यांच्या मनात उलगडत असलेल्या कथेच्या घटनांची कल्पना करून मजकूराशी वैयक्तिक संबंध जोडण्यास मदत करते. सारांश, विद्यार्थी सक्रियपणे वाचत असताना मजकूराचे समालोचन, आकलन आणि गंभीर विश्लेषणास समर्थन देण्यासाठी वाचनादरम्यान क्रियाकलाप आवश्यक आहेत. मार्गदर्शित वाचन, मजकूर भाष्य करणे, मोठ्याने विचार करणे आणि व्हिज्युअलायझेशन यासारख्या धोरणांची अंमलबजावणी करून शिक्षक विद्यार्थ्यांचे वाचन अनुभव वाढवू शकतात, सखोल समज वाढवू शकतात आणि अधिक परस्परसंवादी आणि गतिमान शिक्षण वातावरण तयार करू शकतात. वाचनादरम्यान विचारपूर्वक दिलेल्या सूचनांद्वारे शिक्षक विद्यार्थ्यांना मजकूरात सक्रियपणे सहभागी होण्यासाठी, गंभीर विचार कौशल्ये विकसित करण्यास आणि अधिक कुशल आणि आत्मविश्वासपूर्ण वाचक बनण्यास सक्षम करतात.

वाचनोत्तर क्रियाकलाप विद्यार्थ्यांची मजकुराची समज दृढ करण्यात, प्रतिबिंबित करण्यास प्रोत्साहित करण्यासाठी आणि वर्तमान ज्ञानासह नवीन ज्ञानाचे एकत्रीकरण सुलभ करण्यात महत्त्वपूर्ण भूमिका बजावतात. विद्यार्थ्यांनी मजकूर वाचून पूर्ण केल्यानंतर हे क्रियाकलाप होतात आणि त्यांचे आकलन अधिक खोलवर करण्यासाठी, गंभीर विचारांना चालना देण्यासाठी आणि सामग्रीसह अर्थपूर्ण सहभागास प्रोत्साहन देण्यासाठी डिझाइन केलेले असतात. विविध वाचनोत्तर तंत्रे अंमलात आणून शिक्षक विद्यार्थ्यांना त्यांचे शिक्षण एकत्रित करण्यास, मजकूराशी वैयक्तिक संबंध जोडण्यास आणि विविध संदर्भांमध्ये त्यांची समज लागू करण्यास मदत करू शकतात. वाचनानंतरच्या प्राथमिक क्रियाकलापांपैकी एक म्हणजे

सारांशीकरण, जिथे विद्यार्थ्यांना मुख्य कल्पना आणि मजकूरातील मुख्य मुद्दे त्यांच्या स्वतःच्या शब्दात संक्षेपित करण्याचे काम दिले जाते. सारांशासाठी विद्यार्थ्यांनी सामग्रीचे त्यांचे आकलन प्रदर्शित करणे, सर्वात ठळक माहिती ओळखणे आणि ती संक्षिप्तपणे स्पष्ट करणे आवश्यक आहे. मजकूराचा सारांश देऊन विद्यार्थी संश्लेषण आणि मूल्यमापन यांसारख्या उच्च क्रमाच्या विचार कौशल्यांमध्ये गुंततात आणि जटिल ग्रंथांमधून आवश्यक माहिती काढण्याची त्यांची क्षमता विकसित करतात.

चर्चा ही वाचनानंतरची आणखी एक महत्वपूर्ण क्रिया आहे जी विद्यार्थ्यांना विविध दृष्टीकोन विकसित करण्यास, शंकांचे स्पष्टीकरण आणि सहयोगी संवादाद्वारे मजकुराची त्यांची समज वाढविण्यास अनुमती देते. गटचर्चा किंवा संपूर्ण वर्गातील परस्परसंवाद विद्यार्थ्यांना त्यांचे अर्थ सांगण्याची, प्रश्न विचारण्याची आणि सामग्रीच्या गंभीर विश्लेषणात गुंतण्याची संधी देतात. अर्थपूर्ण संप्रेषणाद्वारे विद्यार्थी त्यांचे विचार मांडायला शिकतात, विविध दृष्टिकोन ऐकतात आणि एकत्रितपणे ज्ञानाची रचना करतात, मजकूराची सखोल आणि अधिक सूक्ष्म समज वाढवतात. प्रतिसाद लेखन ही वाचनानंतरची क्रिया आहे जी विद्यार्थ्यांना त्यांचे विचार, प्रतिक्रिया आणि मजकुराविषयी अंतर्दृष्टी लिखित प्रतिबिंबांद्वारे व्यक्त करण्यास प्रोत्साहित करते. प्रतिसाद लेखन विद्यार्थ्यांना सामग्रीशी वैयक्तिक संबंध जोडण्यास, त्यांचे भावनिक प्रतिसाद व्यक्त करण्यास आणि त्यांची समज त्यांच्या स्वतःच्या शब्दात व्यक्त करण्यास अनुमती देते. मजकुराला प्रतिसाद लिहून विद्यार्थी त्यांची लेखन कौशल्ये विकसित करतात, त्यांचे विचार स्पष्ट करतात आणि सामग्रीशी त्यांची संलग्नता वाढवतात. मजकूरातून शिकलेल्या संकल्पना वेगवेगळ्या संदर्भांमध्ये लागू करणे किंवा त्यांना अभ्यासक्रमाच्या आशयाच्या क्षेत्रांशी जोडणे ही वाचनानंतरची आणखी एक प्रभावी क्रिया आहे जी शिक्षणाच्या हस्तांतरणास प्रोत्साहन देते आणि ज्ञानाचा व्यावहारिक उपयोग दर्शवते. विद्यार्थ्यांना त्यांनी जे शिकले ते वास्तविक-जागतिक परिस्थितींमध्ये लागू करण्यासाठी किंवा मजकूर आणि इतर विषय क्षेत्रांमधील कनेक्शन स्पष्ट करण्यासाठी प्रोत्साहित करून शिक्षक विद्यार्थ्यांना त्यांचे शिक्षण संदर्भित करण्यास, आंतरविषय समज वाढविण्यात आणि ज्ञान हस्तांतरित करण्याची त्यांची क्षमता वाढविण्यात मदत करतात.

विद्यार्थ्यांच्या शिक्षणाचे नियमितपणे पुनरावलोकन करून आणि मूल्यांकन करून शिक्षक अशा क्षेत्रांना ओळखू शकतात जिथे विद्यार्थ्यांना अतिरिक्त समर्थनाची आवश्यकता असू शकते, लक्ष्यित अभिप्राय प्रदान करणे आणि विद्यार्थ्यांच्या विविध गरजा पूर्ण करण्यासाठी शिक्षण धोरण समायोजित करणे. विद्यार्थ्यांच्या मजकुराची समज दृढ करण्यासाठी, गंभीर विचारांना चालना देण्यासाठी आणि विद्यमान ज्ञानासह नवीन ज्ञानाचे एकत्रीकरण सुलभ करण्यासाठी वाचनोत्तर क्रियाकलाप आवश्यक आहेत. सारांश, चर्चा, प्रतिसाद लेखन, संकल्पना लागू करणे आणि पुनरावलोकन आणि मूल्यमापन यांसारख्या तंत्रांची अंमलबजावणी करून शिक्षक विद्यार्थ्यांना त्यांचे आकलन अधिक सखोल करण्यास, मजकूराशी वैयक्तिक संबंध जोडण्यास आणि विविध संदर्भांमध्ये त्यांची समज लागू करण्यास मदत करू शकतात. विचारपूर्वक वाचनोत्तर सूचनांद्वारे, शिक्षक विद्यार्थ्यांना सक्रिय, व्यस्त आणि चिंतनशील शिकणारे बनण्यास सक्षम करतात जे जटिल मजकूर प्रभावीपणे नेव्हिगेट करण्यास आणि त्यांचे विश्लेषण करण्यास सक्षम असतात. अनौपचारिक वातावरणात भाषा तिच्या आरामशीर स्वर आणि उत्स्फूर्त स्वभावाद्वारे दर्शविली जाते. या प्रणालीत सामान्यत: मित्र, कुटुंब किंवा जवळच्या ओळखीच्या लोकांमधील परस्परसंवाद समाविष्ट असतात, जिथे वापरलेली भाषा जवळीक आणि वैयक्तिक संबंध दर्शवते. येथे, संवादकर्ते सहसा मुहावरे आणि बोलचाल भाषा वापरतात ज्यामुळे गटामध्ये आपुलकीची आणि सहजतेची भावना निर्माण होते. व्याकरण आणि उच्चारणाचे शिथिल नियम परस्परसंवादाची आरामदायी पातळी आणि अनौपचारिकता अधोरेखित करतात. देहबोली आणि चेहऱ्यावरील हावभाव अविभाज्य भूमिका बजावतात, संवाद समृद्ध करतात आणि भावना आणि वृत्ती अधिक थेट व्यक्त करण्यात मदत करतात. अनौपचारिक व्यवस्थेत तीव्र विरोधाभास, औपचारिक शैक्षणिक वातावरणात भाषेचा उच्च संरचित आणि अचूक वापर आवश्यक आहे. वर्गखोल्या, लेक्चर हॉल आणि अभ्यासपूर्ण प्रकाशनांमध्ये भाषेने कठोर शैक्षणिक मानकांचे पालन केले पाहिजे ज्यामध्ये विशिष्ट शब्दसंग्रह आणि जटिल वाक्य रचनांचा समावेश आहे. ही औपचारिकता स्पष्टता सुनिश्चित करते आणि शिकण्यासाठी आणि विद्वत्तापूर्ण संवादासाठी अनुकूल वातावरण निर्माण करते.

शैक्षणिक भाषा अधिकार आणि विश्वासार्हता प्रस्थापित करण्यासाठी देखील कार्य करते जे अभ्यासपूर्ण वादविवाद आणि सादरीकरणांमध्ये महत्त्वपूर्ण असतात. प्रत्येक शैक्षणिक शिस्त त्याच्या भाषेचा वापर अधिक परिष्कृत करू शकते तसेच विशिष्ट प्रकारच्या चौकशी आणि चर्चा सुलभ करणाऱ्या विशिष्ट शब्दावली आणि शैली विकसित करू शकते. व्यावसायिक प्रणालीत प्रभावी संप्रेषण हे ऑपरेशनल यश आणि व्यावसायिक संबंधांची गुरुकिल्ली आहे. या संदर्भांमध्ये वापरलेली भाषा अधिकृत तरीही प्रवेशयोग्य, औपचारिक तरीही आकर्षक असण्यामध्ये समतोल राखते. व्यावसायिक वाटाघाटी करण्यासाठी, मन वळवण्यासाठी आणि सहयोग करण्यासाठी भाषा वापरतात, त्यांच्या क्षेत्रासाठी किंवा उद्योगासाठी विशिष्ट शब्दजाल आणि तांत्रिक संज्ञा वापरतात. व्यवसायातील प्रभावी संप्रेषणामध्ये अनेकदा स्पष्ट उद्देशाने चालणारे आणि प्रेक्षकांसाठी तयार केलेले संदेश तयार करणे समाविष्ट असते, मग ते सादरीकरण, अहवाल, ईमेल किंवा मीटिंगमध्ये असो. येथे बहुतेकदा दावे जास्त असतात कारण वापरलेली भाषा निर्णयांवर प्रभाव टाकू शकते, व्यावसायिक संबंधांवर परिणाम करू शकते आणि करिअरच्या मार्गाला आकार देऊ शकते. डिजिटल कम्युनिकेशनच्या उदयाने भाषेच्या वापराला नवे आयाम दिले आहेत. ईमेल आणि ब्लॉगपासून ते सोशल मीडिया आणि मेसेजिंग ॲप्सपर्यंतच्या ऑनलाईन प्लॅटफॉर्मवर व्यक्तींना त्यांची भाषा परस्परसंवादासाठी, अनेकदा जागतिक प्रेक्षकांसह स्वीकारण्याची आवश्यकता असते. डिजिटल कम्युनिकेशन प्लॅटफॉर्म आणि उद्देशानुसार अनौपचारिकता आणि औपचारिकता या दोन्ही घटकांचे मिश्रण करते.

येथे आव्हान म्हणजे गैर-मौखिक संकेतांच्या मदतीशिवाय मत व्यक्त करणे ज्यामुळे कधीकधी गैरसमज होऊ शकतात. इमोजी, gif आणि विविध विरामचिन्हांचा वापर अनेकदा डिजिटल मजकुरात बारकावे जोडण्यासाठी केला जातो, समोरासमोर संवाद नसल्यामुळे उरलेले अंतर भरून काढण्याचा प्रयत्न केला जातो. आंतरविद्याशाखीय संदर्भांना विविध क्षेत्रांतील भाषेच्या नियमांचे मिश्रण आवश्यक आहे, ज्यामुळे संप्रेषण विशेषतः आव्हानात्मक परंतु नाविन्यपूर्ण बनते. येथे भाषा विविध विषयांमध्ये कल्पना आणि माहितीची देवाणघेवाण करण्यासाठी वाहिनी म्हणून काम करते यासाठी भाषिक लवचिकता

आणि सर्जनशीलता आवश्यक आहे. प्रभावी आंतरविद्याशाखीय संप्रेषणामध्ये जटिल संकल्पनांचे सुलभ भाषेत भाषांतर करणे, विविध क्षेत्रांमध्ये समज आणि सहकार्य वाढवणे यांचा समावेश होतो. या प्रकारच्या संप्रेषणामुळे प्रगती आणि नवकल्पना होऊ शकतात कारण ते विविध दृष्टीकोन आणि कौशल्यांचे एकत्रीकरण करण्यास अनुमती देते. वेगवेगळ्या संदर्भांमध्ये भाषेचे योग्य रुपांतर करण्याची क्षमता हा प्रभावी संवादाचा एक महत्त्वाचा घटक आहे. अनौपचारिक संभाषणात भाग घेणे, शैक्षणिक वादविवादात भाग घेणे, व्यवसाय मीटिंग आयोजित करणे.

ऑनलाईन संवाद साधणे किंवा आंतरविद्याशाखीय कार्यसंघामध्ये सहयोग करणे असो, प्रत्येक संदर्भात भाषेच्या वापराचे नियम आणि बारकावे समजून घेणे महत्वाचे आहे. ही अनुकूलता केवळ वैयक्तिक आणि व्यावसायिक नातेसंबंधच वाढवत नाही तर शैक्षणिक आणि व्यावसायिक प्रयत्नांनाही पुढे नेते. विविध सेटिंग्जमध्ये भाषेच्या डायनॅमिक वापरावर प्रभुत्व मिळवून व्यक्ती हे सुनिश्चित करू शकतात की ते त्यांच्या कल्पना प्रभावीपणे संप्रेषण करतात.

४.१० - चांगल्या हस्ताक्षराची वैशिष्ट्ये

हस्ताक्षर म्हणजे आपल्या बोटांमध्ये धरलेल्या लेखणी, पेन्सिल, खडू किंवा अन्य साधनांच्या साहाय्याने केलेल्या अक्षरांचे लिखाण होय. हस्ताक्षरातील लिखाण करताना पेन पेन्सिल यांचे वळण एक समान नसते. काहींचे एका रेषेत सरळ तर काहींचे तिरपे तर काहींचे रेषेच्या वर खाली होत असते. सर्वच लोकांचे हस्ताक्षर चांगले असतेच असे नाही. हस्ताक्षर ही एक कला असून ती सर्वांना सहज आत्मसात करता येऊ शकते. याला प्रयत्नांची आणि सातत्याची जोड असावी लागते. नियमित सराव केल्यास आपले हस्ताक्षर सुंदर होऊ शकते. चांगले हस्ताक्षर हे एक महत्त्वाचे कौशल्य आहे, ज्याचे शैक्षणिक आणि व्यावसायिक दोन्ही संदर्भांमध्ये खोल मूल्य आहे. वाढत्या डिजिटल जगात स्पष्ट, सुवाच्य आणि सौंदर्यदृष्ट्या प्रभावी हस्तलेखन करण्याची क्षमता विशिष्ट फायदे प्रदान करते. चांगल्या हस्ताक्षराची गंभीर वैशिष्ट्ये लक्षात घेता अशी कौशल्ये का आवश्यक आहेत आणि ते लेखक आणि त्यांचे पाठक या दोघांना कसे फायदेशीर ठरतात हे अधोरेखित करते. सुवाच्यता

हा उत्तम हस्ताक्षराचा सर्वात मूलभूत गुणधर्म आहे. हे सुनिश्चित करते की लिखित शब्द गोंधळ किंवा चुकीचा अर्थ न लावता इतरांद्वारे सहजपणे वाचले जाऊ शकतात. सुवाच्य हस्तलेखन प्रभावी संप्रेषण सुलभ करते आणि अयोग्य लिपीमुळे उद्भवणारे गैरसमज टाळतात. शैक्षणिक प्रणालीत सुवाच्यता सर्वोपरि आहे; विद्यार्थ्यांच्या आकलनाचे अचूक मूल्यांकन करण्यासाठी शिक्षकांना त्यांची उत्तरे स्पष्टपणे वाचता आली पाहिजेत. व्यावसायिक क्षेत्रात, नोट्स, फॉर्म किंवा मेमोमध्ये सुवाच्य हस्तलेखन हे सुनिश्चित करते की कार्यक्षमता आणि व्यावसायिकता राखून, सहकार्य आणि ग्राहककडे माहिती स्पष्टपणे पोहोचवली जाते.

हस्ताक्षराची वैशिष्ट्ये

१. ज्या लोकांना टापटीप, निटनेटकं राहायची सवय असते. त्यांच हस्ताक्षर सुंदर नसलं तरी त्यांच्या सारखच निटनेटकं सरळ सुटसुटीत असतं. पानाला जर एवढीशी अडी पडली तरी शंभरवेळा निट करत बसतील.

२. ज्या लोकांना निटनेटकेपणा पेक्षा काम होणं महत्त्वाचं किंवा मुद्दा महत्त्वाचा ते लोक हस्ताक्षर वगैरे बघत बसत नाही ते फक्त लिहित राहतात. कारण त्यांच पुर्ण लक्ष हे मुद्दयांकडे त्याच्या Quality कडे असते आणि मनासारखं लिहून झालं की त्यांना खूप समाधान मिळतं.

३. काही लोक आळशी असतात आणि तसंच त्यांच लिखान असतं. त्यांच्यासारखचं आळशी उगच लिहायचं म्हणून लिहिल्यासारखं.

४. काही लोकांचं प्रत्येक वेळेस वेगळं अक्षर येत. स्वतः सारखंच कदाचीत अस्थिर किंवा Creative दरवेळेस वेगळं.

५. आमचे एक शिक्षक नेहमी म्हणायचे, व्यवस्थित टापटिप नक्षीकाम केलेली वही म्हणजे मुलींची वही आणि अस्ताव्यस्त फाटलेली वही म्हणजे मुलांची वही.

६. आमचे एक सूर नेहमी इंग्रजी Cursive मध्ये लिहायचे आणि असं की फक्त आकारावरुन शब्द ओळखा अशा पद्धतीचे Cursive मध्ये स्पेलिंग मिस्टेक लपून जातात बरोबर.

७. हस्ताक्षरावरुन थोडातरी माणूसकळतोच. आपण कोणत्या अवस्थेत असताना लिहतो

त्यावर अक्षर निर्धारीत असते.

८. कधी कधी सुंदर लिहावसं वाटलं की, अक्षर सुंदर दिसल याची काळजी घेतो. कभी घाईत लिहायचं असेल तर अक्षर कसं आलं आहे हे पण आपण बघत नाही.

हस्ताक्षराचा फरक

१. हस्ताक्षर स्वाक्षरी वरून लेखकाच्या स्वामाबाबद्दल बरेच काही सांगता येतं. तो अंदाज नसतो. हे एक स्वतंत्र शास्त्र आहे. या अभ्यासाचा उपयोग आपल्या प्रगतीसाठी करता येतो.

२. हस्ताक्षर हे माणसाच्या चेतन व अचेतन मनाचा आरसा असतो. शब्दांच्या वाक्यांच्या रचनेत माणसाच्या स्वभावातले कंगोरे लपलेले असतात. रचना म्हणजे व्याकरण किंवा भाषा हे मापदंड नव्हे तर अक्षर लिहिण्याची लकब प्रत्येकाची वेगळी असते. कारण त्यामागे लेखकाचे विचार वेगळे असतात.

३. उदाहरणार्थ, कोऱ्या पानावर लिहितांना वरखाली डावीकडे उजवीकडे. समास सोडल्याची लकब सुद्धा लेखका बदल खूप काही सांगून जाते. म्हणजे लेखकाचे बालपण कसे गेले. घरच्यांशी संबंध कसे आहेत किंवा लेखक कामसू आहे.

४. जसा एखाद्या विषयाचा शिक्षक चांगला नसेल तर तो विषय नावडता होतो किंवा त्या विषयाची भिती वाटते तसेच हस्ताक्षर सल्लागार योग्य कुशल नसेल तर या शास्त्राबद्दल शंका अणे साहाजिक आहे पण हे शास्त्र ९०% अचूक आहे.

खराब हस्ताक्षराचे तोटे

१. आपण हाताने नोट्स लिहिलेली असताना माहिती घेणे आहे.

२. तुमचा हात जात्ययाशी जुळवून घेऊ शकत नाही.

३. तुम्हाला तुमचा वर्ग म्हणून मिटींगचा मोठा कार्यकर्ता जास्त बोलू शकत नाही.

४. तुमच्या सर्व नोट्स एकत्रित हा देखील नोट पहिल्याचा आणखी एक तोटा असू शकतो.

५. संगणकावर सर्व एका डिजिटल फोल्डरमध्ये ठेवू शकतो.

६. जेव्हा हस्तलेखनाचे प्रश्न उपस्थित केले जातात.

७. तेव्हा आपण किती नोटबुक उपलब्ध करु शकता आणि ते बनवू शकता हे कोणता ठाऊक आहे.

८. संशोधक आणि व्याज असे आले आहे की, नोट्स टाईप केल्याने माहितीची कमी बाब पुरावा.

९. नोट्स ही तुमची एक जलद स्थिती आहे. जे काही ऐकता ते निष्काळजीपणे ऐकण्याची आणि टाईप करण्याची तुमची प्रवृत्ती आहे.

१०. अपल्याला वर्णाची, स्वरांची, अक्षरांची, शब्दांची आणि योग्य विरामचिन्हांची ओळख असली पाहिजे.

११. प्रामुख्याने लेखन हा कलात्मकदृट्या एक ललितकलेचा प्रकार मानला जातो.

चांगल्या हस्ताक्षरासाठी उपाय

१. नियमित लिखानाचा सराव केला पाहिजे.

२. शुद्धलेखन लिहिले पाहिजे.

३. चांगलं अक्षर यायला हवं असेल तर योग्य साधनांचा वापर केला पाहिजे. म्हणजे हाताने सहज हाताळता येतील असे पेन व पेन्सिल वापरले पाहिजेत, लिहिताना वही किंवा कागद हा मऊ असला पाहिजे.

४. दररोज काही वेळ लिहिल्यानंतर अक्षर कसे आले हे तपासले पाहिजे.

५. लिहिताना खाडाखोड कमी केली पाहिजे.

६. लिहिताना उभ्या आणि आडव्या रेषांचा सराव केला पाहिजे.

७. लिहिताना नेहमी नियमात लिहिले पाहिजे.

शुद्ध लेखनाचे काही नियम

१. एकाक्षरी शब्द दीर्घ लिहावा. उदा. तू. मी. ही, की.

२. शब्दातील पुढील अक्षरावर जर कार येत असेल तर आगोदरचे अक्षर दीर्घ लिहावे. उदा. सूर्य, पूर्व, दीर्घ, मूर्ख

३. शब्दाच्या शेवटी जर ईकार येत असेल तर तो दीर्घच असतो. उदा. गुजराती, बाई, काकी.

४. संस्कृतमधून मराठीत आलेले तत्सम शब्द जसेच्या तसे लिहावेत उदा. दीपक, दीपा, दीप

५. शब्दाच्या शेवटी आकारान्त शब्द असेल तेव्हा त्याचे उपांत्य अक्षर म्हणजे शेवटून दुसऱ्या अक्षरांतील उकार दीर्घ असतो. उदा. म्हणून पाहून, येऊन.

६. तत्सम शब्दातील उपांत्य अक्षरे जर दीर्घ असतील तर ती मूळ शब्दाप्रमाणे दीर्घ ठेवावेत. उदा. भीती, परीक्षा, नवीन.

७. ज्या अक्षरांचा उच्चार नाकातून स्पष्टपणे होतो. अशा अनुनासिक शब्दावर अनुस्वार द्यावा. उदा. चिंच, संदेश, घंटा, निबंध

चांगल्या हस्ताक्षराचे महत्त्व

सुंदर हस्ताक्षर हे व्यक्तीमत्वाच्या सर्वांगीण विकासात खूप महत्वाचे आहे.

१. आपले सुलेखन इतरांवर प्रभादी छाप पाडते.

२. आपले, मांडण्याचे चांगले लेखन लोकांपर्यंत आपले आपले विचार एक प्रभावी माध्यम आहे.

३. चांगले हस्ताक्षर अभ्यासी दर्शवते.

४. चांगले लेख स्मरणशक्ती सुधारते.

५. चांगल्या लेखनामुळे काल्पनिकदृष्ट्या लेखनाला वाव मिळतो.

६. चांगल्या हस्ताक्षराला परीक्षेच्या दृष्टिने अधिक महत्त्व आहे,

चांगल्या हस्ताक्षराचे फायदे

१. चांगले हस्ताक्षर वाचन आणि भाषा प्रक्रियांना बळकटी देते.

२. चांगल्या अक्षरात लिहील्याने विचारप्रक्रिया मंदत होण्यास वेळ मिळतो आणि एखादया लेखकाला किंवा जो कोणी लेखन करत आहे त्याला लेखनाच्या रचनेबद्दल वेळ विचार करण्यास वेळ भेटतो.

३. सुलेखन आपल्याला संवाद आणि विचार कौशल्यात सुसज्ज करते.

४. चांगले हस्ताक्षर वाचनाचा प्रवाहातून योगदान देते. कारण ते अक्षरांची दृश्यधारणा सक्रीय करते. म्हणजे एखादा कवी किंवा एखादा लेखक कविता किंवा कथा लेख

अशाप्रकारचे लेखन स्वच्छ, सुटसुटीत व चांगल्या अक्षरात करत असेल तर वाचणारा हा रसात्मक वाचतो.

५. चांगल्या हस्ताक्षरामुळे आत्मविश्वास वाढतो.

६. चांगल्या लेखनाने गुणवत्तेचा एक घटक विकसित होतो.

४.११ - निबंध लेखन कौशल्य विकसन

निबंध लेखन कौशल्ये विकसित करणे हा शैक्षणिक यश आणि प्रभावी संवादाचा एक आवश्यक भाग आहे. सु-संरचित, स्पष्ट आणि आकर्षक निबंध तयार करण्याची क्षमता चांगल्या शैक्षणिक कामगिरीमध्ये अनुवादित करते आणि नंतरच्या आयुष्यात व्यावसायिक यशासाठी एक महत्त्वपूर्ण घटक असू शकते. हे विस्तृत अन्वेषण निबंध लेखनातील गुंतागुंत, आवश्यक मूलभूत कौशल्ये, ही कौशल्ये विकसित करण्याची प्रक्रिया आणि त्यांचा विद्यार्थ्यांच्या शैक्षणिक विकासावर होणाऱ्या प्रभावाची रूपरेषा दर्शवते. प्रभावी लेखन आणि विचारांच्या संवादासाठी निबंधाची रचना समजून घेणे आवश्यक आहे. निबंधांमध्ये सामान्यत: तीन मुख्य भाग असतात: परिचय, मुख्य भाग आणि निष्कर्ष. प्रत्येक लेखकाचा संदेश पोचवण्यासाठी आणि वाचकाला गुंतवून ठेवण्यासाठी विशिष्ट उद्देश पूर्ण करतो. प्रस्तावना निबंधाचे प्रवेशद्वार म्हणून काम करते, वाचकाचे लक्ष वेधून घेणे आणि विषयासाठी संदर्भ प्रदान करण्याचे उद्दिष्ट ठेवते. हे एक आकर्षक सुरुवातीचे विधान, प्रश्न किंवा उपाख्याने सुरू होते- जे वाचकांना आकर्षित करते आणि उर्वरित निबंधासाठी दिशा निश्चित करते. यानंतर वाचकांना आवश्यक संदर्भ आणि विषयाची समज देण्यासाठी पार्श्वभूमी माहिती प्रदान केली जाते. शेवटी, प्रस्तावना एका प्रबंध विधानात संपते जे निबंधाचा मुख्य युक्तिवाद किंवा उद्देश प्रस्तुत करते. हा शोधनिबंध वाचकासाठी रोडमॅप म्हणून काम करतो.

निबंधाच्या मुख्य भागाकडे जाताना येथे मुख्य युक्तिवाद आणि कल्पना विकसित केल्या जातात आणि पुराव्यासह समर्थित आहेत. मुख्य भागामध्ये प्रत्येक परिच्छेदाने विषयाच्या एका कल्पनेवर किंवा पैलूवर लक्ष केंद्रित केले जाने अपेक्षित असते. मुख्य परिच्छेद नंतर प्रबंध विधानात सादर केलेल्या युक्तिवादाचे समर्थन करण्यासाठी पुरावे, उदाहरणे आणि स्पष्टीकरण प्रदान करण्यासाठी पुढे जातात. निबंधातील स्पष्टता आणि सुसंगतता

राखण्यासाठी परिच्छेदांमधील योग्य संघटना आणि तार्किक प्रवाह महत्त्वपूर्ण आहेत. संक्रमणे वाचकाला एका कल्पनेपासून दुसऱ्या कल्पनेकडे सहजतेने मार्गदर्शन करण्यात मदत करतात, हे सुनिश्चित करून की युक्तिवाद तार्किक आणि मन वळवतो. शेवटी, निष्कर्ष निबंध समारोपाकडे नेतो आणि वाचकावर कायमची छाप सोडतो. हे मुख्य मुद्दे आणि मुख्य भाग परिच्छेदांमध्ये सादर केलेल्या युक्तिवादांचा सारांश देऊन सुरू होते, प्रदान केलेल्या पुराव्याच्या प्रकाशात प्रबंध विधानाचे महत्त्व अधिक मजबूत करते. तथापि, निष्कर्ष केवळ पुनरावृत्तीच्या पलीकडे जातो, नवीन अंतर्दृष्टी, प्रतिबिंब किंवा चर्चेतून प्राप्त झालेले परिणाम प्रदान करतो. यात विचार करायला लावणारा प्रश्न किंवा संस्मरणीय वाक्य देखील असू शकते ज्यामुळे वाचकाला काहीतरी विचार करायला लावते. सरतेशेवटी, निष्कर्षाने वाचकांना निबंधात शोधलेल्या विषयाचे सखोल आकलन आणि बंदिस्ततेची जाणीव करून दिली पाहिजे.

निबंध लेखनात उत्कृष्ट होण्यासाठी मुख्य कौशल्यांच्या श्रेणीमध्ये प्रभुत्व मिळवणे अत्यावश्यक आहे. प्रथम आणि सर्वात महत्त्वाचे म्हणजे संपूर्ण संशोधन करण्याची आणि गंभीर विश्लेषण करण्याची क्षमता आवश्यक असते. प्रभावी निबंध विश्वसनीय स्त्रोतांवर आधारित असतात आणि एकत्रित केलेल्या माहितीच्या सखोल विश्लेषणाद्वारे सूचित केले जातात. या कौशल्यामध्ये केवळ समर्पक स्त्रोत शोधणेच नाही तर त्यांच्या विश्वासार्हतेचे मूल्यांकन करणे, पक्षपात ओळखणे आणि मजबूत आणि कमकुवत युक्तिवादांमधील फरक ओळखणे देखील समाविष्ट आहे. गंभीर विचारसरणी या प्रक्रियेत महत्त्वपूर्ण भूमिका बजावते, लेखकांना माहितीचे संश्लेषण करण्यास आणि समर्थित युक्तिवाद तयार करण्यास सक्षम करते. शिवाय, कुशल निबंध लेखकांना त्यांच्या रचनांचे नियोजन आणि रचना करण्याचे महत्त्व समजते. लेखनात जाण्यापूर्वी निबंधाच्या संरचनेची रूपरेषा तयार करणे आवश्यक असते. एक रूपरेषा रोडमॅप म्हणून काम करते तसेच निबंध-लेखन प्रक्रियेद्वारे लेखकाला मार्गदर्शन करते आणि विचार प्रभावीपणे आयोजित करण्यात मदत करते. सुरुवातीपासूनच एक स्पष्ट रचना स्थापित करून लेखक त्यांच्या संपूर्ण निबंधांमध्ये लक्ष केंद्रित आणि सुसंगतता राखू शकतात ज्यामुळे अधिक आकर्षक आणि प्रेरक युक्तिवाद होऊ शकतात. याव्यतिरिक्त लेखन

आणि भाषा कौशल्यावर प्रभुत्व सर्वोपरि आहे. वाचकांपर्यंत कल्पना प्रभावीपणे पोहोचवण्यासाठी स्पष्ट आणि संक्षिप्त लेखन आवश्यक आहे. यामध्ये केवळ व्याकरणाची अचूकता आणि समृद्ध शब्दसंग्रहच नाही तर विचार संक्षिप्तपणे आणि मन वळवण्याची क्षमता देखील समाविष्ट आहे. लेखकांनी त्यांची भाषा वाचकांना आणि निबंधाच्या उद्देशाला अनुरूप बनवायला हवी. निबंध कथात्मक, वर्णनात्मक, व्याख्यात्मक किंवा मन वळवणारा आहे की नाही हे त्यांच्या शैलीनुसार अनुकूल केले पाहिजे. या लेखन आणि भाषा कौशल्यांचा सन्मान करून लेखक त्यांच्या कल्पना प्रभावीपणे संप्रेषण करू शकतात, वाचकांना गुंतवून ठेवू शकतात आणि शेवटी प्रभावी आणि चांगल्या प्रकारे तयार केलेले निबंध तयार करू शकतात.

निबंध लेखन कौशल्ये विकसित करणे हा एक प्रवास आहे ज्यासाठी समर्पण, चिकाटी आणि धोरणात्मक दृष्टीकोन आवश्यक आहे. सराव आणि चिकाटीने सुधारणा येते हे या प्रक्रियेचे केंद्रस्थान आहे. कोणत्याही कौशल्याप्रमाणे निबंध लेखन नियमित सरावाने सुधारते कारण विद्यार्थी त्यांची लेखनशैली सुधारतात, त्यांचा प्रवाह वाढवतात आणि त्यांचे विचार अधिक चांगल्या प्रकारे व्यवस्थित करतात. नियमित लेखन सरावामध्ये भाग घेऊन आणि समवयस्क किंवा शिक्षकांकडून अभिप्राय मिळवून विद्यार्थी सुधारणेसाठी क्षेत्रे ओळखू शकतात आणि कालांतराने लेखनाच्या चांगल्या सवयी जोपासू शकतात. शैक्षणिक साधने आणि संसाधनांचा फायदा घेऊन त्यांचे लेखन कौशल्य वाढवू पाहणाऱ्या विद्यार्थ्यांना मौल्यवान मार्गदर्शन आणि रचना मिळू शकते. निबंध लेखन कार्यशाळा, ऑनलाइन अभ्यासक्रम आणि लेखन सॉफ्टवेअर प्रभावी निबंध तयार करण्यासाठी व्यावहारिक धोरणे आणि तंत्रे देतात. अनेक शैक्षणिक संस्था लेखन केंद्रांद्वारे संसाधने देखील प्रदान करतात, जिथे विद्यार्थी त्यांच्या निबंधाच्या मसुद्यांवर एक-एक शिकवणी आणि अभिप्राय प्राप्त करू शकतात, त्यांच्या कौशल्य विकासास मदत करतात. याव्यतिरिक्त, निबंध लेखन कौशल्ये वाढविण्यासाठी विविध मजकुरांचे व्यापकपणे वाचन आणि गंभीरपणे विश्लेषण करणे आवश्यक आहे. वैविध्यपूर्ण लेखन शैली, तंत्रे आणि शब्दसंग्रहांचे प्रदर्शन प्रभावी लेखन पद्धतींबद्दल विद्यार्थ्यांची समज वाढवते. भिन्न लेखक कसे युक्तिवाद करतात आणि

वाचकांना कसे गुंतवून ठेवतात याचा अभ्यास करून विद्यार्थी मौल्यवान अंतर्दृष्टी मिळवू शकतात जे ते त्यांच्या स्वतःच्या लेखन प्रयत्नांना लागू करू शकतात.

समवयस्क पुनरावलोकन सत्रांमध्ये गुंतल्याने विद्यार्थ्यांना त्यांच्या समवयस्कांकडून रचनात्मक अभिप्राय प्राप्त करण्याची संधी मिळते. पीअर रिव्ह्यू केवळ एखाद्याच्या लिखाणावर वैविध्यपूर्ण दृष्टीकोन प्रदान करत नाही तर संपादन कौशल्यांच्या विकासास प्रोत्साहन देते कारण विद्यार्थी त्यांच्या समवयस्कांच्या निबंधांचे गंभीरपणे मूल्यांकन करण्यास आणि अभिप्राय प्रदान करण्यास शिकतात. निबंध लेखन कौशल्यांचा विकास ही एक बहुआयामी प्रक्रिया आहे ज्यासाठी जाणीवपूर्वक प्रयत्न आणि सतत सराव आवश्यक आहे. या कौशल्यातील प्रभुत्व केवळ शैक्षणिक कामगिरीच वाढवत नाही तर व्यावसायिक आणि वैयक्तिक संभाषणात यश मिळवण्यासाठी विद्यार्थ्यांना तयार करते. या अत्यावश्यक क्षमता विकसित करण्यासाठी वेळ आणि मेहनत खर्च करून विद्यार्थी प्रभावीपणे त्यांचे विचार व्यक्त करू शकतात, मन वळवू शकतात आणि सर्वसमावेशक माहिती देऊ शकतात, ज्यामुळे त्यांच्या शैक्षणिक आणि व्यावसायिक प्रयत्नांमध्ये यशाचा भक्कम पाया तयार होतो.

४.१२ - सर्जनशील लेखन

सर्जनशील लेखन हे साहित्यिक अभिव्यक्तीच्या क्षेत्रात अत्यंत महत्वाचे मानले जाते. सर्जनशील लेखन लेखकांना त्यांची कल्पनाशक्ती, भावना आणि वैयक्तिक दृष्टी शोधण्यासाठी एक व्यासपीठ देते. शैक्षणिक, तांत्रिक किंवा पत्रकारितेच्या विपरीत, जे सहसा माहिती प्रसार किंवा सूचनांना प्राधान्य देतात, सर्जनशील लेखन मौलिकता, स्वत: ची अभिव्यक्ती आणि त्याच्या वाचकांकडून वैयक्तिक किंवा भावनिक प्रतिसाद मिळवण्यावर भर देते. सर्जनशील लेखनाचे व्याख्या, उद्देश, घटक आणि शैक्षणिक फायदे यांचे परीक्षण करून सर्जनशील लेखनाचे बहुआयामी स्वरूप आणि वैयक्तिक आणि व्यावसायिक अशा दोन्ही संदर्भांमध्ये त्याचे महत्त्व अधिक जाणून घेता येते. सर्जनशील लेखन त्याच्या मौलिकता आणि स्व-अभिव्यक्त स्वभावाने वैशिष्ट्यीकृत आहे. एखादा वृत्त लेख माहिती देऊ शकतो आणि तांत्रिक संग्रहित सूचना देऊ शकतो, तर सर्जनशील लेखन कल्पनारम्य कथाकथन, वैयक्तिक प्रतिबिंब आणि भावनिक अन्वेषण या क्षेत्रांचा शोध घेते. यात काल्पनिक कथा, कविता, नाटक आणि

सर्जनशील अकल्पित यासह विविध शैलींचा समावेश आहे जो प्रत्येक लेखकाला आत्म-अभिव्यक्तीसाठी आणि कलात्मक शोधासाठी एक अद्वितीय मार्ग प्रदान करतो. काल्पनिक कथा तयार करणे, उत्तेजक कविता तयार करणे किंवा सर्जनशील गैर-काल्पनिक कथांमध्ये वैयक्तिक अनुभव सांगणे असो, सर्जनशील लेखक कल्पना, भावना आणि कथा खोली आणि सूक्ष्मपणे व्यक्त करण्यासाठी भाषेच्या सामर्थ्याचा उपयोग करतात.

कल्पनारम्य सर्जनशील लेखन सर्वात अष्टपैलू आणि विस्तृत शैलींपैकी एक म्हणून काम करते ज्यामुळे लेखकांना आकर्षक कथा तयार करण्यासाठी पात्र, व्यवस्था आणि घटनांचा शोध लावता येतो. महाकाव्य काल्पनिक क्षेत्रांपासून ते किरकोळ गुन्हेगारी नाटकांपर्यंत, काल्पनिक कथा शैली आणि थीमच्या विस्तृत क्षेत्रात पसरते, लेखकांना कल्पनारम्य अन्वेषणासाठी अनंत संधी देतात. कल्पनेच्या क्षेत्रामध्ये, लेखक रहस्य, विज्ञान कथा, कल्पनारम्य, भयपट, प्रणय, आणि बरेच काही यासह विविध उपशैलींचा शोध घेऊ शकतात. यामध्ये प्रत्येकजण स्वतःची विशिष्ट परंपरा आणि कथा सांगण्याचे तंत्र सादर करतो. कविता संक्षिप्त आणि प्रभावशाली स्वरूपासाठी प्रसिद्ध आहे, शाब्दिक मजकुराच्या पलीकडे अर्थ आणि भावना जागृत करण्यासाठी भाषेचे सौंदर्यात्मक आणि लयबद्ध गुण वापरतात. प्रतिमा, रूपक आणि प्रतीकात्मकता वापरून कवी श्लोक रचतात जे वाचकांना खोल भावनिक पातळीवर प्रतिबिंबित होतात. कवितांची रचना सॉनेट आणि हायकस यांसारख्या घट्ट नियंत्रित स्वरूपात केली जाऊ शकते, जिथे प्रत्येक शब्द त्याच्या महत्त्वासाठी काळजीपूर्वक निवडला जातो किंवा अधिक उत्स्फूर्तता आणि प्रयोगांना अनुमती देऊन मुक्तपणे वाहू शकतो. रंगमंचावरील कामगिरीसाठी डिझाइन केलेले नाटक संवाद, कृती आणि नाट्य घटकांद्वारे पात्र आणि कथानकांना जिवंत करते. कादंबऱ्या किंवा लघुकथांच्या विपरीत ज्या वर्णनात्मक कथनावर मोठ्या प्रमाणावर अवलंबून असतात, नाटके प्रामुख्याने संवादाद्वारे उलगडतात, प्रेक्षकांना थेट कार्यप्रदर्शनात गुंतवून ठेवतात. नाटककाराची स्क्रिप्ट ही अभिनेते, दिग्दर्शक आणि निर्मात्यांना अत्यंत आकर्षक आणि प्रभावी नाट्य अनुभवाच्या निर्मितीमध्ये सहयोग करण्यासाठी दिशादर्शक म्हणून काम करते.

सर्जनशील नॉन-फिक्शन तथ्य आणि काल्पनिक कथांमधील सीमा अस्पष्ट करते, कथन

तंत्र आणि कथाकथनाच्या शैलीत्मक घटकांसह तथ्यात्मक पुनर्गणना यांचे मिश्रण करते. संस्मरण, वैयक्तिक निबंध आणि चरित्रे हे सर्व सर्जनशील नॉन-फिक्शनच्या छत्राखाली येतात, जे लेखकांना सर्जनशील अभिव्यक्तीच्या लेन्सद्वारे वास्तविक जीवनातील अनुभव, निरीक्षणे आणि प्रतिबिंबे विस्तारित करण्यासाठी एक व्यासपीठ देतात. सर्जनशील नॉन-फिक्शनमध्ये तथ्यात्मक अचूकता राखणे सर्वोपरि आहे, तर लेखक वाचकांना मोहित करण्यासाठी आणि मानवी अनुभवाबद्दल सखोल सत्ये सांगण्यासाठी कथाकथनाच्या समान आकर्षक पद्धती वापरतात. सर्जनशील लेखन वैयक्तिक आणि सामाजिक अशा अनेक उद्देशांसाठी काम करते. वैयक्तिक स्तरावर ते लेखकांना आत्म-अभिव्यक्तीचे आणि कॅथर्सिसचे साधन प्रदान करते ज्यामुळे त्यांना त्यांचे विचार, भावना आणि अनुभव सर्जनशील आणि कलात्मक पद्धतीने स्पष्ट करता येतात. बऱ्याच लेखकांसाठी सर्जनशील लेखन हे थेरपीचे एक प्रकार आहे, जटिल भावनांवर प्रक्रिया करण्यासाठी, वैयक्तिक आव्हानांना तोंड देण्यासाठी आणि निर्मितीच्या कृतीमध्ये सांत्वन मिळवण्यासाठी एक मार्ग प्रदान करते. शिवाय, सांस्कृतिक ओळख घडवण्यात, सामूहिक स्मृती जतन करण्यात आणि विविध समुदायांमध्ये सहानुभूती आणि समज वाढवण्यात सर्जनशील लेखन महत्त्वपूर्ण भूमिका बजावते. साहित्याद्वारे लेखक मानवी स्थितीवर प्रकाश टाकू शकतात, सामाजिक निकषांना आव्हान देऊ शकतात आणि सामाजिक बदलाचा पुरस्कार करू शकतात, संवाद, प्रतिबिंब आणि परिवर्तनासाठी उत्प्रेरक म्हणून काम करू शकतात. सर्जनशील लेखनामध्ये भाषा, संस्कृती आणि विचारसरणीच्या सीमा ओलांडण्याची, भिन्न समुदायांमध्ये कनेक्शन आणि सहानुभूती वाढवण्याची आणि संपूर्ण समाजाची रचना समृद्ध करण्याची शक्ती आहे.

सर्जनशील लेखन शैली आणि शैलींच्या विविध श्रेणींचा समावेश करत असताना अनेक मुख्य घटक त्याच्या सरावासाठी गरजेचे असतात. सर्जनशील लेखनाच्या केंद्रस्थानी कल्पनेची शक्ती असते जे लेखकांना जग, पात्रे आणि वास्तवाच्या मर्यादेच्या पलीकडे जाणाऱ्या परिस्थितीची कल्पना करण्यास सक्षम करते. कल्पनाशक्ती सर्जनशील प्रक्रियेला चालना देते, लेखकांना नवीन कल्पना शोधण्यासाठी, कथन तंत्रांसह प्रयोग करण्यास आणि कलात्मक अभिव्यक्तीच्या सीमांना ओलांडण्यासाठी देण्यासाठी प्रेरणा देते. भावना

सर्जनशील लेखनाचे प्रेरक घटक म्हणून काम करते तसेच कथनांना खोली आणि सत्यता प्रदान करते. आनंद, दुःख, प्रेम किंवा भीती या भावना जागृत करणाऱ्या भावनांमध्ये वाचकांना मोहित करण्याची आणि वास्तविकतेच्या पलीकडे जाणारे कनेक्शन तयार करण्याची शक्ती असते. भाषा, प्रतिमा आणि स्वर यांचा कुशल वापर करून लेखक त्यांच्या श्रोत्यांकडून सहानुभूतीपूर्ण प्रतिसाद मिळवून आणि त्यांच्या कामात सखोल सहभाग वाढवून भावनांची विस्तृत श्रेणी जागृत करू शकतात. सर्जनशील लेखनात लेखकाचे अद्वितीय व्यक्तिमत्व, जागतिक दृष्टीकोन आणि साहित्यिक संवेदनशीलता समाविष्ट असते. अधिकृत उपस्थितीची भावना प्रस्थापित करण्यासाठी आणि वैयक्तिक स्तरावर वाचकांशी संपर्क साधण्यासाठी मजबूत आणि प्रामाणिक विचार व्यक्त करणे आवश्यक आहे. रचना ही एक संरचना प्रदान करते ज्यावर एक सर्जनशील कार्य तयार केले जाते, कल्पना, दृश्ये आणि थीम एकत्रित आणि आकर्षक कथनात आयोजित करतात. पारंपारिक थ्री-ॲक्ट स्ट्रक्चरचे अनुसरण करणे, नॉनलाइनर कथाकथनाचा प्रयोग करणे किंवा अपारंपरिक कथन तंत्र स्वीकारणे, लेखकांनी त्यांचा हेतू संदेश प्रभावीपणे पोहोचवण्यासाठी आणि वाचकांना सुरुवातीपासून शेवटपर्यंत गुंतवून ठेवण्यासाठी त्यांच्या कामाच्या संरचनेचा काळजीपूर्वक विचार केला पाहिजे.

भाषा हे सर्जनशील लेखकाचे प्राथमिक साधन म्हणून काम करते ज्यामुळे त्यांना ज्वलंत प्रतिमा तयार करता येते, शक्तिशाली भावना जागृत करता येतात आणि जटिल कल्पना सुस्पष्टता आणि सूक्ष्मतेने व्यक्त होतात. भाषेच्या प्रभुत्वामध्ये केवळ व्याकरणातील प्राविण्य आणि शब्दसंग्रहाचे संपादनच नाही तर लय, गती आणि ताल यांची अंतर्ज्ञानी समज देखील समाविष्ट आहे. भाषेच्या पूर्ण क्षमतेचा उपयोग करून, लेखक प्रभावी आणि इमर्सिव्ह आणि उत्तेजक जग तयार करू शकतात. लेखकाच्या कलात्मक आणि सांस्कृतिक महत्त्वाव्यतिरिक्त सर्जनशील लेखन सर्व वयोगटातील विद्यार्थ्यांसाठी शैक्षणिक लाभांची संपत्ती देते. सर्जनशील लेखन विद्यार्थ्यांना गंभीरपणे विचार करण्यास, जटिल समस्यांचे विश्लेषण करण्यास आणि नाविन्यपूर्ण उपाय विकसित करण्यास प्रोत्साहित करते. कथन तयार करून, पात्रांचा शोध घेऊन आणि नैतिक दुविधांशी सामना करून, विद्यार्थी त्यांच्या समस्या सोडवण्याची कौशल्ये

सुधारतात आणि मानवी वर्तन आणि समाजाची सखोल समज विकसित करतात. सर्जनशील लेखन विद्यार्थ्यांना त्यांचे विचार, भावना आणि अनुभव सर्जनशील आणि अर्थपूर्ण पद्धतीने व्यक्त करण्यासाठी व्यासपीठ प्रदान करते. लेखनाच्या कृतीद्वारे, विद्यार्थी त्यांच्या कल्पना स्पष्टपणे मांडण्यास, प्रभावीपणे संवाद साधण्यास आणि सखोल स्तरावर इतरांशी संपर्क साधण्यास शिकतात. शिवाय, सर्जनशील लेखन विद्यार्थ्यांना विविध दृष्टीकोनांचा शोध घेण्यास आणि भिन्न पार्श्वभूमी आणि संस्कृतीतील पात्रांच्या मनात वसण्यास प्रोत्साहित करून सहानुभूती आणि समज वाढवते. सर्वात महत्त्वाचे म्हणजे सर्जनशील लेखन विद्यार्थ्यांची कल्पनाशक्ती आणि सर्जनशीलता वाढवते, त्यांना नवीन जगाची कल्पना करण्यास, आकर्षक पात्रांचा शोध घेण्यास आणि अमर्याद शक्यतांचा शोध घेण्यास सक्षम करते. प्रयोग, जोखीम घेणे आणि स्व-अभिव्यक्तीला प्रोत्साहन देऊन सर्जनशील लेखन कुतूहल, आश्चर्य आणि शोधाची भावना वाढवते.

सर्जनशील लेखन हे साहित्यिक अभिव्यक्तीच्या व्यापक क्षेत्रात गतिशील आणि बहुआयामी प्रतिनिधित्व करते तसेच कल्पनाशक्ती, भावना आणि वैयक्तिक दृष्टी यावर जोर देऊन ओळखले जाते. त्याची व्याख्या, उद्देश, घटक आणि शैक्षणिक फायद्यांचा शोध घेऊन वैयक्तिक आणि व्यावसायिक दोन्ही संदर्भांमध्ये सर्जनशील लेखनाच्या परिवर्तनीय शक्तीबद्दल सखोल मार्गदर्शन प्राप्त करते. सर्जनशीलता आत्मसात करून, सहानुभूती विकसित करून आणि गंभीर विचार कौशल्ये वाढवून, सर्जनशील लेखन व्यक्तींना नवीन क्षितिजे शोधण्याचे, सामाजिक नियमांना आव्हान देण्याचे आणि कथाकथनाच्या सामर्थ्याद्वारे त्यांच्या सभोवतालच्या जगाला आकार देण्याचे सामर्थ्य देते. त्यामुळे शिक्षक आणि विद्यार्थी दोघांनीही वैयक्तिक वाढ, शैक्षणिक उपलब्धी आणि सांस्कृतिक समृद्धीवर त्याचा खोल प्रभाव ओळखून सर्जनशील लेखनाच्या अभ्यासाला आणि सरावाला प्राधान्य द्यायला हवे. सर्जनशील लेखन हे असंख्य हेतू पूर्ण करते, प्रत्येक साहित्यिक अभिव्यक्तीचे स्वरूप म्हणून त्याचे आकर्षण आणि महत्त्व वाढवते. सर्वप्रथम, सर्जनशील लेखन व्यक्तींना स्व-अभिव्यक्तीसाठी एक व्यासपीठ प्रदान करते, ज्यामुळे त्यांना विचार, भावना आणि निरीक्षणे एका संरचित परंतु काल्पनिक स्वरूपात व्यक्त करता येतात. कविता, काल्पनिक किंवा

वैयक्तिक निबंधांद्वारे असो, सर्जनशील लेखन लेखकांना त्यांचे आंतरिक विचार आणि अनुभव व्यक्त करण्याचे स्वातंत्र्य देते, त्यांना स्वतःला आणि त्यांच्या श्रोत्यांसाठी प्रतिध्वनी असलेल्या कथांमध्ये आकार देते. अभिव्यक्तीची ही कृती केवळ पूर्ततेची भावना वाढवत नाही तर लेखकांना सामायिक अनुभव आणि भावनांद्वारे सखोल पातळीवर इतरांशी संपर्क साधण्यास सक्षम करते.

सर्जनशील लेखन अनेक व्यक्तींसाठी उपचारात्मक कार्य करते आणि अनुभवांवर प्रक्रिया आणि सामना करण्याची एक पद्धत म्हणून काम करते. लेखनाच्या कृतीद्वारे व्यक्ती कठीण किंवा क्लेशकारक घटनांना तोंड देऊ शकतात आणि समजून घेऊ शकतात तसेच प्रक्रियेत त्यांच्या स्वतःच्या विचार आणि भावनांमध्ये अंतर्दृष्टी मिळवू शकतात. सर्जनशील लेखन हे स्वत:ची काळजी घेण्याचे एक प्रकार असू शकते, जटिल भावनांचे अन्वेषण आणि समजून घेण्यासाठी एक सुरक्षित आणि सहाय्यक मार्ग प्रदान करते आणि शेवटी मानसिक आणि भावनिक कल्याणास प्रोत्साहन देते. वैयक्तिक फायद्यांव्यतिरिक्त सर्जनशील लेखन देखील संज्ञानात्मक कौशल्ये वाढवते आणि बौद्धिक वाढीस प्रोत्साहन देते. सर्जनशील प्रक्रियेत गुंतल्याने गंभीर विचार, समस्या सोडवणे आणि निर्णय घेण्यास प्रोत्साहन मिळते कारण लेखक चरित्र विकास, कथानक रचना आणि विषयासंबंधीचा शोध यातील गुंतागुंतीकडे लक्ष वेधतात. काल्पनिक जग आणि वैविध्यपूर्ण दृष्टीकोनांमध्ये स्वतःला गुंतवून लेखक सहानुभूती विकसित करतात आणि मानवी स्वभाव आणि समाजाची सखोल माहिती मिळवतात. अशाप्रकारे सर्जनशील लेखन हे केवळ कलात्मक अभिव्यक्तीचे साधन नाही तर बौद्धिक शोध आणि वैयक्तिक विकासाचे साधन देखील बनते. सर्जनशील लेखनाच्या घटकांकडे वळल्यास, अनेक प्रमुख घटक कथनाच्या समृद्धतेमध्ये आणि जटिलतेमध्ये योगदान देतात. पात्र विकास कोणत्याही आकर्षक कथेच्या केंद्रस्थानी असतो कारण विश्वासार्ह आणि बहुआयामी पात्र कथानकामागील प्रेरक शक्ती म्हणून काम करतात. लेखकांनी सखोलता आणि गुंतागुंतीची पात्रे तयार करण्यासाठी, त्यांना त्यांच्या स्वत:च्या इच्छा, भीती आणि वैयक्तिक स्तरावर वाचकांना प्रतिध्वनित करणाऱ्या प्रेरणांसह तयार करण्यात वेळ आणि श्रम गुंतवले पाहिजेत. वाचकांची आवड पकडण्यासाठी आणि टिकवून ठेवण्यासाठी सुसज्ज

कथानकाची रचना देखील आवश्यक आहे. एक जबरदस्त संघर्ष स्थापन करण्यापासून ते क्लायमेटिक रिझोल्यूशनच्या दिशेने तणाव निर्माण करण्यापर्यंत एक मजबूत कथानक एक फ्रेमवर्क प्रदान करते ज्यावर कथा उलगडते, वाचकांना शोध आणि भावनिक व्यस्ततेच्या प्रवासात मार्गदर्शन करते. शिवाय, कथेची मांडणी तिचा कथात्मक प्रभाव वाढवण्यात महत्त्वाची भूमिका बजावते. ज्वलंत प्रतिमा आणि संवेदनात्मक तपशील निर्माण करणाऱ्या वर्णनात्मक लेखनाद्वारे लेखक वाचकांना आकर्षक आणि विश्वासार्ह वाटणाऱ्या समृद्ध कल्पनांच्या जगात पोहोचवू शकतात. वास्तविक जीवनातील स्थानांवरून प्रेरणा घेणे असो किंवा संपूर्णपणे नवीन क्षेत्रांचा शोध घेणे असो कथेतील पात्रे आणि घटना उलगडत जाणाऱ्या पार्श्वभूमीच्या रूपात व्यवस्थापित करते.

विचार आणि आणि लेखन शैली हे आवश्यक घटक आहेत जे सर्जनशील लेखनाच्या एकूण निर्मितीत आणि वातावरणात योगदान देतात. प्रत्येक लेखकाकडे शब्दांना एकत्र जोडण्याच्या आणि त्यांचे विचार आणि भावना व्यक्त करण्याच्या त्यांच्या विशिष्ट पद्धतीद्वारे वैशिष्ट्यीकृत करण्याचे एक अनोखे तंत्र असते. हे व्यक्तिमत्त्व लेखकांना वेगळे ठेवते आणि त्यांच्या कथा वाचकांशी प्रतिध्वनी घेतात, सत्यता आणि वैयक्तिक संबंधाची भावना निर्माण करते. शिवाय, लेखक सहसा एक विशिष्ट शैली किंवा सौंदर्य विकसित करतात जे त्यांच्या कलात्मक संवेदनशीलता आणि सर्जनशील दृष्टीचे प्रतिबिंबित करतात, त्यांच्या कामाची समृद्धता आणि जटिलता वाढवतात. सर्जनशील लेखन विविध उद्देश आणि घटकांचा समावेश करते तसेच प्रत्येक साहित्यिक अभिव्यक्तीचे स्वरूप म्हणून त्याचे आकर्षण आणि महत्त्व यासाठी योगदान देते. आत्म-अभिव्यक्ती आणि वैयक्तिक शोधासाठी माध्यम प्रदान करण्यापासून ते संज्ञानात्मक कौशल्ये आणि बौद्धिक वाढीस चालना देण्यापासून सर्जनशील लेखन लेखकांना जगाशी जोडण्याचे आणि त्यांचे अद्वितीय दृष्टीकोन इतरांसह सामायिक करण्याचे एक शक्तिशाली माध्यम देते. पात्र, कथानक, मांडणी, आवाज आणि शैली या घटकांवर प्रभुत्व मिळवून लेखक वाचकांशी खोलवर प्रतिध्वनी करणारी कथा तयार करू शकतात, त्यांना समृद्ध कल्पनारम्य जगात आमंत्रित करू शकतात आणि मानवी अनुभवाच्या गुंतागुंतीचा शोध घेण्यासाठी त्यांना प्रेरित करू शकतात. शैक्षणिक संदर्भांमध्ये सर्जनशील

लेखन हे बहुआयामी साधन म्हणून काम करते जे विद्यार्थ्यांना केवळ त्यांच्या साहित्यिक कौशल्यांचा शोध घेण्यास अनुमती देत नाही तर त्यांची शैक्षणिक कौशल्ये देखील लक्षणीयरीत्या वाढवते. सर्जनशील लेखनात गुंतण्याचा एक प्राथमिक शैक्षणिक फायदा म्हणजे लेखन कौशल्य सुधारणे. नियमित सरावाने विद्यार्थी त्यांचे व्याकरण सुधारतात, त्यांचा शब्दसंग्रह वाढवतात आणि वाक्यरचनेची मजबूत पकड विकसित करतात. हे सर्व प्रभावी लिखित संवादाचे आवश्यक घटक आहेत. कथन, कविता किंवा निबंध सक्रियपणे तयार करून विद्यार्थी स्पष्टता आणि अचूकतेने स्वतःला व्यक्त करण्यास शिकतात आणि विविध शैक्षणिक विषयांमध्ये आणि व्यावसायिक प्रयत्नांमध्ये यशाचा भक्कम पाया घालतात.

शिवाय, सर्जनशील लेखन विद्यार्थ्यांमध्ये कल्पनाशक्ती आणि सर्जनशीलतेच्या विकासास चालना देते. त्यांना वास्तविकतेच्या मर्यादांच्या पलीकडे विचार करण्यास आणि विविध परिस्थिती आणि परिणामांचे अन्वेषण करण्यास प्रोत्साहित करून, सर्जनशील लेखन विद्यार्थ्यांना त्यांची सर्जनशीलता मुक्त करण्यास आणि मूळ कल्पना विकसित करण्यास सक्षम करते. हा कल्पक व्यायाम केवळ त्यांचे लेखन समृद्ध करत नाही तर शैक्षणिक आणि वास्तविक-जगातील दोन्ही संदर्भांमध्ये अमूल्य असलेल्या नाविन्यपूर्ण विचार आणि समस्या सोडवण्याची कौशल्ये देखील विकसित करतो. कथाकथनाच्या कृतीद्वारे, विद्यार्थी नवीन शक्यतांची कल्पना करणे, गृहीतकांना आव्हान देणे आणि समस्यांकडे अनेक दृष्टीकोनातून पाहणे शिकतात, सतत बदलत्या जगाशी जुळवून घेण्याची आणि भरभराट करण्याची त्यांची क्षमता वाढवतात. सर्जनशील लेखनाचा आणखी एक महत्त्वपूर्ण शैक्षणिक फायदा म्हणजे भावनिक बुद्धिमत्तेची लागवड. जसजसे विद्यार्थी पात्रे तयार करतात, कथानक विकसित करतात आणि थीम एक्सप्लोर करतात, ते मानवी भावना आणि नातेसंबंधांच्या गुंतागुंतीचा शोध घेतात, मानवी स्थितीचे सखोल आकलन करतात. त्यांच्या पात्रांबद्दल सहानुभूती दाखवून आणि त्यांच्या संघर्षांशी झुंज देऊन, विद्यार्थ्यांमध्ये सहानुभूती आणि करुणेची उच्च भावना विकसित होते, जे इतरांशी अर्थपूर्ण संबंध निर्माण करण्यासाठी आणि परस्पर संबंध प्रभावीपणे नेव्हिगेट करण्यासाठी आवश्यक गुण आहेत. अशा प्रकारे सर्जनशील लेखन हे केवळ कलात्मक अभिव्यक्तीचे साधन नाही तर भावनिक साक्षरता आणि सामाजिक-

भावनिक शिक्षण वाढवण्याचे एक शक्तिशाली साधन देखील बनते. शिवाय, सर्जनशील लेखन विद्यार्थ्यांना त्यांच्या लेखनाच्या विविध पैलूंचे विश्लेषण, मूल्यमापन आणि निर्णय घेणे आवश्यक करून गंभीर विचार कौशल्यांना प्रोत्साहन देते. सूक्ष्म पात्रे विकसित करण्यापासून ते आकर्षक कथानक तयार करण्यापर्यंत, विद्यार्थ्यांनी गंभीरपणे विचार करण्याच्या आणि समस्यांचे सर्जनशीलतेने निराकरण करण्याच्या त्यांच्या क्षमतेचा आदर करून खोल-स्तरीय विश्लेषण आणि निर्णय घेण्यात गुंतले पाहिजे. क्लिष्ट साहित्यिक संकल्पनांचा सामना करून आणि विविध कथन तंत्रांचा प्रयोग करून, विद्यार्थी आत्मविश्वास आणि सर्जनशीलतेसह आव्हानांना सामोरे जाण्यास शिकतात, त्यांना शैक्षणिक आणि व्यावसायिक सेटिंग्जमध्ये यशस्वी होण्यासाठी आवश्यक असलेल्या कौशल्यांसह सुसज्ज करतात.

सर्जनशील लेखनातील कौशल्ये विकसित करण्यासाठी, विद्यार्थ्यांनी लेखक म्हणून त्यांच्या वाढीला चालना देणाऱ्या विविध क्रियाकलापांमध्ये गुंतले पाहिजे. मोठ्या प्रमाणावर वाचन विद्यार्थ्यांना विविध लेखन शैली आणि शैलींशी परिचित करते, त्यांचा दृष्टीकोन विस्तृत करते आणि विविध साहित्यिक तंत्रांची त्यांची समज वाढवते. त्यांच्या कलेचा सन्मान करण्यासाठी नियमितपणे लिहिणे आवश्यक आहे कारण सातत्यपूर्ण सराव विद्यार्थ्यांना त्यांची शैली सुधारण्यास, अभिव्यक्तीच्या विविध प्रकारांसह प्रयोग करण्यास आणि एक अद्वितीय विचारांचा विकास करण्यास मदत करते. एखाद्याच्या लेखनातील सामर्थ्य आणि कमकुवतपणा ओळखण्यासाठी, मौल्यवान अंतर्दृष्टी आणि सुधारणेच्या संधी प्रदान करण्यासाठी समवयस्क आणि मार्गदर्शकांकडून अभिप्राय मिळवणे महत्त्वपूर्ण आहे. याव्यतिरिक्त, साहित्यिक उपकरणे, कथन रचना यासह लेखनाच्या कलेचा अभ्यास केल्याने विद्यार्थ्यांना कथाकथनाच्या कलेबद्दलची त्यांची समज अधिक सखोल करण्यास आणि त्यांच्या लेखन तंत्राचा विकास करण्यास मदत होते. सर्जनशील लेखन हे केवळ एक शैक्षणिक साधन किंवा साहित्यिक प्रयत्न नाही तर वैयक्तिक आणि भावनिक अभिव्यक्तीचे एक गहन माध्यम आहे. सर्जनशील लेखनात गुंतून राहून विद्यार्थी केवळ त्यांची लेखन कौशल्येच वाढवत नाहीत तर स्वतःची आणि त्यांच्या सभोवतालच्या जगाची अधिक समज विकसित करतात. त्याच्या सरावाद्वारे, विद्यार्थी कल्पनाशक्ती, सहानुभूती आणि गंभीर विचार

कौशल्ये विकसित करतात, शैक्षणिक आणि वास्तविक-जगातील दोन्ही क्षेत्रात यशाचा पाया घालतात. अशा प्रकारे सर्जनशील लेखनाचा सतत अभ्यास आणि सराव विचारवंत, लेखक आणि सहानुभूतीशील व्यक्तींच्या भावी पिढ्यांचे जतन करण्यासाठी आवश्यक आहे, ज्यामुळे ते आधुनिक शिक्षणाचा एक प्रमुख घटक बनते.

४.१३ - पत्र लेखन (औपचारिक आणि अनौपचारिक)

औपचारिक पत्र लेखन प्रस्थापित नियमांचे पालन करते आणि सामान्यत: व्यावसायिक किंवा अधिकृत पत्रव्यवहारासाठी वापरले जाते. यामध्ये व्यावसायिक लेखनाला विशेष महत्व असते. यात औपचारिक भाषा आणि अभिवादन वापरतात आणि प्रमाणित स्वरूपाचे अनुसरण करतात. औपचारिक पत्राच्या संरचनेत अनेक मुख्य घटक समाविष्ट असतात. प्रथम, प्रेषकाचा पत्ता नाव, शीर्षक, संस्था (लागू असल्यास) आणि संपर्क माहितीसह वरच्या उजव्या किंवा डाव्या कोपऱ्यात स्थित आहे. प्रेषकाच्या पत्त्याच्या खाली, पत्र कधी लिहिले गेले हे सूचित करण्यासाठी तारीख दिली जाते. यानंतर, प्राप्तकर्त्याचा पत्ता प्रेषकाच्या पत्त्याप्रमाणे तत्सम तपशीलांसह, तारखेच्या खाली स्थित आहे. अभिवादन, जे "प्रिय श्री/श्रीमती" सारखी शीर्षके वापरून प्राप्तकर्त्याला औपचारिकपणे संबोधित करते. प्राप्तकर्त्याचे आडनाव त्यानंतर पुढे येते. पत्राच्या मुख्य भागामध्ये स्पष्ट आणि संक्षिप्त पद्धतीने सादर केलेला मुख्य संदेश असतो. वाचनीयतेसाठी पत्र परिच्छेदांमध्ये विभागले जाऊ शकते. शेवटी, प्रेषकाचे नाव आणि स्वाक्षरी नंतर "विनम्रपणे" किंवा "आपले विश्वासू" असे समापन केले जाते. औपचारिक पत्रात संबंधित विशिष्ट नियमांचे पालन करतात. औपचारिक पत्रे बऱ्याचदा नोकरी अर्ज, व्यवसाय प्रस्ताव किंवा अधिकृत चौकशी यासारख्या विविध उद्देशांसाठी स्थापित स्वरूपांचे अनुसरण करतात.

अनौपचारिक पत्रे अधिक वैयक्तिक आणि प्रासंगिक असतात. या प्रकारची पत्रे सहसा मित्र, कुटुंब किंवा ओळखीच्या लोकांशी संवाद साधण्यासाठी वापरली जातात. यामध्ये भाषिक लवचिकता असते. अधिक आरामशीर आणि संभाषण शैलीला प्रोत्साहन दिले जाते. औपचारिक पत्राच्या तुलनेत अनौपचारिक पत्राची रचना कमी कठोर असते. त्यात प्रेषकाचा पत्ता, तारीख आणि अभिवादन यासारख्या घटकांचा समावेश असला तरी, भिन्नता आणि

वैयक्तिकरणासाठी अधिक जागा असते. विषयानुसार लेखन शैली बदलू शकते. अनौपचारिक पत्राचा मुख्य भाग मुक्त प्रवाही असतो, ज्यामुळे लेखकाला विचार, भावना आणि अनुभव शांतपणे व्यक्त करता येतात. अनौपचारिक पत्रातील आशय प्रेषक आणि प्राप्तकर्ता यांच्यातील नातेसंबंधावर अवलंबून असतो. यामध्ये सामान्य समारोप समाविष्ट असतो ज्यात "शुभेच्छा," "प्रेम," किंवा फक्त "काळजी घ्या," अशी लघु वाक्य वापरली जातात. अनौपचारिक पत्रे औपचारिक पत्रापेक्षा अधिक वैयक्तिक आणि आंतरसंबंध जपणारी असतात. लेखकाचे व्यक्तिमत्त्व आणि प्राप्तकर्त्याशी असलेले नाते प्रतिबिंबित करण्यासाठी त्यामध्ये भावनिक भाषा, विनोद किंवा अनौपचारिक अभिव्यक्ती समाविष्ट असू शकतात. औपचारिक पत्रांच्या विपरीत, जे कठोर मार्गदर्शक तत्त्वांद्वारे शासित असतात, अनौपचारिक पत्रे लेखकांना अधिक मोकळेपणाने आणि सर्जनशीलपणे व्यक्त करण्याचे स्वातंत्र्य देतात.

नोकरीचे अर्ज, व्यावसायिक पत्रव्यवहार आणि अधिकृत चौकशी यासह व्यावसायिक संवादासाठी औपचारिक पत्रे आवश्यक आहेत. ते व्यावसायिक व्यवस्थेत स्थापित मानदंड आणि नियमांची व्यावसायिकता आणि आदर व्यक्त करतात. अनौपचारिक पत्रे वैयक्तिक संबंध वाढवतात आणि व्यक्तींना अनुभव सामायिक करण्यास, भावना व्यक्त करण्यास आणि मित्र आणि कुटुंबाशी संपर्क राखण्याची परवानगी देऊन नातेसंबंध मजबूत करतात. ते अस्सल संवाद आणि भावनिक अभिव्यक्ती, परस्पर संबंध आणि सामाजिक बंध वाढवण्यासाठी एक व्यासपीठ देतात. पत्रलेखनाला विविध समाजांमध्ये सांस्कृतिक महत्त्व आहे, इतिहास जतन करण्याचे, वैयक्तिक कथांचे दस्तऐवजीकरण आणि सांस्कृतिक परंपरा सांगण्याचे साधन म्हणून काम केले जाते. पत्रांद्वारे व्यक्ती त्यांच्या समुदायांच्या आणि समाजांच्या सामूहिक स्मृतीमध्ये योगदान देतात, भविष्यातील पिढ्यांसाठी महत्त्वाचे क्षण आणि अनुभव जतन करतात. प्रभावी पत्र लेखन कौशल्ये विकसित करण्यासाठी सराव, तपशीलाकडे लक्ष देणे आणि औपचारिक आणि अनौपचारिक पत्रव्यवहाराशी संबंधित अधिवेशने आणि अपेक्षा समजून घेणे आवश्यक आहे. औपचारिक आणि अनौपचारिक दोन्ही पत्रामध्ये स्पष्टता आणि संक्षिप्तता आवश्यक आहे. लेखकांनी संदिग्धता किंवा गोंधळ टाळून त्यांचे विचार आणि हेतू स्पष्टपणे मांडले पाहिजेत. अभिप्रेत प्रेक्षकांसाठी योग्य शैली आणि भाषा समजून घेणे

महत्वाचे आहे. औपचारिक पत्रांना व्यावसायिक शैलीची आवश्यकता असते, तर अनौपचारिक लेखन अधिक लवचिकता आणि वैयक्तिकरणासाठी परवानगी देणारे असते. प्रभावी पत्र लेखक पत्राचा संदर्भ आणि उद्देश यावर आधारित त्यांची शैली आणि दृष्टीकोन अनुकूल करतात. व्यवसायाचा औपचारिक प्रस्ताव लिहिणे असो किंवा मित्राला मनापासून नोट लिहिणे असो, प्रत्येक परिस्थितीचे बारकावे समजून घेणे महत्त्वाचे आहे. समवयस्क किंवा मार्गदर्शकांकडून अभिप्राय घेणे लेखन कौशल्ये सुधारण्यासाठी मौल्यवान अंतर्दृष्टी प्रदान करू शकतात. पुनरावृत्ती आणि संपादन भाषा, रचना आणि स्पष्टता सुधारण्यास मदत करते, संदेश प्रभावीपणे पोहोचला आहे याची खात्री करते. विचारपूर्वक आणि कुशल पत्रलेखनाद्वारे, व्यक्ती अर्थपूर्ण संबंध वाढवू शकतात, महत्त्वाचे संदेश देऊ शकतात आणि लिखित संवादाच्या समृद्ध परंपरेत योगदान देऊ शकतात.

औपचारिक पत्राचा नमुना

दिनांक १५.०१.२०२४

प्रति,मा.मुख्याध्यापक,

स्व. रामाजी चन्नावर विद्यालय व कनिष्ठ महाविद्यालय,

यवतमाळ

महोदय,

मी आपल्या शाळेचा इयत्ता १०वी मध्ये शिकणारा विद्यार्थी आहे. अभ्यासात नेहमी मी पुढे आहे. तेच एनसीसी मध्ये ट्रेनिंग पण घेत आहे. माझ्या घरी फक्त वडिलच कमावतात, त्यांचा मासिक पगार अत्यंत कमी असल्यामुळे पारिवारिक खर्च आणि माझे शिक्षण यामुळे खर्चाची जुळवा-जुळाव करणे खूप कठीण जात आहे. यामुळे माझ्या शिक्षणावर परिणाम होत आहे.

तरी आपणास नम्र आहे विनंती करते की माझ्या या वर्षाचे वार्षिक शिक्षण शुल्क माफ करावे. आपण सदर शुल्क माफ केले तर मला शिकण्यास खूप मदत होईल. मी आपला आजीवन आभारी राहीन. कळावे.

धन्यवाद...!

आपला विद्यार्थी

अनौपचारिक पत्राचा नमुना

दिनांक : १३/०१/२०२४

घर न. ८७, हनुमान नगर,

यवतमाळ- ४४५००१

प्रिय मित्र रमेश,

नमस्कार

मित्रा रमेश कसा आहेस ? सर्व मजेत ना ? माझ सर्व ठीक चालल आहे. येत्या १६ डिसेम्बर ला तुझा वाढ दिवस येतोय. त्या शुभ दिनासाठी माझ्या तर्फे तुला खुप खुप शुभेच्छा. माझ्या शुभेच्छा सदैव तुझ्या सोबत आहेत. तुझ्या साठी भेटवस्तू म्हणुन तुला आवडणारे शिवजी सावंत लिखित "छावा " ही कादंबरी सोबत पाठवली आहे. आशा आहे तुला ते जरूर आवडेल आणि तुझ्यासाठी लाभदायी ठरेल.

परत एकदा खुप खुप अभिंनदन.

तुझा मित्र

प्रशांत

४.१४ - भाषा कौशल्यांच्या एकत्रीकरणातून प्रभावी सादरीकरण: तत्वे व विकसन

शैक्षणिक, व्यावसायिक आणि वैयक्तिक क्षेत्रांसह जीवनाच्या विविध क्षेत्रांमध्ये प्रभावी सादरीकरण कौशल्ये अपरिहार्य आहेत. प्रभावी सादरीकरणे वितरीत करण्यासाठी भाषा कौशल्यांचा विकास संवाद तत्त्वांचे एकत्रीकरण, भाषिक प्रवीणता सुधारणे आणि सादरीकरण तंत्रांचा सातत्यपूर्ण आदर करणे समाविष्ट आहे. या विषयाचे सखोल अन्वेषण आकर्षक आणि संस्मरणीय सादरीकरणे तयार करण्यासाठी भाषा कौशल्यांचे महत्त्व अधोरेखित करते. प्रभावी सादरीकरण काय आहे हे समजून घेणे, हे सादरीकरण कौशल्यांमध्ये प्रभुत्व मिळविण्यासाठी आवश्यक आहे. त्याच्या केंद्रस्थानी, प्रभावी सादरीकरण हा एक

संवादात्मक प्रयत्न आहे ज्याचा उद्देश प्रेक्षकांना माहिती देणे किंवा प्रेरणा देणे, औपचारिक भाषण देणे, प्रकल्प प्रस्ताव सादर करणे किंवा कार्यसंघ बैठकीचे नेतृत्व करणे, श्रोत्यांचे लक्ष वेधून घेणे, मुख्य संदेश स्पष्टपणे मांडणे आणि मन वळवणे आणि इच्छित प्रतिसाद किंवा कृती प्राप्त करणे इत्यादी अपेक्षित आहेत. प्रभावी सादरीकरणाच्या मुख्य घटकांमध्ये सामग्री, वितरण शैली, प्रेक्षक प्रतिबद्धता धोरणे आणि त्याच्या अभिप्रेत प्रेक्षकांवर सादरीकरणाचा एकूण प्रभाव यांचा समावेश होतो. एक सुव्यवस्थित आणि आकर्षक सादरीकरण केवळ माहितीच देत नाही तर प्रेरणाही देते, प्रेक्षकांवर कायमची छाप सोडते. प्रेझेंटेशन्स तयार करण्यासाठी भाषेची तत्त्वे एकत्रित करणे आवश्यक आहे जे प्रेक्षकांना प्रतिध्वनित करतात. स्पष्टता आणि संक्षिप्तता सर्वोपरि आहे, हे सुनिश्चित करते की कल्पना सरळ आणि सहज समजण्यायोग्य पद्धतीने संप्रेषित केल्या जातात. सादरकर्त्यांनी त्यांचे संदेश संक्षिप्तपणे व्यक्त केले पाहिजेत, गोंधळलेली भाषा किंवा अनावश्यक शब्दशः टाळणे ज्यामुळे श्रोत्यांना गोंधळात टाकू शकते किंवा दूर जाऊ शकते. याव्यतिरिक्त, तार्किक आणि संघटित पद्धतीने सादरीकरणाची रचना केल्याने माहितीचे आकलन आणि धारणा वाढते. स्पष्ट परिचय, सु-विकसित मुख्य मुद्दे आणि संक्षिप्त निष्कर्ष एकसंध आणि प्रभावी सादरीकरणासाठी योगदान देतात. श्रोत्यांना आणि संदर्भाला अनुरूप शब्दसंग्रह आणि स्वर जुळवून घेणे तितकेच महत्त्वाचे आहे. सादरकर्त्यांनी विश्वासार्हता आणि अधिकार टिकवून ठेवत प्रेक्षकांना ऐकू येईल अशी भाषा वापरून व्यावसायिकता आणि प्रवेशयोग्यता यांच्यात संतुलन राखले पाहिजे.

प्रभावी सादरीकरणे महत्त्वाच्या संदेशांना प्रभावीपणे पोहोचविण्यासाठी आणि प्रेक्षक प्रतिबद्धता वाढविण्यासाठी दृश्य आणि मौखिक संप्रेषण अखंडपणे एकत्रित करतात. दृश्य साधने जसे की स्लाइड्स, आलेख किंवा व्हिडिओ शाब्दिक स्पष्टीकरणांना पूरक आहेत, दृश्य संकेत प्रदान करतात जे बोललेल्या सामग्रीला मजबुती देतात. विवेकबुद्धीने वापरल्यास व्हिज्युअल एड्स जटिल संकल्पना सुलभ करू शकतात, माहिती स्पष्ट करू शकतात आणि अमूर्त कल्पना अधिक मूर्त बनवू शकतात. तथापि, मुख्य संदेशापासून विचलित करणाऱ्या अत्यधिक किंवा विचलित दृश्यांनी प्रेक्षकांना भारावून टाकू नये म्हणून सादरकर्त्यांनी

सावधगिरी बाळगली पाहिजे. त्याऐवजी, दृश्य घटकांनी शाब्दिक सादरीकरणास पूरक असले पाहिजे. सादरीकरणासाठी भाषा कौशल्ये विकसित करण्यासाठी जाणीवपूर्वक सराव, अभिप्राय आणि सतत परिष्करण आवश्यक आहे. सार्वजनिक बोलण्याचे प्रशिक्षण कार्यक्रम सादरकर्त्यांना त्यांची कौशल्ये सुधारण्यासाठी, रचनात्मक अभिप्राय प्राप्त करण्यासाठी आणि प्रभावी सादरीकरण तंत्र शिकण्यासाठी मौल्यवान संधी देतात. संवादाची स्पष्टता, प्रवाहीपणा आणि आत्मविश्वास सुधारण्यासाठी वाचन, लेखन आणि बोलण्याच्या सरावाद्वारे भाषा प्रवीणता वाढवणे आवश्यक आहे. नियमित सराव सत्रे सादरकर्त्यांना त्यांची सामग्री, वितरण आणि वेळ सुधारण्यास अनुमती देतात, सादरीकरणाच्या दिवशी आत्मविश्वासपूर्ण कामगिरी सुनिश्चित करतात. समवयस्क, मार्गदर्शक किंवा प्रेक्षक सदस्यांकडून अभिप्राय शोधणे चालू सुधारणा, सामर्थ्य क्षेत्रे आणि विकासासाठी क्षेत्रे हायलाइट करणे सुलभ करते. रचनात्मक टीका ओळखण्यास, कमकुवतपणा दूर करण्यास आणि त्यानुसार त्यांची भाषा कौशल्ये आणि सादरीकरण तंत्रे सुधारण्यास सक्षम करते. प्रभावी सादरीकरण कौशल्यांचा वापर शैक्षणिक आणि व्यावसायिक दोन्ही प्रणालीत विस्तारित आहे. शैक्षणिक संदर्भांमध्ये, प्रेझेंटेशन हे संशोधनाचे निष्कर्ष सामायिक करण्याचे, युक्तिवादाचा बचाव करण्यासाठी किंवा वर्गमित्र आणि शिक्षकांना गुंतवून ठेवण्याचे एक सामान्य माध्यम आहे. क्लिष्ट कल्पना स्पष्टपणे आणि मन वळवण्यामध्ये, प्रभावी संवाद आणि ज्ञानाचा प्रसार सुलभ करण्यात भाषा कौशल्ये महत्त्वपूर्ण भूमिका बजावतात. त्याचप्रमाणे व्यावसायिक वातावरणात, सादरीकरणे माहिती पोहोचवण्यासाठी, कल्पना मांडण्यासाठी किंवा प्रशिक्षण देण्यासाठी सर्वव्यापी असतात. व्यावसायिकता, विश्वासार्हता आणि मन वळवण्यासाठी, प्रस्तुतकर्त्यांना विविध भागधारकांना प्रभावीपणे गुंतवून ठेवण्यास आणि प्रभावित करण्यास सक्षम करण्यासाठी भाषेची प्रवीणता आणि सादरीकरण कौशल्ये आवश्यक आहेत.

स्पष्टता, विश्वासार्हता आणि प्रभाव यांच्याशी संवाद साधण्यासाठी सादरीकरणासाठी भाषा कौशल्यावर प्रभुत्व मिळवणे अपरिहार्य आहे. संवादाची तत्त्वे एकत्रित करून भाषिक प्रवीणता सुधारून आणि सादरीकरण तंत्रांचा सतत सन्मान करून सादरकर्ते आकर्षक आणि संस्मरणीय सादरीकरणे देऊ शकतात जे प्रेक्षकांना माहिती देतात, मन वळवतात आणि प्रेरित

करतात. शैक्षणिक, व्यावसायिक किंवा वैयक्तिक संदर्भ असो प्रभावी सादरीकरण कौशल्ये व्यक्तींना आत्मविश्वास आणि अधिकाराने संवाद साधण्यास सक्षम करतात, अर्थपूर्ण परिणाम आणतात आणि प्रेक्षकांमध्ये संबंध आणि समज वाढवतात. कौशल्य विकासाची बांधिलकी आणि भाषेच्या तत्त्वांचा वापर करून सादरकर्ते त्यांच्या सादरीकरणांना नवीन उंचीवर नेऊ शकतात, त्यांच्या प्रेक्षकांवर कायमची छाप सोडू शकतात.

४.१५ - श्रावण कौशल्य ध्वनी सरावाद्वारे उच्चार विकसन

प्रभावी संप्रेषण ऐकण्याच्या कौशल्यांवर आणि उच्चार प्रवीणतेवर खूप अवलंबून असते. हे दोन घटक भाषा प्रवीणतेचे अत्यावश्यक घटक आहेत जे विविध संदर्भांमध्ये यशस्वी परस्परसंवादासाठी महत्त्वपूर्ण योगदान देतात. ऐकण्याची कौशल्ये व्यक्तींना बोलली जाणारी भाषा अचूकपणे समजून घेण्यास सक्षम करते तर उच्चारण प्रवीणता स्पष्ट आणि सुगम संवाद सुनिश्चित करते. हे सर्वसमावेशक अन्वेषण ऐकण्याचे कौशल्य आणि उच्चार, सुधारणेची रणनीती आणि भाषिक प्रवाह प्राप्त करण्यासाठी ध्वनी सरावाची भूमिका यांचे महत्त्व जाणून घेते. वैयक्तिक आणि व्यावसायिक दोन्ही परिस्थितीत प्रभावी संप्रेषणासाठी ऐकण्याची कौशल्ये महत्त्वपूर्ण आहेत. ते व्यक्तींना मौखिक संदेश अचूकपणे समजून घेण्यास सक्षम करतात, योग्य प्रतिसाद देतात आणि इतरांशी अर्थपूर्णपणे व्यस्त असतात. शैक्षणिक वातावरणात, व्याख्याने समजून घेण्यासाठी, चर्चेत भाग घेण्यासाठी आणि माहितीचे संश्लेषण करण्यासाठी ऐकण्याची कौशल्ये आवश्यक आहेत. व्यावसायिक संदर्भांमध्ये, सक्रिय ऐकणे प्रभावी सहयोग, समस्या सोडवणे आणि निर्णय घेण्यास सुलभ करते. शिवाय, कुशल ऐकणे सहानुभूती आणि समजूतदारपणा वाढवते, परस्पर संबंध वाढवते आणि टीमवर्कला प्रोत्साहन देते. तथापि, स्पष्ट आणि अचूक उच्चार साध्य करणे आव्हानात्मक असू शकते, विशेषत: मूळ नसलेल्या लोकांसाठी. उच्चार म्हणजे दिलेल्या भाषेत योग्य आणि सुगमपणे ध्वनी निर्माण करण्याची क्षमता.

उच्चार सुधारण्यासाठी ध्वन्यात्मक जागरूकता, मॉडेलिंग आणि मिमिक्री, लक्ष केंद्रित सराव, अभिप्राय आणि सुधारणा आणि संदर्भित सराव वाढविण्याच्या उद्देशाने शिकणारे विविध धोरणे अवलंबू शकतात. ध्वन्यात्मक जागरूकता विकसित करण्यामध्ये लक्ष्यित

भाषेच्या ध्वनीसह स्वतःला परिचित करणे आणि ध्वन्यात्मक नोटेशनमधील संबंधित चिन्हे समजून घेणे समाविष्ट आहे. वैयक्तिक आवाज अचूकपणे ओळखून आणि पुनरुत्पादित करून, शिकणारे त्यांचे एकूण उच्चार प्रवीणता सुधारू शकतात. मॉडेलिंग आणि मिमिक्रीमध्ये मूळ भाषिकांचे ऐकणे आणि त्यांच्या उच्चारांचे अनुकरण करणे समाविष्ट आहे. हा दृष्टीकोन शिकणाऱ्यांना योग्य उच्चार उदाहरणे अंतर्भूत करण्यात आणि नैसर्गिक-आवाज देणारा उच्चार विकसित करण्यात मदत करतो. लक्ष केंद्रित सराव क्रियाकलाप, जसे की जीभ ट्विस्टर, उच्चारण कवायती, शिकणाऱ्यांना विशिष्ट उच्चार आव्हानांना लक्ष्य करण्यास आणि त्यांचे उच्चार स्नायू मजबूत करण्यास अनुमती देतात. नियमित सराव योग्य उच्चारांच्या सवयी मजबूत करण्यास आणि सततच्या अडचणींवर मात करण्यास मदत करते. शिवाय, शिक्षक, भाषा भागीदार किंवा उच्चारण सॉफ्टवेअर यांच्याकडून अभिप्राय प्राप्त केल्याने उच्चार त्रुटी आणि सुधारणेच्या क्षेत्रांबद्दल मौल्यवान अंतर्दृष्टी मिळू शकते. सराव सत्रांमध्ये सुधारात्मक अभिप्राय समाविष्ट केल्याने विद्यार्थ्यांना त्यांचे उच्चार हळूहळू परिष्कृत करण्यास आणि कालांतराने अधिक अचूकता विकसित करण्यास सक्षम करते. अर्थपूर्ण भाषेच्या वापराच्या संदर्भात उच्चाराचा सराव करणे, जसे की मोठ्याने वाचणे, संभाषणांमध्ये भाग घेणे किंवा भूमिका बजावणे, शिकणाऱ्यांना उच्चार कौशल्ये वास्तविक जीवनातील संप्रेषण परिस्थितींमध्ये एकत्रित करण्यात मदत करते.

ध्वनी सराव उच्चारांच्या विकासामध्ये महत्त्वपूर्ण भूमिका बजावते, ज्यामुळे विद्यार्थ्यांना विशिष्ट ध्वन्यात्मक वैशिष्ट्यांवर लक्ष केंद्रित करता येते आणि त्यांचे उच्चारण कौशल्य पद्धतशीरपणे परिष्कृत होते. ध्वनी सराव क्रियाकलाप वैयक्तिक ध्वनी, तणावाचे नमुने आणि स्वरांचे स्वरूप लक्ष्य करतात, ज्यामुळे शिकणाऱ्यांना उच्चारातील बारकावे प्रभावीपणे पार पाडण्यात मदत होते. सामान्य ध्वनी सराव मध्ये जीभ वळवणे, ताण आणि स्वराचे व्यायाम, मोठ्याने वाचन आणि श्रुतलेखन यांचा समावेश होतो. ऐकणे आणि उच्चारण सराव एकत्रित केल्याने श्रवणविषयक धारणा आणि उच्चार यांच्यातील संबंध मजबूत करून भाषा शिकण्याचे परिणाम वाढतात. संवाद, भूमिका-नाट्य आणि मौखिक सादरीकरणांमध्ये गुंतल्याने अर्थपूर्ण संदर्भांमध्ये प्रामाणिक संवाद आणि उच्चार सरावाची संधी मिळते. उच्चार

सरावासह ऐकण्याच्या आकलनाची जोड देऊन, शिकणारे बोलल्या जाणाऱ्या भाषेचे समग्र आकलन विकसित करतात आणि आवश्यक संवाद कौशल्ये विकसित करतात. प्रभावी संप्रेषण आणि भाषा प्रवीणतेसाठी ऐकण्याचे कौशल्य आणि उच्चार प्रवीणता मिळवणे आवश्यक आहे. केंद्रित सराव, लक्ष्यित अभिप्राय आणि संदर्भित क्रियाकलापांद्वारे शिकणारे बोलली जाणारी भाषा अचूकपणे समजून घेण्याची आणि सुगमपणे आवाज निर्माण करण्याची क्षमता वाढवू शकतात. ध्वनी सराव क्रियाकलाप विद्यार्थ्यांना विशिष्ट उच्चार आव्हानांना लक्ष्य करण्यास आणि त्यांची उच्चार कौशल्ये पद्धतशीरपणे परिष्कृत करण्यास अनुमती देतात. ऐकणे आणि उच्चारण सराव एकत्रित करून शिकणारे बोलल्या जाणाऱ्या भाषेची सर्वसमावेशक समज विकसित करतात आणि श्रवणविषयक धारणा आणि मौखिक उच्चारण या दोन्हीमध्ये प्रवीणता विकसित करतात. शेवटी, ऐकण्याची कौशल्ये आणि उच्चारांवर प्रभुत्व मिळवणे विद्यार्थ्यांना विविध भाषिक संदर्भांमध्ये आत्मविश्वासाने आणि अस्खलितपणे संवाद साधण्यास सक्षम करते, त्यांची एकूण भाषा प्रवीणता वाढवते आणि इतरांशी अर्थपूर्ण संवाद आणि प्रतिबद्धता सुलभ करते.

समारोप

विद्यार्थ्यांना वैविध्यपूर्ण ग्रंथांबद्दल माहिती देऊन शिक्षक त्यांना समृद्ध आणि वैविध्यपूर्ण भाषिक अनुभव प्रदान करू शकतात. शिक्षक वाचन साहित्य काळजीपूर्वक व्यक्त करू शकतात जे आवाज, दृष्टीकोन आणि जिवंत अनुभवांच्या विविध श्रेणीचे प्रतिनिधित्व करतात, याची खात्री करून विद्यार्थ्यांना त्यांच्या सभोवतालच्या जगाची जटिलता आणि विविधता प्रतिबिंबित करणारे मजकूर आढळतात. विविध कालखंड, सांस्कृतिक संदर्भ आणि साहित्यिक परंपरांमधून मजकूर निवडून शिक्षक विद्यार्थ्यांना मानवी अभिव्यक्ती आणि सर्जनशीलतेच्या समृद्ध परंपरेबद्दल विविध घटना स्पष्ट करू शकतात तसेच शैली आणि शैलींमधील साहित्याची समृद्धता आणि खोली याबद्दल ज्ञानाच्या कक्षा रुंदाउ शकतात.

सरावासाठी प्रश्न

१. वाचन आणि लेखन यांचा सहसंबंध स्पष्ट करा.

२. वाचण्याची कार्यनिती स्पष्ट करा.

३. लेखनाची कार्यनिती स्पष्ट करा.

४. आशय सारांशात भाषेचे महत्व लिहा.

५. विविध संदर्भात नविन शब्दांचा वापर आणि त्याचा अर्थ स्पष्ट करा.

६. सारांश लेखनात भाषेचे महत्व लिहा.

७. वाचन पूर्व आणि वाचनोत्तर वाचनाच्या प्रयुक्त्या स्पष्ट करा.

८. चांगल्या हस्ताक्षराची वैशिष्ट्ये लिहा.

९. निबंध लेखन कौशल्य विकसित करण्यासाठी उपक्रम सुचवा

१०. भाषेच्या चारही कौशल्यांचा एकात्मिकरणांतून प्रभावी सादरी करणाचे विकसन, तत्त्वे आणि पद्धती सविस्तर स्पष्ट करा.

११. श्रवण कौशल, ध्वनी सराव (Phonic drill) या द्वारे उच्चार विकास कसा होतो? श्रवण कौशल्य विकासासाठी शिक्षक या नात्याने तुम्ही कोणते प्रयत्न कराल.

१२. प्रकट आणि मूक वाचनातील महत्वाचे घटक व कौशल स्पष्ट करा.

१३. संदर्भ ग्रंथ व इतर वाचनातील फरक लिहा.

१४. विमर्षन अर्थ व प्रक्रिया स्पष्ट करा.

१५. विमर्षण प्रक्रीयेचे पैलू आणि घटक लिहा.

संदर्भ सूची

१. घोरमोडे डॉ. के. यु. /घोरमोडे डॉ. कला के. (२००६), भारतीय शिक्षण प्रणालीचा विकास व शा. व्यवहाराचे अधिष्ठान, विद्या प्रकाशन, नागपूर.

२. आहेर डॉ. हिरा (१९९५), उद्योन्मुख भारतीय समाजातील शिक्षण व शिक्षक, विद्या प्रकाशन, नागपूर.

३. मंगरूळकर मीना/करंदीकर सुरेश (२०१०), उद्योन्मुख भारतीय समाजातील शिक्षण, फडके प्रकाशन, कोल्हापूर.

४. जगताप डॉ. ह. ना. (२००६), शिक्षणातील नवप्रवाह व नवप्रवर्तन, नित्यनुतन प्रकाशन, पुणे.

५. पाटील डॉ. विनोद वि. (२०१०), उद्योन्मुख भारतीय समाजातील शिक्षण व शिक्षक, इनसाईट पब्लिकेशन्स्, नाशिक.

६. सप्रे निलिमा/पाटील प्रीती (२००५), शिक्षणातील विचारप्रवाह, फडके प्रकाशन, कोल्हापूर.

७. फोंडके डॉ. प्रतिभा (२००६), उद्योन्मुख भारतीय समाजातील शिक्षण, श्रीमंगेश प्रकाशन, नागपूर.

८. वास्कर आनंद/वास्कर पुष्पा (२००६), भारतीय शिक्षणाचे बहुजनीकरण, नित्यनुतन प्रकाशन, पुणे.

९. विभूते भालबा (१९९९), भारताचे संविधान, मनोविकास प्रकाशन, मुंबई.

१०. घोरमोडे के. यु. /घोरमोडे कला (२००७), भारतातील शैक्षणिक आयोग व समित्या, विद्या प्रकाशन, नागपूर.

११. पाटील विनोद आणि इतर, शिक्षण आणि विकास, अथर्व पब्लिकेशन्स्, जळगाव

१२. पाटील विनोद आणि इतर, शिक्षण विकासात्मक दृष्टिकोन, अथर्व पब्लिकेशन्स्, जळगाव.

१३. पवार ना., मातृभाषा मराठीचे आशययुक्त अध्यापन, (२००५), नूतन प्रकाशन, पुणे

१४. पाटील लीला, आजचे अध्यापन, श्रीविद्या प्रकाशन, पुणे (१९७६)

१५. साळुंके कविता आणी इतर, २०२१, अभ्यासक्रम आणि भाषा, यशवंतराव चव्हाण म. मू. विद्यापीठ, नाशिक

१६. Agnihotri, R. K. (1995). Multilingualism as a classroom resource. In K. Heugh, A. Siegrühn, & P. Pluddemann (Eds.), Multilingual education for South Africa (pp. 3-7). Heinemann Educational Books.

१७. Anderson, R. C. (1984). Role of the reader's schema in comprehension, learning and memory In R. C. Anderson, J. Osborn, & R. J. Tierney (Eds.), learning to read in American schools: Basal readers and content texts. Psychology Press.

१८. NCERT, Teacher and Education in Emerging India Society, New Delhi.

१९. Govt. of India, National Policy on Education, Min. of HRD, New Delhi.

२०. NCERT, School Education in India Present Status and Future Needs, New Delhi.

२१. Ministry of Education, 'Education Commission "Kothari Commission" Education and National Development, Ministry of Education, Government of India.

२२. National Policy on Education, Ministry of HRD, Department of Education, New Delhi.

२३. UNESCO, Education for All: The Quality Imperative, EFA Global Monitoring Report, Paris.

२४. Ministry of Law and Justice, Right to Education, Govt. of India.

२५. Govt. of India, Report of Core group on value orientation to education, Planning Commission.

www.ingramcontent.com/pod-product-compliance
Lightning Source LLC
LaVergne TN
LVHW031425170726
843492LV00009B/2863

* 9 7 8 8 1 9 7 7 8 5 7 6 4 *